Vietnamese
Phrasebook

LAROUSSE

Editors
Brian D. Smith, Hoang Vu Le Thai

with

Valerie Grundy, Christy Johnson, Kim Yen Ngo-Smith, Donald Watt

Supplement on Vietnamese language and culture
Brian D. Smith

Publishing manager
Janice McNeillie

Design and typesetting
Sharon McTeir

© Larousse 2007
21, rue du Montparnasse
75283 Paris Cedex 06

ISBN: 978-2-0354-2149-4

Sales: Houghton Mifflin Company, Boston

Achevé d'imprimer en Janvier 2007 sur les presses de «La Tipografica Varese S.p.A.»

Introduction

This phrasebook is the ideal companion for your trip. It gets straight to the point, helping you to understand and make yourself understood so that you don't miss a thing. Use it like a dictionary to find the exact word you're looking for right away. And at each word we've provided a selection of key phrases that will help you in any situation, no matter how tricky things may have gotten.

The English–Vietnamese section contains all those essential expressions that you'll need to get by in Vietnam. And because you need to be able to pronounce the words you see on the page properly, we've provided a simple and straightforward phonetic transcription that will enable you to make yourself understood with ease.

The Vietnamese–English section provides all the most important words and expressions that you might read or hear while on vacation.

And that's not all: we've added practical and cultural tips for getting by, a supplement on Vietnamese language, life and culture – everything, in fact, to make your trip go as smoothly as possible.

Pronunciation

Every Vietnamese word or phrase used in this guide is followed by a phonetic transcription in *italics* to show you how it is pronounced. The pronunciation we are using here is that of Hanoi, which has become the standard pronunciation. By using this guide you should be able to make yourself understood, but if you have any problems, just point to the word or phrase in your book and get the Vietnamese person you are talking to to read it.

Alphabet

The Vietnamese alphabet consists of 29 letters:

a, ă, â, b, c, d, đ, e, ê, g, h, i, k, l, m, n, o, ô, ơ, p, q, r, s, t, u, ư, v, x, y

They are pronounced as follows:

Vowels

a	as in r**a**ther
ă	a longer form of **a**
â	as in f**u**r
e	as in b**e**d
ê	as in b**a**by
i	as in s**ee**
o	as in d**oo**r
ô	as in **oh**
ơ	as in p**e**rhaps
u	as in t**oo**
ư	as in B**e**rmuda
y	as in s**ee**

Consonants

b	as in **b**ed
c	as in **c**at
d	as in **z**oo
đ	as in **d**oor
g	as in **g**ap before **a, ă, â, o, ô**
ơ, u	as in **z**oo before **i, e**
h	as in **h**at
k	as in **k**id
l	as in **l**et
m	as in **m**at
n	as in **n**ot
p	as in **p**et
q	as in **qu**ay
r	as in **r**at
s	as in **s**it
t	as in **t**ea
v	as in **v**ery
x	as in **s**on

Vowel combinations

In addition to the above single vowels, Vietnamese also has a number of vowel combinations:

ai, ao, au, âu, ay, ây, ia, ie, oa, oă, oai, oay, oe, oi, ôi, ua, ui, uôi, uy, uya, uye, uyu, ye, yeu

Consonant combinations

ch	as in **ch**in
gh	as in **g**o
kh	as in lo**ch**
nh	as in o**ni**on
ng/ngh	as in si**ng**
ph	as in **f**ilm

th	as in the Irish pronunciation of **th**ink
tr	as in **tr**y

Tones

Vietnamese is a tonal language. This means that the tone of a vowel affects the meaning of a word, so it is important to get the tone right when saying a word. There are six tones in standard Northern Vietnamese, but not all vowels have all the tones. Tones are shown in writing by marks called *diacritics* over or under the vowel. For example:

Tone	Diacritic	Example	
level	a (no diacritic)	ma	'ghost,' 'funeral'
low falling	à	mà	'that'
high rising	á	má	'cheek'
falling-rising	ả	mả	'grave'
breaking rising	ã	mã	'code'
falling with glottal stop	ạ	mạ	'rice seedling'

The level tone is the normal tone at which words are pronounced. In pronouncing a vowel with a low falling tone, you make the tone of your voice lower on that vowel; in pronouncing a vowel with a high rising tone, you make the tone of your voice higher on that vowel; in pronouncing a vowel with a falling-rising tone, you make the tone of your voice lower and then higher on that vowel. A vowel with a breaking rise tone is pronounced like a vowel with a falling-rising tone, but with a glottal stop in the middle. A vowel with a falling tone with a glottal stop is pronounced like a vowel with a low falling tone, but with the addition of a glottal stop.

As tones give meaning and giving the wrong tone will give the wrong meaning, it may sometimes be necessary to show a word or phrase to the person you are speaking to in order to avoid being misunderstood, particularly because tone usage can vary in North, Central, and South Vietnam.

English–Vietnamese
phrasebook

English–Vietnamese phrasebook

a

able
- to be able to... có thể... [ko te]
- I'm not able to come tonight tối nay tôi không thể đến được [toh-ee nay toh-ee khohng te den der-erk]

about khoảng [khwang]
- I think I'll stay for about an hour tôi nghĩ tôi sẽ ở lại khoảng một tiếng [toh-ee ngee toh-ee se er lay khwang moht tee-eng]

abroad *(live)* ở nước ngoài [er ner-erk ngway]; *(travel)* đi nước ngoài [dee ner-erk ngway]
- I've never been abroad before tôi chưa bao giờ đi nước ngoài [toh-ee cher-a bao zer dee ner-erk ngway]

absolutely hoàn toàn [hwan twan]
- you're absolutely right bạn hoàn toàn đúng [ban hwan twan doong]

accept chấp nhận [churp nyurn]
- do you accept traveler's checks? ở đây có chấp nhận séc du lịch không? [er dur-ee churp nyurn sek zoo leek khong]

access đường vào [der-erng vao]
- is there disabled access? ở đây có đường vào dành cho người tàn tật không? [er dur-ee ko der-erng vao zan cho nger-er-ee tan turt khohng]

accident tai nạn [tay nan]
- there's been an accident đã có một tai nạn xảy ra [da ko moht tay nan xay ra]

according to theo [teo]
- it's well worth seeing, according to the guidebook theo sách hướng dẫn, nơi đó rất đáng đến xem [teo sak her-erng durn ner-ee do rut dang den sem]

address địa chỉ [dee-a chee]
- could you write down the address for me? làm ơn viết địa chỉ cho tôi? [lam ern vee-et dee-a chee cho toh-ee]
- here is my address and phone number, if you're ever in the US nếu bạn đến Mỹ thì đây là địa chỉ và số điện thoại của tôi [ne-oo ban den mee tee dur-ee la dee-a chee va soh deen-en tway coo-a toh-ee]

adult người lớn [nger-er-ee]
- two adults and one student for the movie, please làm ơn cho 2 vé xem phim người lớn và một vé sinh viên [la ern cho hay ve sem feem nger-er-ee lern va moht ve seen vee-en]

advance *(money)* tiền tạm ứng [tee-en tam erng] ✦ **in advance** *(pay, reserve)* trước [trer-erk]
- do you have to book in advance? bạn có phải đặt trước không? [ban ko fay dat trer-erk khohng]

after *(in time)* quá [kwa]; *(in space)* sau [sao]
- it's twenty after eight bây giờ là tám giờ (quá) hai mươi phút [bur-ee zer (kwa) hay mer-er-ee foot]
- the stadium is just after the traffic lights sân vận động nằm ngay sau cột đèn giao thông [surn vurn dohng nam ngay sao coht den zao tohn]]

afternoon buổi chiều [boo-oh-ee chee-e-oo]
- is the museum open in the afternoons? bảo tàng này có mở cửa vào các buổi chiều không? [bao tang nay ko mer ker-a vao kak boo-oh-ee chee-e-oo khohng]

aftershave nước hoa cạo râu [ner-erk hwa kao rur-o]
- a bottle of aftershave một lọ nước hoa cạo râu [moht lo ner-erk hwa kao rur-o]

afterwards sau đó [sao do]
- join us afterwards sau đó tham gia cùng chúng tôi [sao do tam za koong choong toh-ee]

again lại [lay]
- the train is late again tàu lại muộn [tao lay moo-ohn]

age tuổi [twoh-ee] ✦ **ages** rất lâu [rurt lur-o]
- what ages are your children? các con của bạn bao nhiêu tuổi? [kak kon koo-a ban bao nyee-oo twoh-ee]
- we've been waiting for ages! chúng tôi đã chờ từ rất lâu rồi! [choong toh-ee da cher ter rurt lur-o rur-ee]

agency cơ quan [ker kwan]
- what is the contact number for the agency? số điện thoại liên lạc của cơ quan là gì? [soh-ee dee-en tway lee-en lak koo-a ker kwan la zee]

ago cách đây [kak dur-ee]
- I've been before, several years ago tôi đã đến đó cách đây vài năm [toh-ee da den do kak dur-ee vay nam]

---

agreement/disagreement

- absolutely! nhất trí! [nyurt tree]
- that's fine by me tôi đồng ý [toh-ee dohng ee]
- you're right bạn nói đúng [ban noy doong]
- go on, then nói tiếp đi [noy tee-ep dee]
- I'm not at all convinced tôi không tin [oh-ee khohng teen]
- I disagree tôi phản đối [toh-ee fan doh-ee]

airports

There are international airports at Đà Nẵng, Hà Nội-Nội Bài, Hồ Chí Minh-Tân Sơn Nhất and domestic airports at Bảo Lộc, Buôn Mê Thuột, Cần Thơ, Dalat, Điện Biên Phủ, Hải Phòng, Huế, Nha Trang, Plei Ku, Qui Nhơn, Rạch Giá and Vinh.

agreement nhất trí [nhurt tree]
▸ we need to come to some agreement about where we're going next chúng ta cần nhất trí nên đi đâu tiếp [choong ta kurn nyurt tree nen dee dur-o tee-ep]

ahead phía trước [fee-a trer-erk]
▸ is the road ahead clear? phía trước đường thông chưa? [fee-a ter-erk der-erng tohng cher-a]

air không khí [khong khee]
▸ the air is much fresher in the mountains không khí ở vùng núi trong lành hơn nhiều [khong khee er voong noo-ee trong lan hern nyee-oo]

air-conditioning điều hòa nhiệt độ [dee-e-oo nyet doh]
▸ do you have air-conditioning? có máy điều hòa nhiệt độ không? [ko may dee-e-oo hwa nyee-et doh khohng]

airline hãng hàng không [hang hang khohng]
▸ no, we're traveling with a different airline không, chúng ta sẽ bay với một hãng hàng không khác [khohng choong ta se bay ver-ee moht hang hang khohng khak]

airmail thư máy bay [ter may bay]
▸ I'd like to send it airmail tôi muốn gửi thư máy bay [toh-ee moo-ohn ger-ee ter may bay]

at the airport

▸ where is gate number 2? cửa số hai nằm ở đâu? [ker-a soh hay nam er dur-oo]
▸ where is the check-in desk? quầy làm thủ tục ở đâu? [kwur-ee lam too took er dur-oo]
▸ I'd like an aisle seat tôi muốn ngồi ghế lối đi [toh-ee moo-ohn ngoh-ee ge lur-ee dee]
▸ where is the baggage claim? băng chuyền hành lý ở đâu? [bang choo-en han lee er dur-oo]

airport sân bay [surn bay]
- how long does it take to get to the airport? đi sân bay mất bao lâu? [dee surn baymurt bao lur-oo]; see boxes on p. 3

airport shuttle xe buýt sân bay [se boo-eet surn bay]
- is there an airport shuttle? có xe buýt sân bay không? [ko se boo-eet surn bay khohng]

air pressure hơi [her-ee]
- could you check the air pressure in the tires? làm ơn kiểm tra hơi lốp xe? [lam ern kee-em tra her-ee lohp se]

airsick say máy bay [say may bay]
- can I have an airsick bag? cho tôi xin một túi nôn? [cho toh-ee seen moht too-ee nohn]

aisle *(between plane seats)* lối đi [loh-ee dee]; *(plane seat)* ghế lối đi [ge loh-ee dee]
- two seats, please: one window and one aisle làm ơn cho hai ghế: một ghế cửa sổ, một ghế lối đi [lam ern cho hay ge moht ge ker-a soh-ee moht ge loh-ee dee]

aisle seat ghế lối đi [ge loh-ee dee]
- I'd like an aisle seat tôi muốn một ghế lối đi [toh-ee moo-ohn ge loh-ee dee]

alarm (clock) đồng hồ báo thức [dohng hoh bao took]
- I set the alarm for nine o'clock tôi đặt đồng hồ báo thức chín giờ [toh-ee dat dohng hoh bao terk cheen zer]

alcohol *(for drinking)* rượu [rer-er-oo]; *(for medicinal use)* cồn [kohn]
- I don't drink alcohol tôi không uống rượu [toh-ee khohng oo-ohng re-er-oo]

alcohol-free không cồn [khohng cohn]
- what kind of alcohol-free drinks do you have? bạn có những loại đồ uống không cồn nào? [ban ko nyerng lway doh oo-ohng khohng cohn nao]

all tất cả [turt ka] ♦ *(the whole amount)* toàn bộ [too-an boh]; *(everybody)* tất cả [turt ka]
- all the time luôn luôn [loo-ohn loo-ohn]
- all English people tất cả người Anh [turt ka nger-er-ee an]

allergic dị ứng [zee erng]
- I'm allergic to aspirin/nuts/wheat/dairy products tôi dị ứng với thuốc aspirin/hạt/bột mì/đồ bơ sữa [yoh-ee zee erng ver-ee too-ohk aspirin/hat/boht mee/doh be ser-a]

allow được phép [der-erk fep]
- how much luggage are you allowed? bạn được phép mang bao nhiêu hành lý? [ban der-erk fep mang bao nyee-e-oo han lee]
- are you allowed to smoke here? bạn có được phép hút thuốc ở đây không [ban ko der-erk fep hoot too-ohk er dur-ee khohng]

ambulance

Emergency roadside help is available by dialing 113 for police, 114 for the fire service and 115 for an ambulance. Efficiency of these services is well below US standards and locating a public telephone is often difficult. Trauma care is not widely available.

almost gần [gurn]
▸ it's almost one o'clock gần một giờ rồi [gurn moht zer roh-ee]

alone một mình [moht meen]
▸ leave us alone! cứ để mặc chúng tôi một mình! [ker de mak choong toh-ee moht meen]

along dọc [zok]
▸ along the river dọc theo sông [zok te-oo sohn]

altogether tổng cộng [tohng kohng]
▸ how much does it cost altogether? tổng cộng giá bao nhiêu? [tohng kohng za bao nyee-oo]

always luôn luôn [loo-ohn loo-ohn]
▸ I always stay in the same hotel when I come to Ho Chi Minh City tôi luôn luôn ở cùng một khách sạn khi tôi đến thành phố Hồ Chí Minh [toh-ee loo-ohn loo-ohn er koong moht khak san khee toh-ee den tan foh hoh chee meen]

ambulance xe cấp cứu [se kurp ker-oo]
▸ could you send an ambulance right away to...? làm ơn đưa ngay một xe cấp cứu đến...? [lam ern der-a ngay moht se kurp ker-oo den]

ambulance service dịch vụ xe cấp cứu [zeek voo se kurp ker-oo]
▸ what's the number for the ambulance service? số điện thoại dịch vụ xe cấp cứu là gì? [soh fee-en tway zeek voo se kurp ker-oo la zee]

America Mỹ [mee]
▸ I'm from America Tôi từ Mỹ đến [toh-ee ter mee den]
▸ I live in America tôi sống ở Mỹ [toh-ee sohng er mee]
▸ have you ever been to America? bạn đã bao giờ đi Mỹ chưa? [ban da bao zer dee mee cher-a]

American Mỹ [mee] ◆ người Mỹ [nger-er-ee mee]
▸ I'm American tôi là người Mỹ [toh-ee la nger-er-ee mee]
▸ we're Americans chúng tôi là những người Mỹ [choong toh-ee la nyerng nger-er-ee mee]

ankle mắt cá chân [mat ka churn]
▸ I've sprained my ankle tôi bị bong gân mắt cá chân [toh-ee bee bong gurn mat ka churn]

a an

6

announcement thông báo [tohng bao]
- was that an announcement about the Ha Noi train? đó có phải là thông báo về chuyến tàu đi Hà Nội không? [do ko fay la thohng bao ve choo-en tao dee noh-ee khohng]

another *(additional)* thêm [tem`]; *(different)* khác [khak]
- another coffee, please làm ơn cho thêm một cốc cà phê nữa? [lam ern cho tem moht kohk ka fe ner-a]
- (would you like) another drink? bạn có muốn một đồ uống nữa không? [ban ko moo-ohn noht doh oo-ohng ner-a khohng]

answer trả lời [tra ler-ee]
- there's no answer không có câu trả lời [khohng ko kur-o tra ler-ee]
- I phoned earlier but nobody answered trước đó tôi có gọi điện thoại nhưng không có ai trả lời [trer-erk do toh-ee ko go-ee dee-en tway nyerng khohng ko ay tra ler-ee]

answering machine máy để tin nhắn [may de teen nyan]
- I left a message on your answering machine tôi đã để lại tin nhắn trên máy để tin nhắn của bạn [toh-ee da de kay teen nyan tren may de teen nyan koo-a ban]

anti-dandruff shampoo dầu gội trị gàu [zao goh-ee tree gao]
- do you have anti-dandruff shampoo? bạn có dầu gội trị gàu không? [ban ko zao goh-ee tree gao khohng]

anybody, anyone ai [ay]
- is there anybody there? ở đó có ai không? [er do ko ay khohng]

anything gì [zee]
- is there anything I can do? tôi có thể giúp được gì không? [toh-ee ko te zoop der-erk zee khong]

anywhere ở đâu [er dur-oo]
- I can't find my room key anywhere tôi không thể tìm thấy chìa khóa phòng của tôi ở đâu cả [toh-ee khohng te teem tur-ee chee-a khwa fong koo-a toh-ee er dur-oo ka]
- do you live anywhere near here? bạn ở gần đây không? [ban er gurn dur-ee khohng]

apartment căn hộ [kan hoh]
- we'd like to rent an apartment for one week chúng tôi muốn thuê một căn hộ trong một tuần [choong toh-ee moo-ohn twe moht kan hoh trong moht too-an]

apologize xin lỗi [seen loh-ee]
- there's no need to apologize không cần phải xin lỗi [khohng kurn fay seen loh-ee]

appetizer món khai vị [mon khay vee]
- which of the appetizers would you recommend? theo bạn nên ăn những món khai vị nào? [teo ban nen an nyerng mon khay vee nao]

apple táo [tao]

▸ could I have a kilo of apples, please? làm ơn bán cho tôi một cân táo? [lam ern ban cho toh-ee moht kurn tao]

apple juice nước táo [ner-erk tao]

▸ I'd like some apple juice cho tôi xin một ít nước táo [cho toh-ee seen moht eet ner-erk tao]

appointment hẹn [hen]

▸ could I get an appointment for tomorrow morning? tôi có thể hẹn sáng mai được không? [toh-ee ko te hen sang may der-erk khohng]

▸ I have an appointment with Doctor... tôi có hẹn với Bác sỹ... [toh-ee ko hen ver-ee bak see]

April tháng Tư [tang ter]

▸ April 6th mồng Sáu tháng Tư [mohng sao tang ter]

area khu vực [khoo verk]; *(region)* vùng [voong]

▸ I'm visiting the Ha Noi area for a few days tôi sẽ đi thăm khu vực Hà Nội vài ngày [toh-ee se dee tam khoo verk ha noh-ee vay ngay]

▸ what walks can you recommend in the area? trong khu vực này nên đi bộ xem những nơi nào? [trong khoo verk nay nen dee boh sem nyerng ner-ee nao]

area code mã vùng điện thoại [ma voong dee-en tway]

▸ what's the area code for Ha Noi? mã vùng điện thoại của Hà Nội là gì? [ma voong dee-en tway koo-a ha noh-ee la zee]

arm cánh tay [kan tay]

▸ I can't move my arm tôi không thể cử động cánh tay [toh-ee khohng te ker dohng kan tay]

around *(in all directions)* khắp [khap]; *(nearby, here and there)* quanh [kwan] ◆ *(encircling)* vòng quanh [vong kwan]; *(through)* qua [kwa]; *(approximately)* khoảng [khwang]

▸ we've been traveling around Vietnam chúng tôi đã đi du lịch khắp Việt Nam [choong toh-ee da dee zoo leek khap vyet nam]

▸ I don't know my way around yet tôi chưa biết đường đi quanh đây [toh-ee cher-a byet der-erng dee kwan dur-ee]

apologizing

▸ excuse me! xin lỗi! [seen loh-ee]

▸ I'm sorry, I can't come on Saturday xin lỗi, tôi không thể đến vào ngày thứ Bảy được [seen loh-ee toh-ee khohng te den vao ngay ter bay der-erk]

▸ that's OK/it doesn't matter/don't mention it không sao đâu [khohng sao dur-oo]

art

Vietnamese art shows a strong Chinese influence, but with a delicate Vietnamese twist. Ceramics are common in Vietnam as is silk weaving, and elaborately engraved furniture. A popular art form is wood block printing where a design or picture is carved into a block of wood, then painted. The paint is pressed onto a sheet of paper, and a beautiful picture appears. Mother-of-pearl inlay originated in Vietnam over 1,000 years ago. Pieces of colorful mother-of-pearl shells are inlayed in wooden bowls, boxes, furniture, or other things. Lacquer ware, introduced by the Chinese is found all over Vietnam.

- I arrived around two o'clock tôi đến nơi khoảng hai giờ [toh-ee den ner-ee khwang hai zer]
- I'd like something for around 15,000 dong tôi muốn mua thứ gì đó khoảng mười lăm nghìn đồng [toh-ee moo-ohn moo-a ter zee do khwang mer-er-ee lam ngeen dohng]

arrive đến [den]
- my luggage hasn't arrived hành lý của tôi chưa đến [han lee koo-a toh-ee cher-a den]
- we arrived late chúng tôi đã đến muộn [choong toh-ee da den moo-ohn]
- we just arrived chúng tôi vừa mới đến [choong toh-ee ver-a mer-ee den]

art mỹ thuật [mee too-urt]
- I'm not really interested in art tôi không thích mỹ thuật lắm [toh-ee khohng teek mee too-urt lam]

as *(while)* khi [khee]; *(like)* như [nyer]; *(since)* vì [vee] ♦ *(in comparisons)* giống như [zohng nyer]
- the lights went out just as we were about to eat ngay khi chúng tôi chuẩn bị ăn thì mất điện [ngay khee choong toh-ee choo-urn bee an tee murt dee-en]
- as I said before như tôi đã nói trước đây [nyer toh-ee da no-ee trer-erk dur-ee]
- leave it as it is như cứ để nguyên như thế [ker de ngoo-en nher te]
- as... as như [nyer]
- as much/many as nhiều [nyee-e-oo]

ashtray cái gạt tàn thuốc [kay gat tan too-urk]
- could you bring us an ashtray? làm ơn mang cho chúng tôi một cái tàn thuốc? [lam ern mang cho choong toh-ee moht kay gat tan top-urk]

ask *(question)* hỏi [ho-ee]; *(time)* hỏi giờ [ho-ee zer]
- can I ask you a question? tôi có thể hỏi bạn một câu được không? [toh-ee ke te ho-ee ban moht kur-oo der-erk khohng]

aspirin thuốc đau đầu [too-ohk dao dur-oo]

ATMs

Vietnam is experiencing high growth in electronic payment, in terms of ATMs and debit cards. The country began with two ATMs in 1996, and by 2004 had over 400. There will be about 2,000 ATMs in the next few years.

> I'd like some aspirin cho tôi vài viên thuốc đau đầu [cho toh-ee vay vee-en too-ohk dao dur-oo]

asthma bệnh hen [ben hen]

> I have asthma tôi bị bệnh hen [toh-ee bee ben hen]

at tại [tay]; *(indicating time)* vào lúc [vao look]

> our bags are still at the airport túi xách của chúng tôi vẫn nằm tại sân bay [too-ee sak coo-a choong toh-ee vurn nam tay sum bay]

> we arrive at midnight chúng tôi đến vào lúc nửa đêm [choong toh-ee den vao look ner-a dem]

ATM máy rút tiền [may root tee-en]

> I'm looking for an ATM tôi đang đi tìm một máy rút tiền [toh-ee dang teem moht root tee-en]

> the ATM has eaten my card máy rút tiền không trả lại thẻ cho tôi [may root tee-en khohng tras lay te cho toh-ee]

attack *(of illness)* đau [dao] ◆ *(person)* tấn công [turn cohng]

> he had a heart attack ông ấy bị đau tim [ohng ur-ee bee dao teem]

> I've been attacked tôi vừa bị tấn công [toh-ee ver-a bee turn kohng]

attention chú ý [choo eee]

> may I have your attention for a moment? làm ơn chú ý một lúc được không? [lam ern cho ee moht look der-erk khohng]

---

asking questions

> is this seat free? ghế này có ai ngồi chưa? [ge nay ko ay ngoh-ee cher-a]

> where is the railway station? ga tàu ở đâu? [ga tao er dur-oo]

> could you help me get my suitcase down, please? làm ơn giúp tôi lấy vali xuống? [lam ern zoop toh-ee lur-ee valee xoo-ohng]

> could you give me a hand? làm ơn giúp tôi một tay? [lam ern zoop toh-ee moht tay]

> could you lend me 10,000 dong? làm ơn cho tôi vay mười nghìn đồng? [lam ern cho toh-ee vay mer-er-ee ngeen durng]

a at

attractive quyến rũ [kyoo-en roo]
- I find you very attractive tôi thấy bạn rất xinh [toh-ee tur-ee ban rurt seen]

August tháng Tám [tang tam]
- we're arriving on August 29th chúng tôi sẽ đến vào ngày hai chín tháng Tám [choong toh-ee se den vao ngay hai cheen tang tam]

automatic tự động [ter dohng] ◆ *(car)* xe số tự động [se soh ter dohng]
- I want a car with automatic transmission tôi muốn có một chiếc xe số tự động [toh-ee moo-ohn ko moht chee-ek se soh ter dohng]
- is it a manual or an automatic? đây là xe số tay hay số tự động? [dur-ee la se soh tay hay ser ter dohng]

available còn trống [kon trohng]
- you don't have a table available before then? bạn không còn bàn nào trống à? [ban khohng kon nao tohng a]

average trung bình [troong been]
- what's the average price of a meal there? giá trung bình một bữa ăn ở đó là bao nhiêu? [za troong been moht ber-a an er do la bao nyee-oo]

avoid tránh [tran]
- is there a route that would help us avoid the traffic? có đường nào giúp chúng tôi tránh tắc đường không? [ko der-erng nao zoop choong toh-ee tran tak der-erng khohng]

away *(indicating movement)* còn [kon]; *(indicating position)* cách xa [kak sa]
- **away from** cách xa khỏi [kak sa kho-ee]
- the village is 10 kilometers away còn mười cây số nữa thì đến làng [kon mer-er-ee kay soh ner-a tee den lang]
- we're looking for a cottage far away from the town chúng tôi đang tìm một căn nhà nhỏ cách xa khỏi thành phố [choong toh-ee dang teem moht kan nya nyo kak sa kho-ee tan foh]
- do you have any rooms away from the main road? bạn còn phòng nào cách xa đường cái không? [ban kon fong nao kak sa der-erng kay khohng]

b

baby bottle bình sữa trẻ con [been ser-a tre kon]
  ▸ I need to sterilize a baby bottle tôi cần rửa sạch bình sữa trẻ con [toh-ee kurn rer-a sak been ser-a tre kon]

back quay lại [kway lay] ◆ *(part of body)* lưng [lerng]; *(of room)* cuối phòng [koo-oh-ee fong], đằng sau [dang sao]
  ▸ I'll be back in 5 minutes năm phút nữa tôi sẽ quay lại [nam foot ner-a toh-ee se kway lay]
  ▸ I've got a bad back tôi bị đau lưng [toh-ee bee dao lerng]
  ▸ I prefer to sit at the back tôi thích ngồi ở đằng sau/cuối phòng hơn [toh-ee teek ngoh-ee er dang sao/koo-oh-ee fong hern]

backache đau lưng [dao lerng]
  ▸ I've got a backache tôi bị đau lưng [toh-ee bee dao lerng]

backpack ba lô [ba loh]
  ▸ my passport's in my backpack hộ chiếu của tôi ở trong ba lô [hoh chee-e-oo koo-a toh-ee er trong ba loh]

back up quay lại [kway lay]
  ▸ I think we have to back up and turn right tôi nghĩ chúng ta phải lùi xe lại và rẽ phải [toh-ee ngee choong ta fay loo-ee se lay va re fay]

bad xấu [sur-oo]
  ▸ the weather's bad today hôm nay thời tiết xấu [hohm nay ter-ee tee-et sur-oo]

bag túi [too-ee]; *(suitcase)* túi xách [too-ee sak]; *(purse)* ví [vee]
  ▸ are these the bags from flight 502? những túi xách này có phải của chuyến bay 502 không? [nyerng too-ee sak nay ko fay koo-a choo-en bay nam khohng hai khohng]
  ▸ can someone take our bags up to the room, please? ai đó làm ơn mang túi xách của chúng tôi lên phòng được không? [ay do lam ern mang too-ee sak koo-a choong toh-ee len fong der-erk khohng]

baggage hành lý [han lee]
  ▸ my baggage hasn't arrived hành lý của tôi chưa đến [han lee koo-a toh-ee cher-a den]
  ▸ I'd like to report the loss of my baggage tôi xin báo thất lạc hành lý [toh-ee seen bao turt lak han lee]

baggage cart xe đẩy hành lý [se dur-ee han lee]
  ▸ I'm looking for a baggage cart tôi đang tìm một xe đẩy hành lý [toh-ee dang teem moht se dur-ee han lee]

bakery

Bánh mì is a Vietnamese sub sandwich, made with a French-inspired baguette. It is usually made up of thinly sliced pickled carrots, daikon, onions, cilantro, and a choice of barbecued pork, paté, chicken or other meat.

---

bakery tiệm bánh [tee-em ban]
- is there a bakery nearby? gần đây có tiệm bánh nào không? [gurn dur-ee ko tee-em ban nao khohng]

balcony ban công [ban kohng]
- do you have any rooms with a balcony? bạn còn phòng nào có ban công không? [ban kon fong nao ko ban kohng khohng]

banana chuối [choo-oh-ee]
- a kilo of bananas, please làm ơn bán cho một cân chuối [lam ern ban cho moht kurn choo-oh-ee]

bandage băng [bang]
- I need a bandage for my ankle tôi cần băng mắt cá chân [toh-ee kurn bang mat ka churn]

Band-Aid® băng dán vết thương [bang zan vet yer-erng]
- can I have a Band-Aid® for my cut? cho tôi xin một băng dán vết thương? [cho toh-ee seen moht zan vet ter-erng]

---

at the bank

- I'd like to change 200 dollars into dong tôi muốn đổi hai trăm đô la thành đồng Việt Nam [toh-ee moo-ohn doh-ee hay tram doh la tanh dohng vee-et nam]
- in small bills, please làm ơn đổi cho tiền lẻ [lam ern doh-ee cho tee-en le]
- what is the exchange rate for the dollar? tỷ giá đô la là bao nhiêu? [tee za doh la la bao nye-oo]
- how much is that in dollars? tính bằng tiền đô la là bao nhiêu? [teen bang tee-en doh la la bao nye-oo]
- do you take traveler's checks? trả bằng séc du lịch được không? [tra bang sek zoo lik der-erk khohng]
- do you charge a commission? có lấy tiền hoa hồng không? [ko lur-ee tee-en hwa hohng khohng]

banks

Among the banks, Vietcombank usually offers the best exchange rates and charges the lowest commission (around 1-2%). Note that commission rates are slightly lower if changing traveler's checks into đồng rather than dollars. Vietcombank does not levy commission when changing dollars cash into đồng, though some other banks do. It's worth bearing in mind that you get a slightly better exchange rate for $100 and $50 bills than for smaller denominations. Outside the main cities and tourist areas, authorized foreign exchange banks are few and far between.

bank ngân hàng [ngurn hang]

▸ is there a bank nearby? gần đây có ngân hàng nào không? [gurn dur-ee ko ngurn hang nao khohng]

▸ are banks open on Saturdays? ngân hàng có mở cửa vào thứ Bảy không? [ngurn hang ko mer ker-a vao ter bay khohng]

bank card thẻ ngân hàng [te ngurn hang]

▸ I've lost my bank card tôi bị mất thẻ ngân hàng [toh-ee bee murt te ngurn hang]

bar (establishment serving alcohol) quán ba [kwan ba]; (counter) quầy ba [kwur-ee ba]; (of soap) bánh [ban]

▸ are there any good bars around here? quanh đây có quán ba nào hay không? [kwanh dur-ee ko kwan ba nao hay khohng]

base (bottom) chân đế [churn de]; (starting point) điểm xuất phát [dee-em soo-at fat]

▸ the base of the lamp got broken chân đế đèn bị vỡ [churn de den bee ver]

▸ we're going to use the village as our base to explore the area chúng ta sẽ lấy làng này làm điểm xuất phát để tìm hiểu cả vùng [choong toh-ee se lur-ee lang nay lam dee-em soo-urt fat de teem hee-e-oo ka voong]

basic cơ bản [ker ban] ◆ **basics** những điều cơ bản [nyerng dee-e-oo ker ban]

▸ do the staff all have a basic knowledge of English? toàn bộ nhân viên có kiến thức cơ bản về tiếng Anh không? [twan boh nyurn vee-en ko kee-en terk ker ban ve tee-eng anh khohng]

▸ I know the basics, but no more than that ngoài những điều cơ bản, tôi không biết gì hơn [ngway nyerng dee-e-oo ker ban toh-ee khohng bee-et zee hern]

basis cơ sở [ker ser]

▸ the price per night is on a double-occupancy basis giá mỗi đêm được tính trên cơ sở phòng đôi [za moh-ee dem der-erk teen tren ker ser fong doh-ee]

bat (for table tennis) vợt [vert]

▸ can you rent bats? bạn có thể thuê vợt được không? [ban ko te twe vert der-erk khohng]

bath tắm [tam]
- to take a bath đi tắm [dee tam]

bathroom *(with toilet and bathtub or shower)* phòng tắm [fong tam]; *(with toilet)* phòng vệ sinh [fong ve seen]
- where's the bathroom? *(with bathtub)* phòng tắm ở đâu? [fong tam er dur-oo]
  (toilet) phòng vệ sinh ở đâu? [fong ve seen er dur-oo]

bathtub bồn tắm [bohn tam]
- there's no plug for the bathtub không có nút xả cho bồn tắm [khohng ko noo sa cho bohn tam]

battery *(for radio, flashlight)* pin [peen]; *(in car)* ắc quy [ak kwee]
- I need new batteries tôi cần pin mới [toh-ee kurn peen mer-ee]
- the battery needs to be recharged pin cần phải xạc [peen kurn fay sak]
- the battery's dead hết pin [het peen]

be
- where are you from? bạn từ đâu tới? [ban ter dur-oo ter-ee]
- I'm a teacher tôi là giáo viên [toh-ee la zao vee-en]
- I'm happy tôi vui [toh-ee voo-ee]
- how are you? bạn khỏe không? [ban khwe khohng]
- I'm fine tôi khỏe [toh-ee khwe]
- where is terminal 1? nhà ga số một ở đâu? [nya ga soh moht er dur-oo]
- could you show me where I am on the map? làm ơn chỉ trên bản đồ hiện tôi đang ở đâu? [lam ern chee tren ban doh hee-en toh-ee dang er dur-oo]
- have you ever been to the United States? bạn đã bao giờ đến Mỹ chưa? [ban da bao zer den mee cher-a]
- it's the first time I've been here đây là lần đầu tiên tôi đến đây [dur-ee lalum dur-oo tee-en toh-ee den dur-ee]
- how old are you? bạn bao nhiêu tuổi? [ban bao nyee-e-oo too-oh-ee]
- I'm 18 (years old) tôi mười tám tuổi [toh-ee mer-er-ee tam too-oh-ee]
- it was over 35 degrees hơn ba mươi lăm độ [hern ba mer-er-ee lam doh]
- it's cold in the evenings buổi tối trời lạnh [boo-oh-ee toh-ee trer-ee lan]
- how much is it? cái này giá bao nhiêu? [kay nay za bao nye-oo]
- I'm 1.68 meters tall tôi cao một mét sáu mươi tám [toh-ee kao moht met sac mer-er-ee tam]

beach bãi biển [bay bee-en]
- it's a sandy beach đó là một bãi biển đầy cát [do la moht bay bee-en dur-ee kat]
- is it a quiet beach? bãi biển có yên tĩnh không? [bay bee-en ko yen teen khohng]

beach umbrella ô che nắng [oh che nang]
- can you rent beach umbrellas? bạn có thể thuê ô che nắng (ở bãi biển) được không? [ban ko te twe oh che nang (er bay bee-en) der-erk khohng]

beef

Bún bò Huế comes from the central region of Vietnam. It originated in Hue, the Royal City of Central Vietnam. The rice noodles used in this soup are different (much thicker) from the ones used in phở. It is often served with thin slices of marinated beef shank, mint leaves, bean sprouts, lime wedges and lettuce. There's also a side dish of bean sprouts, saw tooth herb and peculiar to bún bò Huế is the stripped end of a banana. Phở originated in northern Vietnam and spread to southern and central Vietnam in the mid-1950s, after the defeat of the French and the eventual partitioning of the country.

beautiful đẹp [dep]
 ▸ isn't the weather beautiful today? hôm nay thời tiết thật đẹp! [hom nay ter-ee tee-et turt dep]

bed giường [zer-erng]
 ▸ is it possible to add an extra bed? thêm một giường nữa có được không? [tem moht zer-erng ner-a ko der-erk khohng]
 ▸ to go to bed đi ngủ [dee ngoo]
 ▸ I went to bed late tôi đi ngủ muộn [toh-ee dee nmgoo moo-ohn]
 ▸ I need to put my children to bed now bây giờ tôi phải cho (các) con đi ngủ [bur-ee zer toh-ee fay cho (kak) kon dee ngoo]

bedroom phòng ngủ [fong ngoo]
 ▸ how many bedrooms does the apartment have? căn hộ này có bao nhiêu phòng ngủ? [kan hoh nay ko bao nyee-oo fong ngoo]

bedside lamp đèn ngủ [den ngoo]
 ▸ the bedside lamp doesn't work đèn ngủ bị hỏng [den ngoo bee hong]

beef thịt bò [teet bo]
 ▸ I don't eat beef tôi không ăn thịt bò [toh-ee khohng an teet bo]

beer bia [bee-a]
 ▸ two beers, please làm ơn cho hai chai bia [lam ern cho hay chay bee-a]; see box on p. 16

begin *(start)* bắt đầu [bat dur-oo]
 ▸ when does the performance begin? buổi biểu diễn bắt đầu lúc nào? [boo-oh-ee bee-e-oo zee-en bat dur-oo look nao]

beginner người mới học [nger-er-ee mer-ee hok]
 ▸ I'm a complete beginner tôi là người mới học hoàn toàn [toh-ee la nger-er-ee mer-ee hok hwan twan]

behind phía sau [fee-a sao]
 ▸ from behind từ phía sau [ter fee-a sao]

beer

The most popular beer (draft, bottle or can) among the Vietnamese is Tiger. Bia 333 [ba mươi ba] is the most well-known Vietnamese brand. Other locally brewed beers are Bia Hànội, Bia Sàigòn, Bia Sàigòn Special and Bière Larue. Local bia hơi is a cheap draft lager brewed in every region, and served cold on tap in every town, usually in small open fronted shops. The beer is brewed daily and each bar gets a fresh batch delivered every day in plastic jugs. It is a very light (3% alcohol) refreshing lager at a fraction of the cost of draft or bottled beer in the Western-style bars. Bia hơi is not always made in sanitary conditions and its making is not monitored by any health agency.

▸ the rest of the family was in the car behind những người còn lại trong gia đình ngồi ở xe phía sau [nyerng nger-er-ee kon lay trong za deen ngoh-ee er se fee a sao]

berth giường [zer-erng]
▸ I'd prefer the upper berth tôi thích giường trên hơn [toh-ee teek zer-erng tre hern]

beside bên cạnh [ben kan]
▸ is there anyone sitting beside you? có ai ngồi bên cạnh bạn không? [ko a ngoh-ee ben kan ban khohng]

best ngon nhất [ngon nyurt]
▸ what's the best restaurant in town? nhà hàng nào ngon nhất thành phố [nya hang nao ngon nyurt tan foh]

better khá hơn [kha hern]
▸ I've been on antibiotics for a week and I'm not any better tôi uống khán sinh một tuần rồi mà chẳng thấy khá hơn [toh-ee oo-ohng khang seen moht too urn roh-ee ma chang thur-ee kha hern]
▸ the better situated of the two hotels trong hai khách sạn cái (này) có vị tr tốt hơn [trong hay khak san kay (nay) ko tree toht hern]

between giữa [zer-a]
▸ a bus runs between the airport and the hotel một xe buýt chạy tuyến giữa sân bay và khách sạn [moht se boo-eet chay too-en zer-a surn bay va khak san]

bicycle xe đạp [se dap]
▸ is there a place to leave bicycles? có chỗ để xe đạp không? [ko choh de se da khohng]

bicycle lane đường dành cho xe đạp [der-erng zan cho se dap]
▸ are there any bicycle lanes? có đường dành cho xe đạp không? [ko der-erng zan cho se dap khohng]

bicycles

Vietnam is a bicycle-friendly country and many people use bikes to commute to work. Cyclos, bicycle-drawn taxis similar to rickshaws, are also a popular form of transportation.

bicycle pump bơm xe đạp [bom se dap]

▸ do you have a bicycle pump? bạn có bơm xe đạp không? [ban ko bom se dap khohng]

big to [to]

▸ do you have it in a bigger size? có cỡ to hơn không? [ko ker to hern khohng]

▸ it's too big nó to quá [no to kwa]

bike xe đạp [se dap]

▸ I'd like to rent a bike for an hour tôi muốn thuê xe đạp trong một tiếng [toh-ee moo-ohn twe se dap trong moht tee-eng]

▸ I'd like to do a bike tour tôi muốn đạp xe tham quan [toh-ee moo-ohn dap se tam kwan]

bill hóa đơn [hwa dern]; *(paper money)* tiền giấy [tee-en zur-ee]

▸ I think there's a mistake with the bill tôi nghĩ hóa đơn bị nhầm [toh-ee ngee hwa dern bee nyurm]

▸ put it on my bill cứ tính vào hóa đơn của tôi [ker teen vao hwa dern koo-a toh-ee]

▸ can you write up my bill, please? làm ơn viết cho tôi hóa đơn? [lam ern vee-et cho toh-ee hwa dern]

birthday sinh nhật [seen nyurt]

▸ happy birthday! chúc mừng sinh nhật! [chook merng seen nyurt]

bite *(animal)* cắn [kan]; *(insect)* đốt [doht]

▸ do you have a cream for mosquito bites? bạn có kem bôi muỗi đốt không? [ban ko kem boh-ee moo-oh-ee doht khohng]

▸ I've been bitten by a mosquito tôi vừa bị muỗi đốt [toh-ee ver-a bee moo-oh-ee doht]

black màu đen [mao den]; *(coffee, tea)* đen [den]

▸ I'm looking for a little black dress tôi đang tìm một chiếc váy nhỏ màu đen [toh-ee dang teem moht chee-ek vay nyo mao den]

black-and-white đen trắng [den trang]

▸ I like black-and-white movies tôi thích phim đen trắng [toh-ee teek feem den trang]

black ice nhựa đường [nyer-a der-erng]

▸ there's black ice có nhựa đường [ko nyer-a der-erng]

blanket cái chăn [kay chan]
 ‣ I'd like an extra blanket tôi cần thêm một cái chăn [toh-ee kurn tem moht kay chan]

bleed chầy máu [chay mao]
 ‣ it won't stop bleeding máu cứ tiếp tục chảy [mao ker tee-ep took chay]

blind (on window) mành [man]
 ‣ can we pull down the blinds? chúng tôi có thể kéo mành xuống được không? [choong toh-ee ko te keo man soo-ohng der-erk khohng]

blister bỏng [bong]
 ‣ I got a blister tôi bị bỏng [toh-ee bee bong]

block (pipe, sink) tắc [tak]; (road) chặn [chan]
 ‣ the toilet's blocked toa lét bị tắc [twa let bee tak]
 ‣ my ears are completely blocked tôi bị ù tai hoàn toàn [toh-ee bee oo tay hwan twan]

blond vàng [vang]
 ‣ I have blond hair tóc tôi màu vàng [tok toh-ee mao vang]

blood máu [mao]
 ‣ traces of blood vết máu [vet mao]

blood pressure huyết áp [hoo-et ap]
 ‣ I have high blood pressure tôi bị huyết áp cao [toh-ee bee hoo-et ap kao]

blood type nhóm máu [nyom]
 ‣ my blood type is A positive tôi thuộc nhóm máu A cộng [yoh-ee too-ohk nyo, mao a cohng]

blue xanh da trời [san za trer-ee]
 ‣ blue one cái màu xanh da trời [kay mao san za trer-ee]

board (plane) đón khách [don khak] ◆ lên [len]
 ‣ what time will the plane be boarding? máy bay sẽ đón khách lúc mấy giờ? [may bay se don khak look mur-ee zer]
 ‣ where is the flight to Hanoi boarding? lên chuyến bay đi Hà Nội ở đâu? [len choo-en bay dee ha noh-ee er dur-oo]

boarding pass thẻ lên máy bay [te len may bay]
 ‣ I can't find my boarding pass tôi không thể tìm ra thẻ lên máy bay của tô [toh-ee khohng te teem ra te len may bay koo-a toh-ee]

boat thuyền [too-en]
 ‣ can we get there by boat? chúng ta có thể đến đó bằng thuyền không? [choong ta ko te den do bang too-en khohng]

boat trip du thuyền [zoo too-en]
 ‣ are there boat trips on the river? có các chuyến du thuyền trên sông không? [ko kak choo-en zoo too-en tren sohng khohng]

boats

Vietnamese boats are divided into two categories, those manufactured with bamboo planks coated in lacquer (thuyền nan) and those carved from tree trunks or made with wooden planks (thuyền gỗ). A small boat holding only one person is called a thuyền câu in Vietnamese. A light boat of a round shape is called a thuyền thúng and is frequently used by the fishermen in the center of Vietnam. The second category, most commonly used by the Vietnamese is the sampan or boat with three boards (thuyền tam bản), a relatively flat bottomed wooden boat twelve to fifteen feet long.

book *(for reading)* quyển sách [koo-en sak]; *(of tickets, stamps, matches)* tập [turp] ♦ *(ticket, room)* đặt [dat]

▶ do you sell English-language books? bạn có bán sách tiếng Anh không? [ban ko ban sak tee-eng an khohng]

▶ is it more economical to buy a book of tickets? mua một tập vé có rẻ hơn không? [moo-a moht turp ve kore hern khohng]

▶ I'd like to book a ticket tôi muốn đặt một vé [toh-ee moo-ohn dat moht ve]

▶ do you need to book in advance? bạn có cần đặt trước không? [ban ko kurn dat trer-erk khohng]

born

▶ to be born sinh [seen]

▶ I was born on March 3rd, 1985 tôi sinh ngày mồng ba tháng ba năm một chín tám lăm [toh-ee seen ngay mohng ba tang ba nam moht cheen tam lam]

bottle chai [chay]

▶ a bottle of red wine, please làm ơn cho một chai vang đỏ [lam ern cho moht chay vang do]

bottle opener cái mở chai [kay mer chai]

▶ can you pass me the bottle opener? bạn có thể chuyển cho tôi cái mở chai được không? [ban ko te choo-en cho toh-ee kay mer chai der-erk khohng]

bottom *(of a well, of a box)* đáy [day]

▶ my passport's at the bottom of my suitcase hộ chiếu của tôi nằm dưới đáy va li [hoh chee-e-oo koo-a toh-ee nam der-er-ee day la va lee]

box hộp [hohp]

▶ could I have a box of matches, please? làm ơn cho tôi một hộp diêm? [lam ern cho toh-ee moht hohp zee-em]

boy *(young male)* cậu bé [kur-oo be]; *(son)* con trai [kon tray]

▶ he seems like a nice boy cậu bé có vẻ ngoan [kur-oo be ko ve ngoo-an]

▶ she has two boys cô ấy có hai con trai [koh ur-ee ko hay kon tray]

breakfast

Many Vietnamese eat phở (rice noodle soup), bún bò (spicy beef noodle soup), hủ tiếu (flat rice noodle soup), or rice dishes for breakfast, either at small restaurants or to go. A Western-style breakfast consisting of excellent French style baguettes, eggs and coffee with condensed milk is also available.

---

boyfriend bạn trai [ban tray]
  ‣ my boyfriend is a biologist bạn trai tôi là nhà sinh học [ban tray toh-ee la nya seen hok]

brake phanh [fan]
  ‣ the brakes aren't working properly phanh không ăn [fan khohng an]
brake fluid dầu phanh [zur-oo fan]
  ‣ could you check the brake fluid? làm ơn kiểm tra dầu phanh được không? [lam ern kee-em tra zur-oo fan der-erk khohng]

branch (of bank) chi nhánh [chee nyan]
  ‣ which branch should I visit to get the replacement traveler's checks? tôi nên đến chi nhánh nào để lấy quyển séc du lịch mới? [toh-ee nen den chee nyan nao de lur-ee koo-en sek zoo leek mer-ee]

bread bánh mỳ [ban mee]
  ‣ do you have any bread? có bánh mỳ không? [ko ban mee khohng]
  ‣ could we have some more bread? làm ơn cho chúng tôi thêm bánh mỳ? [lam ern cho choong toh-ee tem dan mee]

break (pause) giải lao [zay lao] ◆ làm vỡ [lam ver]
  ‣ should we take a break? chúng ta có cần nghỉ giải lao không? [choong ta ko kurn ngee zay lao khohng]
  ‣ be careful you don't break it cẩn thận kẻo vỡ [kurn turn keo ver]
  ‣ I think I've broken my ankle tôi nghĩ tôi đã bị trật mất cá chân [toh-ee ngee toh-ee da bee trurt mat ka churn]

break down bị hỏng [bee hong]
  ‣ my car has broken down xe của tôi bị hỏng [se koo-a toh-ee bee hong]

breakdown hỏng xe [hong se]
  ‣ we had a breakdown on the freeway chúng tôi bị hỏng xe trên đường cao tốc [choong toh-ee bee hong se tren der-erng kao tohk]

breakfast bữa sáng [ber-a sang]
  ‣ to have breakfast dùng bữa sáng [zoong ber-a sang]
  ‣ what time is breakfast served? bữa sáng được phục vụ lúc mấy giờ? [ber-a sang der-erk fook voo look mur-ee zer]

brush

Over the past thousand years, Vietnamese historic calligraphy was written with a brush pen and Chinese ink on peach color paper. Most of the Buddhist pagodas and temples in Hanoi are decorated with nôm (Vietnamese written in Chinese characters) calligraphy inscribed on pillars and altar tables. But these days very few Vietnamese can decipher nôm, which was banned early in the 20th century by the French colonial government and officially replaced by the quốc ngữ script based on the Roman alphabet devised in the 17th century by Alexander de Rhodes, a French missionary.

bridge *(over river)* cầu [kur-oo]; *(on ship)* buồng lái [boo-ohng lay]
  ▸ do you have to pay a toll to use the bridge? bạn có cần phải trả phí qua cầu không? [ban ko kurn fay tra fee kwa kur-oo khohng]

bring mang [mang]
  ▸ what should we bring to drink? chúng tôi nên mang gì đến để uống? [choong toh-ee nen mang zee den de oo-ohng]

bring down *(bags, luggage)* mang xuống [mang soo-ohng]
  ▸ could you get someone to bring down our luggage, please? làm ơn cho người mang hành lý của chúng tôi xuống? [lam ern cho nger-er-ee mang han lee koo-a choong toh-ee]

bring in *(bags, luggage)* mang vào [mang vao]
  ▸ can you bring in my bags, please? làm ơn mang hành lý của tôi vào? [lam ern mang han lee koo-a toh-ee vao]

broken *(equipment)* bị hỏng [bee hong]; *(part of the body)* bị gãy [bee gay]
  ▸ the lock is broken khóa bị hỏng [khwa bee hong]
  ▸ I think I've got a broken leg tôi nghĩ là tôi bị gãy chân [toh-ee ngee la toh-ee bee gay churn]

bronchitis viêm phế quản [vee-em fe kwan]
  ▸ do you have anything for bronchitis? bạn có thuốc gì chữa viêm phế quản không? [ban ko too-ohk zee cher-a vee-em fe kwan khohng]

brother anh em trai [an em tray]
  ▸ I don't have any brothers or sisters tôi không có anh em trai hay chị em gái [toh-ee khohng ko an em tray chee em gay]

brown màu nâu [mao nur-oo]
  ▸ he has brown hair tóc anh ấy màu nâu [tok an ur-ee mao nur-oo]
  ▸ I'm looking for a brown leather belt tôi đang tìm một chiếc thắt lưng da màu nâu [toh-ee dang teem moht chee-ek tat lerng za mao nur-oo]

buses

Hanoi's three public bus stations are located some way from the city center, which means you have to catch a city bus (xích lô) or motorcycle taxi (xe ôm) to get into the city. Long-distance buses from the south stop at Giap Bat station, services from the northeast (Hải Phòng, Bai Chay and Cao Bằng) arrive at Gia Lâm station, and buses from the northwest (Sơn La, Mai Châu and Lao Cai) use Kim Ma station. Most tourist buses stop at the north end of Hoàn Kiếm Lake, near the Old Quarter; Hải Phòng, and Cao Bằng at Gia Lâm station; Sơn La, Mai Châu and Lao Cai use Kim Ma station.

brush *(for hair, clothes, with short handle)* bàn chải [ban chay]; *(broom)* chổ [choh-ee] ◆ *(hair)* chải [chay]

- where are the brush and dustpan? chổi và cái hốt rác để ở đâu? [choh-ee v kau hoht rak de er dur-oo]
- to brush one's teeth đánh răng [dan rang]; see box on p. 21

bulb *(light)* bóng đèn [bong den]

- the bulb's out in the bathroom bóng đèn trong phòng tắm bị tắt [bong de trong fong tam bee tat]

bunk beds giường hai tầng [zer-erng hay turng]

- are there bunk beds for the children? có giường hai tầng cho trẻ em không [ko zer-erng hai turng cho tre em khohng]

burn đốt cháy [doht chay]

- the food's completely burnt thức ăn bị cháy hoàn toàn [terk an bee chay hwa twan]
- I've burned my hand tôi bị bỏng tay [to-ee bee bong tay]

burst *(tire)* nổ [noh]

- one of my tires burst một lốp xe của tôi bị nổ [moht lohp se koo-a toh-ee bee noh

bus xe buýt [se boo-eet]

- does this bus go downtown? xe buýt này có đi trung tâm không? [se boo-ee nay ko dee troong turm khohng]
- which bus do I have to take to go to...? tôi phải lên xe buýt nào để đi đến...? [toh-ee fay len se boo-eet nao de dee den]

bus driver tài xế xe buýt [tay se se boo-eet]

- does the bus driver speak English? tài xế xe buýt có nói được tiếng An không? [tay se se boo-eet ko noy der-erk tee-eng an khohng]

business *(commerce)* kinh doanh [keen zwan]; *(company)* doanh nghiệ [zwan ngee-ep]; *(concern)* quan tâm [kwan turm]; *(affair, matter)* việc [vee-ek]

business card

If traveling on business when visiting Vietnam, carry business cards and distribute them at every business meeting. Business cards are exchanged on initial meetings and should be presented with both hands. When giving or receiving cards, do so with both hands as a sign of respect and always take a few seconds to study any cards handed to you. Never place a person's card immediately into your pocket without first studying it intently. Such a gesture would be considered dismissive and rude.

▸ it's none of your business không phải việc của bạn [khohng fay vee-ek koo-a ban]

business card danh thiếp [zan tee-ep]

▸ here's my business card đây là danh thiếp của tôi [dur-ee la zan tee-ep koo-a toh-ee]

business class hạng thương gia [hang ter-erng za] ◆ ghế hạng thương gia [ge hang ter-erng za]

▸ are there any seats in business class? hạng thương gia còn chỗ không? [hang ter-erng za kon choh khohng]

▸ I prefer to travel business class tôi thích đi ghế hạng thương gia hơn [roh-ee teekh dee ge hang ter-erng za hern]

bus station bến xe buýt [ben se boo-eet]

▸ I'm looking for the bus station tôi đang đi tìm bến xe buýt [toh-ee dang dee teem ben se boo-eet]

bus stop điểm dừng xe buýt [dee-em zerng se boo-eet]

▸ where's the nearest bus stop? điểm dừng xe buýt gần nhất ở đâu? [dee-em zerng se boo-eet gurn nyurt er dur-oo]

busy *(person, period, phone line)* bận [burn]; *(town, beach, street)* đông đúc [dohng dook]

▸ I'm afraid I'm busy tomorrow tôi e rằng ngày mai tôi bận [toh-ee e rang ngay may toh-ee burn]

▸ the line's busy máy bận [may burn]

butter bơ [ber]

▸ could you pass the butter please? làm ơn chuyển bơ cho tôi [lam ern choo-en ber cho toh-ee]

buy mua [moo-a]

▸ where can I buy tickets? tôi có thể mua vé ở đâu? [toh-ee ko te moo-a ve er dur-oo]

▸ can I buy you a drink? tôi mua cho bạn đồ uống nhé? [toh-ee moo-a cho ban doh oo-ohng nye]

bye tạm biệt [tam bee-et]
- bye, see you tomorrow! tạm biệt, hẹn gặp lại ngày mai! [tam bee-et hen gap lay ngay may]

C

cab tắc xi [tak see]
- can you order me a cab to the airport? bạn đặt giúp tôi một xe tắc xi đi sân bay nhé? [ban dat zoop toh-ee moht se tak see dee sum bay nye]

cabin *(on boat)* buồng [boo-ohng]; *(on plane)* buồng lái [boo-ohng lay]
- can I have breakfast in my cabin? tôi ăn sáng trong buồng của tôi được không? [toh-ee an sang trong boo-ohng koo-a toh-ee der-erk khohng]

cable truyền hình cáp [troo-en heen kap]
- does the hotel have cable? khách sạn có truyền hình cáp không? [khak san ko troo-en heen kap khohng]

café quán ăn nhỏ [kwan an nho]
- is there a café near here? gần đây có quán ăn nhỏ nào không? [gum dur-ee ko kwan an nyo nao khohng]

cake bánh ngọt [ban ngot]
- a piece of that cake, please làm ơn lấy cho tôi một miếng bánh ngọt đó? [lam ern lur-ee cho toh-ee moht mee-eng ban ngot do]

call *(on phone)* điện thoại [dee-en tway] ◆ *(name)* gọi [goy]; *(on phone)* gọi điện [goy dee-en]
- I have to make a call tôi phải gọi điện thoại [toh-ee fay goy dee-en tway]
- what is this called? cái này gọi là gì? [kay nay goy la zee]
- who's calling? ai gọi điện đấy? [ay goy dee-en dur-ee]

call back gọi lại cho [goy lay cho] ◆ gọi lại [goy lay]
- could you ask her to call me back? làm ơn bảo cô ta gọi lại cho tôi? [lam ern bao koh ta goy lay cho toh-ee]
- I'll call back (later) tôi sẽ gọi lại (sau) [toh-ee se goy lay (sao)]

in the café

- is this table/seat free? bàn/ghế này có ai ngồi không? [ban/ge nay ko ay ngoh-ee khohng]
- excuse me! xin lỗi! [seen loh-ee]
- can I have another beer, please? làm ơn cho tôi một chai bia nữa? [lam ern cho toh-ee moht chay bee-a ner-a]

afés

etnam has a café culture to rival Italy's. Along with the colonial chitecture and the fresh baguettes that are still sold on street corners, offee is one of Vietnam's most pleasant legacies from its years of French le. Almost every urban Vietnamese has a favorite local café, where many urs are spent gossiping and smoking and sucking down the ultra strong, ra sweet cà phê sữa đá (espresso served in a tall glass with crushed ice d sweetened condensed milk), which is the favorite local coffee.

n bình tĩnh [been teen]

eep calm! bình tĩnh nhé! [been teen nye]

era *(for taking photos)* máy ảnh [may an]; *(for filming)* máy quay phim [kway feem]

an I use the camera here? ở đây dùng máy ảnh được không? [er dur-ee oongmay an der-erk khohng]

npground nơi cắm trại [ner-ee kam tray]

m looking for a campground tôi đang tìm một nơi cắm trại [toh-ee ang teem oht ner-ee kam tray]

ping cắm trại [kam tray]

love going camping tôi thích đi cắm trại [toh-ee teekh dee kam tray]

(of food, drink) lon [lon]; *(of oil, paint)* hộp [hohp]

can of oil, please làm ơn cho một hộp dầu [lam ern cho moht hohp zur-oo]

(be able to) có thể [ko tee]; *(know how to)* biết [bee-et]

an I help you? tôi có thể giúp bạn được không? [toh-ee ko te zoop ban der-erk hohng]

an you speak French? bạn biết nói tiếng Pháp không? [ban vee-et noy tee-eng áp khohng]

ada Ca na đa [ka na da]

m from Canada tôi từ Ca na đa đến [toh-ee ter ka na da den]

live in Canada tôi sống ở Ca na đa [toh-ee sohng er ka na da]

ave you ever been to Canada? bạn đã bao giờ đi Ca na đa chưa? [ban da ao zer dee ka na da cher-a]

adian Ca na đa [ka na da] ◆ người Ca na đa [nger-er-ee ka na da]

m Canadian tôi là người Ca na đa [toh-ee la nger-er-ee ka na da]

e're Canadians chúng tôi là người Ca na đa [choong ta la nger-er-ee ka na da]

cel hủy [hoo-ee]

it possible to cancel a reservation? có thể hủy đặt trước được không? [ko hoo-ee dat trer-erk der-erk khonh]

canoeing bơi thuyền [ber-ee too-en]

- I was told we could go canoeing tôi nghe nói chúng ta có thể đi bơi thu [toh-ee nge noy choong ta ko te dee ber-ee too-en]

car *(automobile)* xe ô tô [se oh toh]; *(on train)* toa [twa]

- I'd like to rent a car for a week tôi muốn thuê một xe ô tô trong một tuần ee moo-ohn twe moht se oh toh trong moht too-urn]
- I've just crashed my car tôi mới bị đâm xe ô tô [toh-ee mer-ee bee durm se oh
- can you help us push the car? giúp chúng tôi đẩy xe nhé? [zoop choong to dur-ee se nye]
- my car's been towed away xe của tôi đã được kéo đi [se koo- choong da erk keo dee]
- my car's broken down xe tôi bị hỏng [se toh-ee bee hong]

carafe bình nước [been ner-erk]

- a large carafe of water, please làm ơn cho một bình nước lớn [lam ern moht been ner-erk lern]

car crash vụ đâm xe [voo dam se]

- he's been killed in a car crash anh ấy bị chết trong một vụ đâm xe [an u bee chet trong moht voo dam se]

card *(finance)* thẻ [te]; *(greeting card)* bưu thiếp [ber-oo tee-ep]; *(business c* danh thiếp [zan tee-ep]

- the waiter hasn't brought my card back người phục vụ chưa trả thẻ lại tôi [nger-er-ee fook voo cher-a tra te lay cho toh-ee]
- I need to get a card for my parents for their anniversary tôi muốn mua thiếp tặng bố mẹ tôi nhân lễ kỷ niệm ngày cưới [toh-ee moo-ohn moo-a b tee-ep tang boh me toh-ee nyurn le kee nee-em ngay ker-er-ee]
- can I give you my card? tôi có thể đưa danh thiếp của tôi cho bạn đ không? [toh-ee ko te der-a tee-ep koo-a toh-ee cho ban der-erl khohng]

cardigan áo len [ao len]

- should I take a cardigan for the evening? tôi có cần phải mang áo len buổi tối không? [toh-ee ko kurn fay mang ao len cho boo-oh-ee toh-ee khohng

---

renting a car

- with comprehensive insurance có bảo hiểm toàn bộ [ko bao hee-em tw boh]
- can I leave the car at the airport? tôi có thể để xe ở sân bay không? [to ee ko te de se er surn bay khohng]
- can I see your driver's license, please? làm ơn cho tôi xem bằng lái cu bạn? [lam ern cho toh-ee sem bnag lay koo-a ban]

cash

Vietnam's official currency is the đồng (VND), which cannot be purchased outside Vietnam. The main banks in Hanoi and Ho Chi Minh City can handle a fairly broad range of currencies nowadays, but the dollar is still the most widely accepted. It is a good idea to arrive with at least some small denomination dollar bills ($1s, $5s and $10s) to get you from the airport into town and to a bank. Even if they are open, the airport exchange desks offer unfavorable rates. If you do bring dollar bills into Vietnam, make sure they are not badly tattered as they may be refused.

rpet thảm [tam]

the carpet hasn't been vacuumed thảm vẫn chưa được hút bụi [tam vurn cher-a der-erk hoot boo-ee]

r rental thuê xe [twe se]

is car rental expensive? thuê xe có đắt không? [twe se ko dat khohng]

r rental agency dịch vụ cho thuê xe [zeech voo cho twe se]

do you know of any car rental agencies? bạn có biết dịch vụ cho thuê xe nào không? [ban ko bee-et zeech voo cho twe se nao khohng]

rry *(baggage)* mang [mang] ♦ *(sound)* truyền [troo-en]

could you help me carry something? bạn có mang hộ tôi cái nào được không? [ban ko mang hoh toh-ee kay nao der-erk khohng]

rry-on bag hành lý xách tay [han lee sach tay]

am I only allowed one carry-on bag? có phải tôi chỉ được mang theo một hành lý xách tay không? [ko fay toh-ee chee der-erk mang teo moht han lee sach tay khohng]

rt *(for luggage)* xe chở hàng [se cho hang]; *(in supermarket)* xe đẩy [se dur-ee]

where can I get a cart? tôi có thể lấy xe đẩy ở đâu? [toh-ee ko te lur-ee se er dur-ee]

rton *(of cigarettes)* tút [toot]

I'd like a carton of cigarettes tôi muốn mua một tút/cây thuốc lá [toh-ee moo-ohn moo-a moht toot/kuer-ee too-ok la]

sh *(notes and coins)* tiền mặt [tee-en mat] ♦ *(check)* đổi sang tiền mặt [doh-ee ng tee-en mat]

I'll pay cash tôi trả bằng tiền mặt [toh-ee tra bang tee-en mat]

I want to cash this traveler's check tôi muốn đổi séc du lịch này sang tiền mặt [toh-ee moo-ohn dur-ee sek zoo leek nay sang tee-en mat]

stle lâu đài [lur-oo day]

is the castle open to the public? lâu đài này có mở cửa cho công chúng không? [lur-oo day nay ko mer cer-a cho cohng choong khohng]

Catholic

There are approximately 5 million Catholics in Vietnam within two archdioceses and eight dioceses. There are some 2,300 priests, 1,500 seminarians, 9,300 sisters and 1,200 brothers. The first Western missionaries, Portuguese Franciscans, began to work in Vietnam in the 16th century, followed by Spanish Dominicans who accompanied Vietnamese merchant ships. From 1613 to 1645, Portuguese Jesuit missionaries based in Macau (China) came to Vietnam and according to official Church records, were able to attract some 50,000 followers during 20 years while training about 40 Vietnamese priests.

catalog quyển danh mục [koo-en zan mook]
- do you have a catalog? bạn có quyển danh mục nào không? [ban ko koo-e zan mook nao khohng]

catch *(with hands)* nắm lấy [nam lur-ee]; *(cold)* bị [bee]; *(hear clearly)* nghe r [nge ro]
- I've caught a cold tôi vừa bị cảm lạnh [toh-ee ver-a bee cam lan]
- I'm sorry, I didn't quite catch your name xin lỗi, tôi chưa nghe rõ tên của bạ [seen loh-ee toh-ee cher-a nge ro ten koo-a ban]

Catholic Công giáo [kohng zao]
- where is there a Catholic church? nhà thờ Công giáo nằm ở đâu? [nha te kohng zao nam er dur-oo]

CD đĩa nghe nhạc [dee-a nge nyak]
- how much does this CD cost? đĩa nghe nhạc này bao nhiêu tiền? [dee-a ng nyak nay bao nee-e-oo tee-en]

cellphone điện thoại di động [dee-en tway zee dohng]
- is there an outlet so I can recharge my cellphone? có ổ cắm điện để tôi sạ điện thoại di động? [ko oh kam dee-en de toh-ee sak dee-en tway zee dohng]

cellphone

You can use your own cellphone if you come from Europe, Australia or an Asian country (GSM 900/1800). If it isn't yet unlocked, it can easily be done. People coming from the US or Japan will need to buy a new cellphone. Three telecom companies share the market, Vinaphone, Mobiphone and Viettel. They have prepaid cards and pay as you call solutions. A SIM card is necessary costing about 300.000 VND. Cellphone shops can be found very easily everywhere, even in the most remote part of the country.

what's your cellphone number? số điện thoại di động của bạn là gì? [soh dee-en tway zee dohng koo-a ban la zee]

•nter trung tâm [troong turm]

we want to be based near the center of the region chúng tôi muốn ở gần trung tâm của khu vực [choong toh-ee moo-ohn er gurn troong turm koo-a khoo verk]

•air ghế [ge]

could we have another chair in our room? làm ơn cho phòng chúng tôi thêm một cái ghế nữa? [lam ern cho fong choong toh-ee tem moht kay ge ner-a]

•ange sự thay đổi [ser tay doh-ee]; *(money)* tiền lẻ [tee-en le] ◆ thay đổi [tay h-ee]; *(baby)* thay [tay] ◆ *(clothes)* đổi [doh-ee]

do you have any change? bạn có tiền lẻ không? [ban ko tee-en le khohng]

keep the change không cần trả lại tiền lẻ [khohng kurn tra lay tee-en le]

I don't have exact change tôi không có đúng số tiền phụ/trả lại [toh-ee khohng ko doong soh tee-en foo/tra lay]

is it possible to change a reservation? có thể đổi được chỗ đặt trước không? [ko te doh-ee der-erk choh dat trer-erk khohng]

I'd like to change 200 dollars into dong tôi muốn đổi hai trăm đô la thành tiền đồng [toh-ee moo-ohn doh-ee hai tram doh la tan tee-en dohng]

I'd like to change these traveler's checks tôi muốn đổi những tờ séc du lịch này [toh-ee moo-ohn doh-ee nyerng ter sek zoo lik nay]

can you help me change the tire? bạn có thể giúp tôi thay lốp xe được không? [ban ko te zoop toh-ee tay lohp se der-erk khohng]

the oil needs to be changed cần phải thay dầu [kurn fay tay zur-oo]

•anging table *(for baby)* bàn thay tã [ban tay ta]

is there a changing table? có bàn thay tã không? [ko ban tay ta khohng]

•arge phí [fee]

is there a charge for the parking lot? có thu phí đỗ xe không? [o too fee doh se khohng]

is there a charge for using the facilities? có thu phí sử dụng phòng vệ sinh không? [ko too fee ser zoong fong ve seen khohng]

is there a charge for cancellations? có thu phí hủy đặt trước không? [ko too fee hoo-ee dat ter-erk khohng]

I'd like to speak to the person in charge tôi muốn được nói chuyện với người phụ trách [toh-ee moo-ohn der-erk noy choo-en ver-ee nger-er-ee foo trak]

•arter flight chuyến bay thuê riêng [choo-en bay twe ree-eng]

• where do we board the charter flight to Hanoi? cửa lên chuyến bay thuê riêng đi Hà Nội ở đâu? [ker-a len choo-en bay twe ree-eng dee ha noh-ee er dur-oo]

•eap rẻ [re]

• I'm trying to find a cheap flight home tôi đang cố gắng tìm chuyến bay về giá rẻ [toh-ee dang koh gang teem choo-en bay ve za re]

check

Vietnamese phở restaurants usually retain the cultural practice of not delivering the check to a customer's table, since it is considered rude – in Vietnamese culture, it is seen as a way of trying to hurry the customer out the door.

check *(in restaurant)* hóa đơn [hwa dern]; *(for paying)* séc [sek] ♦ *(test, verify)* kiểm tra [kee-em tra]
- the check, please! làm ơn cho tính tiền! [lam ern cho teen tee-en]
- can I pay by check? tôi có thể trả bằng séc không? [toh-ee ko te tra bang s khohng]
- can you check the oil? bạn có thể kiểm tra dầu được không? [ban ko te ke em tra zur-oo der-erk khohng]

checkbook quyển séc [koo-en sek]
- my checkbook's been stolen tôi bị lấy mất quyển séc [toh-ee bee lur-ee m koo-en sek]

check in *(baggage)* gửi [ger-ee] ♦ *(at airport)* làm thủ tục [am too took]; *(hotel)* nhận phòng [nyurn fong]
- I'd like to check in both these bags, please tôi muốn gửi cả hai túi này [toh-moo-ohn ger-ee ka hay too-ee nay]
- what time do you have to be at the airport to check in? bạn phải đến s bay mấy giờ để làm thủ tục? [ban fay den sim bay mur-ee zer de lam too took]

check-in desk quầy làm thủ tục [kway lam too took]
- where is the United Airlines check-in desk? quầy làm thủ tục của hã United Airlines ở đâu? [kway lam too took koo-a hang united airlines er dur-oo]

checking

- is this the train for Ho Chi Minh city? tàu này đi thành phố Hồ Chí Minh đúng không? [tao nay dee tan foh hoh chee meen doong khohng]
- could you tell me where to get off, please? làm ơn chỉ cho tôi phải xuống chỗ nào được không? [lam ern chee cho toh-ee fay soo-ong choh nao der-erk khohng]
- is this the right stop for...? đây có đúng là bến đỗ cho...? [dur-ee ko doong la ben doh cho]
- are you sure that he'll be able to come? bạn có chắc là anh ấy sẽ đến không? [ban ko chak la an ur-ee se den khohng]

chicken

There have been outbreaks of avian flu in Vietnam, though the number infected is still minimal. All visitors are advised against close contact with, and consumption of, under-cooked poultry or eggs.

---

check out trả phòng [tra fong]

what time do you have to check out by? bạn phải trả phòng trước mấy giờ? [ban fay tra fong ter-erk mur-ee zer]

cheers chúc sức khỏe! [chook serk khwe]

cheers and all the best! chúc sức khỏe và mọi điều tốt lành! [chook serk khwe va moy dee-e-oo toht lan]

cheese pho mát [fo mat]

what are the best local cheeses? pho mát nào ngon nhất ở đây? [fo mat nao ngon nyurt er dur-ee]

chicken thịt gà [teet ga]

half a roast chicken, please làm ơn cho nửa con gà quay [lam ern cho ner-a kon ga kway]

a chicken sandwich and fries một bánh mỳ thịt gà và khoai tây chiên [moht ban mee teet ga va khway tur-ee chee-en]

child trẻ em [tre em]; *(son, daughter)* con [lon]

two adults and two children, please hai người lớn và hai trẻ em [hay nger-er-ee lern va hay tre em]

do you have discounts for children? có giảm giá cho trẻ em không? [ko zam za cho tre em khohng]

do you have children? bạn có con chưa? [ban ko kon cher-a]

chilled *(wine)* lạnh [lan]

this wine isn't chilled enough chai rượu này chưa lạnh lắm [chay re-er-oo nay cher-a lan lam]

---

children

In Vietnam, 40 of every 1,000 babies do not reach the age of five. The situation for children in rural and mountainous areas is a particular concern, especially regarding health and education. The increasing exploitation of children and the increasing number of street children in Vietnam's cities is unfortunately a large problem which is continuing to grow along with the economy. Estimates of exactly how many street children there currently are in Vietnam vary widely.

chopsticks

Chopsticks were introduced into Vietnam during the Chinese thousand year conquest two thousand years ago, and quickly became the most popular method of conveying food to mouth. They could be used in place of knives – tools that were associated with war and death, and were not brought to the dinner table. Because they are used in pairs, chopsticks represent harmony, prospect and peace. In some places, giving chopsticks to the bride on her wedding day is a wish for her to have a son soon.

chocolate sô cô la
▸ I'd like a bar of chocolate cho tôi một thanh sô cô la [cho toh-ee moht tan so koh la]

choose chọn [chon]
▸ I don't know which one to choose tôi không biết nên chọn cái nào [tigh-ee khohn bee-et nen chon kay nao]

chopsticks đũa [doo-a]
▸ I can't use chopsticks; could I have a spoon, please tôi không biết dùng đũa làm ơn cho tôi cái thìa [toh-ee khohng bee-et zoong doo-a lam em cho toh-ee ka tee-a]

Christmas *(day)* ngày Giáng sinh [ngay zang seen]; *(period)* mùa Giáng sinh [moo-a zang seen]
▸ merry Christmas! chúc Giáng sinh vui vẻ! [chook zang seen voo-ee ve]
▸ I wish you a very merry Christmas tôi xin chúc bạn một Giáng sinh thật vẻ! [toh-ee seen chook ban moht zang seen turt voo-ee ve]

Christmas Day ngày Giáng sinh [ngay zang seen]
▸ we're closed on Christmas Day chúng tôi đóng cửa vào ngày Giáng sin [choong toh-ee dohng ker-a vao ngay zang seen]

church *(Protestant, Catholic)* nhà thờ [ya ter]
▸ how old is the church? nhà thờ này bao nhiêu năm tuổi rồi? [nya ter nay ba nyee-e-oo nam too-oh-ee roh-ee]
▸ where can we find a Protestant church? nhà thờ Tin lành ở đâu? [nya ter tee lan er dur-oo]
▸ where is there a Catholic church? nhà thờ Công giáo ở đâu? [nya ter cohn zao er durio er dur-oo]

cigarette thuốc lá [too-ohk la]
▸ can I ask you for a cigarette? cho tôi xin một điếu thuốc lá? [cho toh-ee see moht dee-e-oo too-ohk la]
▸ where can I buy cigarettes? tôi có thể mua thuốc lá ở đâu? [toh-ee ko te moo too-ohk la er dur-oo]

cigarette lighter bật lửa [burt ler-a]
- do you have a cigarette lighter? bạn có bật lửa không? [ban ko burt ler-a khohng]

city thành phố [tan fo]
- what's the nearest big city? thành phố lớn nào gần đây nhất? [tan fo lern nao gurn dur-ee nyurt]

class (on train, plane) hạng [hang]
- which class are your seats in? ghế của bạn ở hạng nào? [ge koo-a ba er hang nao]

clean sạch [sak] ◆ lau chùi [lao choo-ee]
- the sheets aren't clean khăn trải giường không sạch [khan tray zer-erng khohng sak]
- do we have to clean the apartment before leaving? chúng tôi có phải lau chùi căn hộ trước khi đi không? [choong toh-ee ko fay lao choo-ee kan hoh tert-erk khee dee khohng]
- could you clean the windshield? làm ơn lau chùi kính xe? [lam em lao choo-ee keen se]

cleaning quét dọn [kwet zon]
- who does the cleaning? ai quét dọn? [ay kwet zon]

clear (easily understood) rõ [ro]; (way) thông [tohng] ◆ (road, path) thông [tohng]
- is that clear? rõ chưa? [ro cher-a]
- is the road ahead clear? đường phía trước thông chưa? [der-erng fee-a trer-erk tohng cher-a]
- when will the road be cleared? lúc nào đường sẽ thông? [look nao der-erng se tohng]

climb (mountaineer) leo [leo]; (plane) lên cao [len kao]; (road) dốc [zohk]
- the road climbs steadily after you leave the village con đường dốc dần sau khi bạn rời khỏi làng [kon der-erng zohk zurn sao khee ban rer-ee kho-ee lan]

climbing leo núi [leo noo-ee]
- can you go climbing here? ở đây đi leo núi được không? [er dur-ee leo noo-ee der-erk khohng]

cloakroom (in a museum, a theater) phòng giữ mũ áo [fong zer moo ao]
- is there a charge for the cloakroom? phòng giữ mũ áo có mất tiền không? [fong zer moo ao ko murt yee-en khohng]
- I'd like to leave my things in the cloakroom tôi muốn gửi đồ trong phòng giữ mũ áo [toh-ee moo-ohn ger-ee doh trong fong zer moo ao]

close (door, window) đóng [dong] ◆ (store) đóng cửa [dong ker-a]
- what time do the stores close? các cửa hàng đóng cửa lúc mấy giờ? [kak ker-a hang dong ker-a look mur-ee zer]

clothes

Áo đầm is Western dress. Before colonization the Vietnamese preferred to wear a light, thin, well-ventilated kind of clothing that originated from plants and was suitable for such a tropical country as Vietnam, with grey, indigo and black colors. Over time men's clothing changed from loin-cloth with bare upper half of the body to short jackets and Vietnamese traditional trousers (re-designed from Chinese trousers). In the past, women often wore brassieres, skirts and four-piece long dresses that were later modified to the modern áo dài.

- what time do you close? bạn đóng cửa lúc mấy giờ? [ban dong ker-a look mu ee zer]
- the door won't close cửa không đóng được [ker-a khohng dong der-erk]

closed đóng [dong]
- are the stores closed on Sundays? các cửa hàng có đóng cửa vào Chủ nhật không? [kak ker-a hang ko dong ker-a vao choo nyurt khohng]

clothes quần áo [kwan a]
- where can we wash our clothes? chúng tôi có thể giặt quần áo của mình ở đâu? [choong toh-ee ko te zat kwan ao koo-a meen er dur-oo]

club (nightclub) sàn nhảy [san nay]
- we could go to a club afterwards sau đó chúng ta có thể đến sàn nhảy [sa do choong ta ko te den san nay]

coach xe khách [se khak]
- what time does the coach leave? xe khách rời bến lúc mấy giờ? [se khak re ee ben look mur-ee zer]

coast bờ biển [ber bee-en]
- an island off the coast một hòn đảo ngoài bờ biển [moht hon dao ngway be bee-en]

coffee (drink, beans) cà phê [ka fe]
- coffee with milk or cream cà phê sữa hoặc kem [ka fe ser-a hwak kem]
- black coffee cà phê đen [ka fe den]
- I'd like a coffee cho tôi một cốc cà phê [cho toh-ee moht kohk ka fe]
- would you like some coffee? bạn có muốn uống cà phê không? [ban ko moo ohn oo-ohng ka fe khohng]

coin tiền xu [tee-en soo]
- the machine only takes coins máy này chỉ nhận tiền xu [may nay chee nyu tee-en soo]

cold lạnh [lan] ◆ (illness) cảm lạnh [kam lan]; (low temperature) lạnh [lan]
- it's cold today trời hôm nay lạnh [ter-ee hohm nay lan]

coffee

Vietnam is the second-largest coffee grower in the world and though roasting techniques are primitive, choice Vietnamese Robusta coffee is delicious. Small coffee shops can be found on every corner. The Trung Nguyên brand, is Vietnam's Starbucks® of coffee. Over the past four years, the chain of Trung Nguyen cafes has grown to more than 400 outlets in all of Vietnam's provinces, from Ho Chi Minh City to rural Sapa on the northern border. In Vietnamese, Trung Nguyên means `Central Highlands,' an area famous for its coffee. Highland Coffee is another brand which has outlets in Hanoi and Ho Chi Minh City.

I'm very cold tôi bị lạnh [toh-ee bee lan]

to have a cold bị cảm lạnh [bee kam lan]

I've caught a cold tôi bị cảm lạnh [toh-ee beekam lan]

collect người nghe điện thoại trả tiền [nger-er-ee nge dee-en tway tra tee-en]

I have to call my parents collect tôi phải gọi điện cho bố mẹ tôi theo kiểu người nghe trả tiền [toh-ee fay go-ee deen-en cho boh me toh-ee teo kee-e-oo nger-er-ee nge tra tee-en]

collect call cuộc điện thoại do người nghe trả tiền [koo-ohk dee-en tway do nge tee-en]

to make a collect call gọi một cuộc điện thoại do người nghe trả tiền [go-ee moht koo-ohk dee-en tway do nger-er-ee nge tra tee-en]

color màu [mao]

do you have it in another color? bạn có cái nào màu khác không? [ban ko kay nao mao khak khohng]

color film phim màu [feem mao]

I'd like a roll of color film tôi muốn mua một cuộn phim màu [toh-ee moo-ohn moo-a moht koo-ohn feem mao]

come *(move here)* đến [den]; *(arrive)* đến nơi [den ner-ee]

• come here! đến đây! [den dur-ee]

• coming! đang đến! [dang den]

• when does the bus come? mấy giờ xe buýt đến? [mur-ee zer se boo-eet den]

come from đến từ [den ter]

• where do you come from? bạn từ đâu đến? [ban ter dur-oo den]

come in *(enter)* vào [vao]; *(train)* tới [ter-ee]; *(tide)* lên [len]

• may I come in? tôi có thể vào được không? [toh-ee ko te vao der-erk khohng]

• come in! mời vào! [mer-ee vao]

▸ what time does the Hanoi train come in? mấy giờ tàu Hà Nội tới? [mur-ee z tao ha noh-ee ter-ee]

▸ the tide's coming in thủy triều đang lên [too-ee tree-e-oo dang len]

come on *(light, heating)* lên [len]

▸ the heating hasn't come on sưởi vẫn chưa lên [ser-er-ee vurn cher-a len]

▸ come on! đi nào! [dee nao]

come with *(go with)* đi cùng với [dee koong ver-ee]; *(be served with)* dùn kèm với [zoong kem ver-ee]

▸ could you come with me to...? bạn có thể đi cùng tôi đến...? [ban ko te de koong toh-ee den]

▸ what does it come with? cái này ăn kèm với gì? [kay nay an kem ver-ee ze

comfortable *(person)* thoải mái [tway ma-ee]

▸ we're very comfortable here ở đây chúng tôi cảm thấy rất thoải mái [er đ ee choong toh-ee kam tur-ee rurt tway ma-ee]

commission tiền hoa hồng [tee-en hwa hohng]

▸ what commission do you charge? bạn lấy bao nhiêu tiền hoa hồng? [ban lu ee bao nyee-e-oo tee-en hwa hohng]

company *(firm)* công ty [kohng tee]

▸ is it a big company? đó có phải là một công ty lớn không? [do ko fay la mo kohng tee lern khohng]

compartment phòng [fong]

▸ which compartment are our seats in? chúng ta ngồi ở phòng số mấy (trê tàu)? [choong ta ngoy er fong soh myr-ee (tren tao)]

complain khiếu nại [khee-en nay]

▸ I will be writing to your headquarters to complain tôi sẽ viết thư khiếu n lên trụ sở công ty của bạn [toh-ee se vee-et ter khee-e-oo nai len troo ser kohng t koo-a ban]

complaint *(protest)* kêu ca [ke-oo ka]; *(in store)* phàn nàn [fan nan]

▸ I'd like to make a complaint *(protest, in store)* tôi có điều phàn nàn [toh-e ko dee-e-oo fan nan]

complete *(form)* khai [khay]

▸ here's the completed form đây là mẫu đơn đã được khai [dur-ee la mur-e dern da der-erk khay]

comprehensive insurance bảo hiểm toàn bộ [bao nyee-em twan boh]

▸ how much extra is the comprehensive insurance coverage? cần trả thêm ba nhiêu để mua bảo hiểm toàn bộ? [kurn tra tem bao nyee-e-oo de moo-a bao hie em twan boh]

computer máy tính [may teen]

▸ is there a computer I could use? có máy tính cho tôi sử dụng không? [ko m teen cho toh-ee ser zoong khohng]

ncert buổi hòa nhạc [boo-oh-ee hwa nyak]

did you like the concert? bạn có thích buổi hòa nhạc không? [ban ko teek boo-oh-ee hwa nyak khohng]

ndom bao cao su [bao kao soo]

do you have any condoms? bạn có bao cao su không? [ban ko bao kao soo khohng]

nfirm khẳng định [khang deen]

I confirmed my reservation by phone tôi khẳng định việc đặt chỗ qua điện thoại [toh-ee khang deen vee-ek dat choh kwa dee-en tway]

I'd like to confirm my return flight tôi muốn khẳng định lại vé chuyến bay về [toh-ee moo-ohn khang deen lay ve choo-en bay ve]

ngratulations chúc mừng [chook mern]

congratulations! xin chúc mừng! [seen chook merng]

nnecting flight chuyến bay nối chặng [choo-en bay noh-ee chang]

does the connecting flight leave from the same terminal? chuyến bay nối chặng cũng xuất phát từ ga này à? [choo-en bay noh-ee chang koong soo-urt fat ter ga nay a]

nnection *(on phone)* đường truyền [der-erng troo-en]; *(transportation)* uyến nối chặng [choo-en noh-ee chang]

the connection is very bad: I can't hear very well đường truyền rất kém: tôi không thể nghe rõ [der-erng troo-en rurt kem toh-ee khohng te nge ro]

I've missed my connection tôi bị nhỡ chuyến nối chặng [toh-ee bee nyer choo-en noh-ee chang]

nsulate tòa lãnh sự [twa lan ser]

where is the American consulate? tòa lãnh sự của Mỹ nằm ở đâu? [twa lan ser mee nam er dur-oo]

complaints

I'd like to see the manager, please làm ơn cho tôi gặp người quản lý [lam ern cho toh-ee gap nger-er-ee kwan lee]

I have a complaint tôi có điều phàn nàn [toh-ee ko dee-e-oo fan nan]

there's a problem with the heating hệ thống sưởi có vấn đề [he tohng ser-er-ee ko vurn de]

I am relying on you to sort this problem out tôi mong bạn sẽ giải quyết vấn đề này giúp tôi [toh-ee mong ban se zay koo-et vurn de nay zoop toh-ee]

I expect the cost of the camera to be fully reimbursed tôi hy vọng sẽ được hoàn lại toàn bộ chi phí của máy ảnh này [toh-ee hee vong se der-erk hwan lay twan boh chee fee koo-a may an nay]

cooking

Although rice is the foundation of the Vietnamese diet, the country's cuisine is anything but bland. Deeply influenced by the national cuisines of France, China, and Thailand, Vietnamese cooking is highly innovative and makes extensive use of fresh herbs, including lemon grass, basil, coriander, parsley, kaffir Thai leaf, lime, and chili. Soup is served at almost every meal, and snacks include spring rolls and rice pancakes. The national condiment is nước mắm, a piquant fermented fish sauce served with every meal.

contact (communication) liên lạc [lee-en lak]
- I need to contact my family in the States tôi cần liên lạc với gia đình tôi ở Mỹ [toh-ee kurn lee-en lak vr-ee za deen toh-ee er mee]
- do you know how to get in contact with him? bạn có biết làm thế nào để liên lạc được với anh ấy không? [ban ko bee-et lam te nao de lee-en lak der-er vr-ee an ur-ee khohng]

contact lens kính áp tròng [keen ap trong]
- I've lost a contact (lens) tôi bị rơi mất kính áp tròng [toh-ee bee murt keen ap trong]

cookie (food) bánh quy [ban kwee]
- a box of cookies, please làm ơn cho một hộp bánh quy [lam ern cho moht hohp ban kwee]

cooking (activity) nấu nướng [nur-oo ner-erng]; (type of food) cách nấu bếp [kak nur-oo bep]
- we prefer to do our own cooking chúng tôi thích tự nấu nướng [choong toh-ee teek ter nur-oo ner-erng]
- do you like Vietnamese cooking? bạn có thích thức ăn Việt Nam không? [ban ko teek terk an vee-et nam khohng]

cork (for a bottle) nút chai [noot chay]
- where's the cork for the bottle? nút chai đâu? [noot chay dur-oo]

corked đậy nút [dur-ee noot]
- this wine is corked chai rượu được đậy nút [chay rer-er-oo der-erk dur-ee noot]

corner (of street, table) góc đường [gok der-erng]; (spot) nơi [ner-ee]
- stop at the corner dừng lại ở góc đường [zerng lay er gok der-erng]

coronary nhồi máu cơ tim [nyoh-ee mao ker teem]
- he's had a coronary anh ấy từng bị nhồi máu cơ tim [an ur-ee terng bee nyoh-ee mao ker teem]

correct *(check)* đúng [doong]
  ▸ that's correct đúng đấy [doong dur-ee]

cost giá [za]
  ▸ how much will it cost to go to the airport? đi sân bay giá bao nhiêu? [see sum bay za bao nyee-e-oo]
  ▸ it cost us 15 dollars chúng tôi phải trả mười lăm đô la [choong toh-ee fay tra mer-er-ee lam doh la]

cot *(single bed)* giường xếp [zer-erng sep]
  ▸ we can put a cot in the room for you chúng tôi có thể đặt giường xếp vào trong phòng cho bạn [choong toh-ee ko te dat zer-erng sep vao trong fong cho ban]

cough ho [ho] ◆ bị ho [bee ho]
  ▸ I've got a cough tôi bị ho [toh-ee bee ho]
  ▸ I need something for a cough tôi cần thuốc chữa ho [toh-ee kurn too-ohk cher-a ho]

could *(past tense of 'can')* có thể [ko te]; *(in polite requests and suggestions)* làm ơn [lam ern]
  ▸ could you help me? làm ơn giúp tôi? [lam ern zoop toh-ee]

counter *(in store, bank)* quầy [kwur-ee]
  ▸ which counter do I have to go to? tôi phải đến quầy nào? [toh-ee fay den kwur-ee nao]
  ▸ do you sell this medication over the counter? bạn có bán thuốc này ở quầy không? [ban ko ban too-ohk nay er kwur-ee khohng]

country nước [ner-erk]
  ▸ what country do you come from? bạn đến từ nước nào? [ban den ter ner-erk nao]

couple một đôi [moht doh-ee]
  ▸ we need a room for a couple and two children chúng tôi cần một phòng cho một đôi và hai trẻ em [choong toh-ee kurn moht fong cho moht doh-ee va hay tre em]

course *(of a meal)* món [mon]; *(of a ship, a plane)* hướng [her-erng]; *(for a race)* vòng đua [vong doo-a]; *(in yoga, sailing)* khóa học [khwa hok] ◆ **of course** tất nhiên [turt nyee-en]
  ▸ is the set meal three courses? bữa ăn ấn định sẵn có ba món phải không? [ber-a an urn din san ko ba mon fay khohng]
  ▸ how much does the sailing course cost? khóa học chèo thuyền giá bao nhiêu? [khwa hok che-o too-en za bao nyee-oo]
  ▸ of course he'll come tất nhiên anh ấy sẽ đến [turt nyee-en an ur-ee se den]

cream *(for the skin)* kem [kem]
  ▸ I need some cream for my sunburn tôi cần kem bôi vết cháy nắng [toh-ee curn kem boh-ee vet chay nang]

credit cards

Major credit cards (Visa®, American Express®, JCB®, and MasterCard®) are widely accepted in Vietnam, particularly in Hanoi and Ho Chi Minh City. All top-level and many mid-level hotels accept them, as do a growing number of restaurants and up-market shops catering to the tourist trade. But watch out for the extra taxes they may add on when using a credit card – these can amount to an additional 5 percent. Outside the major cities you will have to rely on cash and traveler's checks.

credit card thẻ tín dụng [te teen zoong]
- do you take credit cards? bạn có chấp nhận thẻ tín dụng không? [ban k churp nhurn te teen zoong khohng]

cross *(street, river)* đi qua [dee kwa]; *(border)* vượt qua [ver-ert kwa]
- how do we cross this street? chúng ta đi qua đường bằng cách nào? [choong ta dee kwa der-erng bang kak nao]

crosswalk vạch sơn qua đường cho người đi bộ [vak sern kwa der-erng cho nger-er-ee dee boh]
- always cross at the crosswalk luôn luôn đi trên vạch sơn qua đường cho người đi bộ [loo-ohn loo-ohn dee tren vak sern kwa der-erng cho nger-er-ee dee boh]

cry khóc [khok]
- don't cry đừng khóc [derng khok]

cup tách [tak]
- I'd like a cup of tea cho tôi một tách trà [cho toh-ee moht tak tra]
- a coffee cup một tách cà phê [moht tak ka fe]
- could we have an extra cup? làm ơn cho chúng tôi thêm một cái tách nữa được không? [lam ern cho choong toh-ee tem moht kay tak ner-a der-erk khohng]

crossing the street

Crossing a busy street in any of Vietnam's major cities can be dangerous. In most of the Western world, the trick is to avoid the cars. This is not possible in Vietnam, as there are far too many cars, trucks, motorbikes, cyclos and bicycles in far too little space. The trick in Vietnam is to enable the vehicles to avoid you. This is managed by first picking a reasonable gap in the traffic (probably a smaller gap than you'd choose when jaywalking in, say London or Manhattan or Sydney), then walking slowly and predictably across the street while looking directly at the on-coming cars, motorcycles, cyclos and bicycles.

currency

The đồng (VND) is the currency of Vietnam and is issued by the State Bank of Vietnam. In the past, it was subdivided into ten hào. However, the hào is now so worthless that it is no longer issued. Historically, the hào was subdivided into ten xu. In Vietnamese, đồng literally means copper or bronze. This originates from the practice of minting coins from copper before French colonization. When Vietnam was part of French Indochina, the standard unit of currency was the French Indochinese piaster. The Vietnamese text on these currencies called it đồng or less commonly bạc (silver). After the French left, North and South Vietnam each minted its own separate currency, both named đồng.

currency *(money)* tiền [tee-en]
- how much local currency do you have? bạn có bao nhiêu tiền Việt? [ban ko bao nye-ee-oo tee-en vee-et]

cut đứt [dert]
- I cut my finger tôi bị đứt tay [toh-ee bee dert tay]

d

daily hàng ngày [hang ngay] ♦ nhật báo [nyurt bao]
- what's the name of the local daily newspaper? nhật báo ở đây là tờ gì? [nyurt bao er dur-ee la ter zee]

damage làm hỏng [lam hong]
- my suitcase was damaged in transit va li của tôi bị làm hỏng khi quá cảnh [va lee koo-a toh-ee bee lam hong khee kwa kan]

damp ẩm thấp [urm turp]
- it's damp today hôm nay trời ẩm thấp [hohm nay trer-ee urm turp]

dance nhảy [nyay]
- shall we dance? chúng ta cùng nhảy nhé? [choong ta koong nyay nye]
- I can't dance tôi không biết nhảy [toh-ee khohng bee-et nyay]

dancing khiêu vũ [khee-e-oo voo]
- will there be dancing? sẽ có khiêu vũ chứ? [se ko khee-e-oo voo cher]
- where can we go dancing? chúng ta có thể đi khiêu vũ ở đâu? [choong ta ko te dee khee-e-oo voo er dur-oo]

dandruff gàu [gao]
  ▸ I have bad dandruff tóc tôi bị nhiều gàu [tok toh-ee bee nyee-e-oo gao]

danger nguy hiểm [ngoo-ee hee-em]
  ▸ hurry! she's in danger! nhanh lên! cô ấy đang gặp nguy hiểm! [nyan len ko u
  ee dang gap ngoo-ee hee-em]

dangerous nguy hiểm [ngoo-ee hee-em]
  ▸ this stretch of the river is quite dangerous khúc sông này khá nguy hiể
  [khool sohng nay kha ngoo-ee hee-em]

dark *(room, night)* tối [toh-ee]; *(hair)* đen [den]
  ▸ it's very dark outside bên ngoài trời rất tối [ben ngway ter-ee rurt toh-ee]
  ▸ she has dark hair cô ấy tóc đen [koh ur-ee tok den]

dark chocolate đắng [dang]
  ▸ I prefer dark chocolate tôi thích sô cô la đắng hơn [toh-ee teek soh koh la dan
  hern]

date *(in time)* ngày [ngay]; *(appointment)* cuộc hẹn [koo-ohk hen]
  ▸ I've got a date tonight tối nay tôi có một cuộc hẹn [toh-ee nay toh-ee ko moh
  koo-ohk hen]

date-stamp đóng dấu ngày tháng [dong zur-oo ngay tang]
  ▸ do I have to date-stamp this receipt? tôi có phải đóng dấu ngày tháng lê
  biên lai này không? [toh-ee ko fay dong dur-oo ngay tang len bee-en lay nay khohng

daughter con gái [kon gay]
  ▸ this is my daughter đây là con gái tôi [dur-ee la kon gay toh-ee]

day ngày [ngay]
  ▸ what day is it? hôm nay là ngày gì? [hohm nay la ngay zee]
  ▸ I arrived three days ago tôi đến cách đây ba ngày [toh-ee den kak dur-ee ba
  ngay]
  ▸ I'd like to do a round trip in a day tôi muốn đi về trong một ngày [toh-ee moo-
  ohn dee ve trong moht ngay]
  ▸ how much is it per day? mỗi ngày giá bao nhiêu? [moh-ee ngay za bao nyee-e-
  oo]

dead chết [chet]
  ▸ he was pronounced dead at the scene người ta tuyên bố là ông ấy đã chết
  tại hiện trường [nger-er-ee ta too-en boh ka ohng ur-ee da chet tay hee-en trer-erng]
  ▸ the battery's dead pin chết [peen chet]

dead end đường cụt [der-erng koot]
  ▸ it's a dead end đó là một con đường cụt [do la moht kon der-erng koot]

deal *(business agreement)* thỏa thuận [twa too-urn]
  ▸ I got a good deal on the room tôi thỏa thuận được một phòng rất rẻ [toh-ee
  twa too-urn der-erk moht fong rurt re]

death *(state)* chết [chet]; *(person)* người chết [nger-er-ee chet]
 ▪ there were two deaths có hai người chết [ko hay nger-er-ee che]

decaf, decaffeinated cà phê lọc cà phê in [ka fe lok ka fe een] ♦ lọc cà phê in [lok ka fe een]
 ▪ a decaf/a decaffeinated coffee, please làm ơn cho một cà phê lọc cà phê in? [lam ern cho moht ka fe lok ka fe een]

December tháng Mười Hai [tang mer-er-ee hay]
 ▪ December 10th ngày mồng Mười tháng Mười Hai [ngay mohng mer-er-ee tang mer-er-ee hay]

decide quyết định [kwoo-et deen]
 ▪ we haven't decided yet chúng tôi chưa quyết định [choong toh-ee cher-a kwoo-et deen]

deck *(of ship)* boong tàu [boong tao]; *(of cards)* bộ bài [boh bay]
 ▪ how do I get to the upper deck? làm thế nào để lên boong trên? [lam te nao de len boong tren]

deckchair ghế xếp [ge sep]
 ▪ I'd like to rent a deckchair tôi muốn thuê một ghế xếp [toh-ee moo-ohn twe moht ge sep]

declare khai báo [khay bao]
 ▪ I have nothing to declare tôi không có gì để khai báo [toh-ee khohng ko zee de khay bao]
 ▪ I have a bottle of spirits to declare tôi có mang một chai rượu mạnh cần khai báo [toh-ee ko mang moht chay rer-er-oo man kurn khay bao]

definitely nhất định [nyurt deen]
 ▪ we'll definitely come back here nhất định chúng tôi sẽ quay lại đây [nyurt deen choong toh-ee se kway lay dur-ee]

delay bị chậm giờ [bee churm zer]
 ▪ is there a delay for this flight? chuyến bay này có bị chậm giờ không? [choo-en bay nay ko bee churm zer khohng]

delayed bị chậm giờ [bee churm zer]
 ▪ how long will the flight be delayed? chuyến bay này sẽ bị chậm bao lâu? [choo-en bay nay se bee churm bao lao]

delighted vui mừng [voo-ee moong]
 ▪ we're delighted you could make it chúng tôi vui mừng vì bạn đã làm được [choong toh-e voo-ee moong vee ban da lam der-erk]

dentist nha sỹ [nya see]
 ▪ I need to see a dentist urgently tôi cần đi gặp nha sỹ gấp [toh-ee kurn dee gap nya see gurp]

dessert

Chè is made of beans, fruit, coconut and sugar and can be served cold, cool or hot. Bánh đậu xanh is mung bean cake. Kem dừa is a mixture of ice cream, candied fruit and young coconut.

department *(in store)* gian hàng [zan hang]
 ▸ I'm looking for the menswear department tôi đang tìm gian hàng đồ nam [toh-ee dang teem zan hang doh nam]

department store cửa hàng bách hóa [ker-a hang bak hwa]
 ▸ where are the department stores? cửa hàng bách hóa nằm ở đâu? [ker-a hang bak hwa nam er dur-oo]

departure đi [dee]
 ▸ 'departures' *(in airport)* ga đi [ga dee]

departure lounge sảnh đi/phòng đợi khởi hành [san dee/fong der-ee kher-ee han]
 ▸ where's the departure lounge? sảnh đi/phòng đợi khởi hành nằm ở đâu? [san dee/fong der-ee kher-ee han nam er dur-oo]

deposit *(against loss or damage)* tiền ký quỹ [tee-en kee kwee]; *(down payment)* tiền đặt cọc [tee-en dat kok]
 ▸ is there a deposit to pay for using the equipment? có phải trả tiền ký quỹ để sử dụng thiết bị này không? [ko fay tra tee-en kee kwee de ser zoong tee-et bee nay khohng]
 ▸ how much is the deposit? tiền đặt cọc là bao nhiêu? [tee-en dat kok la bao nyee-e-oo]

desk *(in office, home)* bàn làm việc [ban lam vee-ek]; *(at hotel, airport)* quầy [kwur-ee]
 ▸ where can I find the American Airlines desk ? tôi có thể tìm quầy của American Airlines ở đâu? [toh-ee ko te teem kwur-ee koo-a american airlines er dur-oo]

dessert món tráng miệng [mon trang mee-eng]
 ▸ what desserts do you have? ở đây có những món tráng miệng gì? [er dur-ee ko nyerng mon trang mee-eng zee]

dessert wine rượu ngọt tráng miệng [rer-er-oo ngot trang mee-eng]
 ▸ can you recommend a good dessert wine? theo bạn loại rượu ngọt tráng miệng nào ngon? [teo ban lway rer-er-oo ngot trang mee-eng nao ngon]

detour đường tránh [der-erng tran]
 ▸ is there a detour ahead? phía trước có đường tránh không? [fee-a ter-erk ko der-erng tran khohng]

develop rửa [rer-a]

▸ how much does it cost to develop a roll of 36 photos? rửa một cuộn phim ba mươi sáu kiểu hết bao nhiêu tiền? [rer-a moht koo-oon feem ba mer-er-ee sao kee-e-oo het bao nyee-e-oo tee-en]

diabetic bị tiểu đường [bee tee-e-oo der-erng] ♦ bệnh nhân tiểu đường [ben nyurn tee-e-oo der-erng]

▸ I'm diabetic and I need a prescription for insulin tôi bị tiểu đường và cần đơn thuốc mua insulin [toh-ee bee tee-e-oo der-erng va kurn dern too-ohk moo-a insooleen]

diarrhea tiêu chảy [tee-e-oo chay]

▸ I'd like something for diarrhea tôi muốn mua thuốc chữa tiêu chảy [toh-ee moo-ohn moo-a too-ohk cher-a tee-e-oo chay]

difference *(in price, cost)* chênh lệch [chen lek]

▸ will you pay the difference? bạn có trả phần chênh lệch không? [ban ko tra furn chen lek khohng]

difficult khó [kho]

▸ I find some sounds difficult to pronounce tôi thấy một số âm khó phát âm [th-ee tur-ee moht soh urm kho fat urm]

difficulty khó khăn [kho khan]

▸ I'm having difficulty finding the place tôi gặp khó khăn khi tìm địa điểm [oh-ee gap kho khan khee teem dee-a dee-em]

digital camera máy ảnh kỹ thuật số [may an kee too-urt soh]

▸ my digital camera's been stolen máy ảnh kỹ thuật số của tôi bị lấy cắp [may an kee too-urt soh koo-a toh-ee bee lur-ee kap]

dining room phòng ăn [fong an]

▸ do you have to have breakfast in the dining room? bạn có phải ăn sáng trong phòng ăn không? [ban ko fay an sang trong fong an khohng]

dinner bữa tối [ber-a tur-ee]

▸ up to what time do they serve dinner? họ mới phục vụ bữa tối đến mấy giờ? [ho mer-ee fook voo ber-a tur-ee den mur-ee zer]

direct đi thẳng [dee tang]

▸ is that train direct? đó có phải là chuyến tàu đi thẳng không? [do ko fay la choo-en tao dee tang khohng]

direction hướng [her-erng]

▸ am I going in the right direction for the train station? tôi có đang đi đúng hướng ga tàu không? [toh-ee ko dang dee doong her-erng den ga tao khohng]

directory assistance tổng đài chỉ dẫn [turng day chee zurn]

▸ what's the number for directory assistance? số điện thoại của tổng đài chỉ dẫn là gì? [soh dee-en tway koo-a tohng day chee zurn la zee]

dirty *(room, tablecloth)* bẩn [burn]
- the sheets are dirty mấy tấm ga giường này bị bẩn [mur-ee turm ga zer-rng na bee burn]

disability tàn tật [tan turt]
- do you have facilities for people with disabilities? bạn có các thiết bị phục vụ người tàn tật không? [ban ko kak tee-et bee fook voo nger-er-ee tan turt khohng]

disabled tàn tật [tan turt]
- where's the nearest disabled parking spot? chỗ đỗ xe cho người tàn tật gần nhất nằm ở đâu? [choh do she cho nger-er-ee tan turt gurn nyurt nam er dur-oo]

disco *(club)* sàn nhảy [san nyur-ee]
- are there any discos around here? có sàn nhảy nào quanh đây không? [ko san nyur-ee nao kwan dur-ee khohng]

discount giảm giá [zam za]
- is there any chance of a discount? có được giảm giá chút nào không? [ko der-erk zam za choot nao khohng]

dish *(plate)* đĩa [dee-a]; *(food)* món ăn [mon an] ◆ **dishes** chén bát [chen bat] bát đĩa [at dee-a]
- what's the dish of the day? món ăn của ngày là gì? [mon an koo-a ngay la zee]
- can I help you with the dishes? tôi có thể giúp bạn rửa chén bát được không? [toh-ee ko te zoop ban rer-a chen bat der-erk khohng]

disposable dùng một lần [zoong moht lurn]
- I need some disposable razors tôi cần mấy cái dao cạo dùng một lần [toh-ee kurn mur-ee kay zao kao zoong moht lurn]
- do you sell disposable cameras? bạn có bán máy ảnh dùng một lần không? [ban ko may an zoong moht lurn khohng]

distance khoảng cách [khwang kak]
- the hotel is only a short distance from here chỉ có một khoảng cách ngắn từ đây về khách sạn [chee ko moht khwang kak ngan ter dur-ee ve khak san]

district *(of town)* quận [kwurn]
- which district do you live in? bạn sống ở quận nào? [ban sohng er kwurn nao]

dive lặn [lan]
- can we do a night dive? *(scuba diving)* chúng tôi có thể lặn vào buổi tối không? [choong toh-ee ko te lan vao boo-oh-ee toh-ee khohng]

diving *(scuba diving)* lặn [lan]
- I'd like to take diving lessons tôi muốn học một khóa lặn [toh-ee moo-ohn hok moht khwa lan]
- do you rent out diving equipment? bạn có cho thuê các thiết bị lặn không? [ban ko cho too-e kak tee-et bee lan khohng]

diving board cầu nhảy [kur-oo nhay]
- is there a diving board? có cầu nhảy không? [ko kur-oo nyay khohng]

dizzy spell chóng mặt [chong mat]
- I've been having dizzy spells tôi hay bị chóng mặt [toh-ee hay bee chong mat]

do *(perform action)* làm [lam]; *(cover distance)* xem [sem]
- what do you do for a living? bạn làm gì để kiếm sống? [ban lam zee de kee-em sohng]
- is there anything I can do (to help)? tôi có thể làm gì (giúp) bạn không? [toh-ee co te lam zee (zoop) ban khohng]
- what are you doing tonight? bạn định làm gì tối nay? [ban deen lam zee toh-ee nay]
- what is there to do here on Sundays? ở đây có gì làm vào Chủ nhật không? [er dur-ee ko zee lam vao choo nyurt khohng]

doctor bác sỹ [bak see]
- I have to see a doctor tôi phải gặp bác sỹ [oh-ee fay gap bak see]

dollar đô la [doh la]
- I'd like to change some dollars into dong tôi muốn đổi tiền đô la sang tiền đồng [toh-ee moo-ohn doh-ee tee-en doh la sang tee-en dohng]

door cửa [ker-a]
- do you want me to answer the door? bạn có muốn tôi ra mở cửa không? [ban ko moo-ohn toh-ee ra mer ker-a khohng]

dormitory *(in youth hostel; for students)* ký túc xá [kee took sa]
- are you staying in the dormitory? bạn ở trong ký túc xá à? [ban er trong kee took sa a]

double hai [hay] ♦ gấp đôi [gurp doh-ee]
- it's spelled with a double 'l' từ này đánh vần hai chữ `lờ' [ter nay dan vurn hai cher ler]
- prices have doubled since last year giá cả tăng gấp đôi so với năm ngoái [za ka tang gurp doh-ee so ver-ee nam ngoo-ay]

double bed giường đôi [zer-erng doh-ee]
- does the room have a double bed? phòng có giường đôi không? [fong ko zer-erng doh-ee khohng]

double room phòng đôi [fong doh-ee]
- I'd like a double room for five nights, please làm ơn cho tôi đặt một phòng đôi cho năm tối [lam ern cho toh-ee dat moht fong doh-ee cho nam toh-ee]

downtown trung tâm [troong turm] ♦ khu trung tâm [khoo troong turm]
- we're looking for a good downtown hotel chúng tôi đang tìm một khách sạn tốt ở trung tâm [choong toh-ee dang teem moht khak san toht er troong turm]
- does this bus go downtown? xe buýt có đi vào khu trung tâm không? [se boo-eet ko dee vao khoo troong turm khohng]

driving

Driving at night is especially dangerous and drivers should exercise extreme caution. Roads are poorly lit and road signs are minimal. Buses and trucks often travel at high speed with bright lights that are rarely dimmed. Vehicles of all types often stop in the road without any illumination, and livestock are likely to be encountered. Motorcyclists and bicyclists should wear helmets. Vehicle passengers should use seatbelts in cars or taxis. The Vietnamese government has mandated the use of motorcycle helmets on major roads leading to large urban centers. Penalties for driving under the influence of alcohol or causing an accident resulting in injury or death can include fines, confiscation of driving permits or imprisonment.

draft beer bia tươi [bee-a ter-er-ee]
> a draft beer, please làm ơn cho một cốc bia tươi [lam ern cho moht kohk bee-ter-er-ee]

dream giấc mơ [zurk mer] ◆ mơ thấy [mer tur-ee] ◆ mơ [mer]
> to have a dream có một giấc mơ [ko moht zak mer]
> I dreamt (that)... tôi mơ rằng [toh-ee mer rang]

drink đồ uống [oh oo-ohng] ◆ uống [oo-ohng]
> I'll have a cold drink tôi dùng đồ uống lạnh [toh-ee zoong doh oo-ohng lan]
> I could do with a drink tôi chỉ cần một đồ uống [toh-ee chee kurn moht doh oc ohng]
> what kind of hot drinks do you have? bạn có loại đồ uống nóng gì? [ban k loo-a-ee doh oo-ohng nong zee]
> shall we go for a drink? chúng ta đi uống gì chứ? [choong ta dee oo-ohng zee cher]
> can I buy you a drink? tôi có thể mua cho bạn đồ uống gì không? [toh-ee k te moo-a cho ban doh oo-ohng zee khohng]

drinking water nước uống [ner-erk oo-ohng]
> I'm looking for bottled drinking water tôi đang tìm nước uống đóng cha [toh-ee dang teem ner-erk oo-ohng dong chay]

drive (in vehicle) đi bằng xe [dee bang se] ◆ (vehicle) lái xe [lay se]
> is it a long drive? đi bằng xe có lâu không? [dee bang se ko lur-oo khohng]
> could you drive me home? bạn có thể lái xe đưa tôi về nhà không? [ban ko te lay se der-a toh-ee ve nya khohng]
> she was driving too close to the car in front cô ấy lái xe quá gần với chiếc xe đằng trước [koh ur-ee lay se kwa gum ver-ee chee-ek se dang trer-erk]

driver's license

International driver's licenses are not accepted in Vietnam. Therefore, there are no car rental companies such as Hertz and Avis etc. However, it is quite easy to hire a car and driver for excursions and day trips. Hotels and tourist cafés can usually take care of this. You will find that few drivers will speak any English, therefore, make sure you tell the hotel/café exactly where you want to go.

driver người lái xe [nger-er-ee lay se]
▸ the other driver wasn't looking where he was going người lái xe kia không nhìn đường cẩn thận trong khi lái [nger-er-ee lay se kee khohng nyeen der-erng kurn tum trong khee lay]

driver's license bằng lái [bang lay]
▸ can I see your driver's license? cho tôi xem bằng lái của bạn? [cho toh-ee sem bang lay koo-a ban]

drop (of liquid) giọt [zot]; (small amount) một chút [moht choot] ◆ (let fall) làm rơi [lam rer-ee]; (let out of vehicle) cho xuống [cho xoo-ohng]
▸ could I just have a drop of milk? làm ơn cho tôi một chút sữa? [lam ern cho toh-ee moht choot ser-a]
▸ I dropped my scarf tôi làm rơi khăn quàng cổ [toh-ee lam rer-ee khan kwang koh]
▸ could you drop me off at the corner? làm ơn cho xuống ở góc đường? [lam ern cho soo-ohng er gok der-erng]

drop off (let out of vehicle) cho xuống [cho xoo-ohng]
▸ could you drop me off here? làm ơn cho xuống đây được không? [lam ern cho soo-ohng dur-ee der-erk khohng]

drown chết đuối [chet doo-oh-ee]
▸ he's drowning: somebody call for help anh ấy đang chết đuối: gọi người đến cứu [an ur-ee dang chet doo-oh-ee goy nger-ee den ker-oo]

at the drugstore

▸ I'd like something for a headache/a sore throat/diarrhea tôi muốn mua thuốc chữa đau đầu/ đau họng/tiêu chảy [toh-ee moo-ohn moo-a too-ohk cher-a dao dur-oo/dao hong/tee-e-oo chay]
▸ I'd like some aspirin/some Band-Aids® tôi muốn mua thuốc aspirin/băng dán vết thương [toh-ee moo-ohn moo-a too-ok aspeereen/bang dan vet ter-erng]
▸ could you recommend a doctor? làm ơn giới thiệu một bác sỹ cho tôi? [lam ern zer-ee tee-e-oo moht bak see cho toh-ee]

drugstore cửa hàng thuốc [ker-a hang too-ohk]
  ▸ where is the nearest drugstore? cửa hàng thuốc gần nhất nằm ở đâu? [ker-a hang too-ohk gurn nyurt nam er dur-oo]; see box on p. 49

drunk say [say]
  ▸ he's very drunk anh ấy quá say [an ur-ee kwa say]

dry khô [khoh]; *(climate)* hanh khô [han khoh]
  ▸ a small glass of dry white wine một cốc rượu chát trắng nhỏ [moht kohk rer-ew oo chat trang nyo]
  ▸ where can I put my towel to dry? tôi có thể phơi khô khăn tắm ở đâu? [toh-ee ko te fer-ee khoh khan tam er der-oo]

dry cleaner's tiệm giặt là khô [tee-em zat la khoh]
  ▸ is there a dry cleaner's nearby? có tiệm giặt là khô nào gần đây không? [ko tee-em zat la khoh nao gurn dur-ee khohng]

dryer *(for laundry)* máy sấy [may sur-ee]
  ▸ is there a dryer? có máy sấy không? [ko may sur-ee khohng]

dub *(movie)* lồng tiếng [lohng tee-eng]
  ▸ do they always dub English-language movies? họ có luôn luôn lồng tiếng cho phim tiếng Anh không? [ho ko loo-ohn loo-ohn tee-eng cho feem tee-eng an khohng]

during trong suốt [trong soo-oht]
  ▸ is there restricted parking during the festival? có hạn chế đỗ xe trong suốt thời gian lễ hội không? [ko han che doh se trong soo-oht ter-ee zan le hoh-ee khohng]

duty *(tax)* thuế [too-e]
  ▸ do I have to pay duty on this? tôi có phải trả thuế cho cái này không? [toh-ee ko fay tra too-e cho cay nay khohng]

duty-free shop cửa hàng miễn thuế [ker-a hang mee-en too-e]
  ▸ where are the duty-free shops? cửa hàng miễn thuế nằm ở đâu? [ker-a hang mee-en too-e nam er dur-oo]

DVD đĩa hình DVD [dee-a heen de ve de]
  ▸ can I play this DVD in the States? liệu tôi có bật được đĩa hình DVD này ở Mỹ không? [lee-e-oo toh-ee ko burt der-erk dee-a heen de ve de nay er mee khohng]

e

ear tai [tay]
- I have a ringing in my ears tôi bị ù tai [toh-ee bee oo tay]

earache đau tai [dao tay]
- he has an earache anh ấy bị đau tai [an ur-ee bee dao tay]

ear infection nhiễm trùng tai [nyee-em troong tay]
- I think I have an ear infection tôi nghĩ rằng tôi bị nhiễm trùng tai [toh-ee ngee rang toh-ee bee nyee-em troong tay]

early *(before the expected time)* sớm [serm]; *(in the day)* sáng sớm [sang serm]; *(at the beginning)* ban đầu [ban dur-oo]
- is there an earlier flight? có chuyến bay nào sớm hơn không? [ko choo-en bay nao serm hern khohng]
- we arrived early chúng tôi đến nơi sớm [choong toh-ee den ner-ee serm]
- I'll be leaving early in the morning sáng mai tôi sẽ đi sớm [sang may toh-ee se dee serm]

Easter lễ Phục sinh [le fook seen]
- Happy Easter! chúc mừng lễ Phục sinh! [chook merng le fook seen]

easy dễ [ze]
- is it easy to use? có dễ sử dụng không? [ko ze ser zoong khohng]
- I'd like something easy to carry tôi muốn cái gì dễ cầm [toh-ee moo-ohn kay zee ze kurm]

eat ăn [an]
- I'm afraid I don't eat meat xin lỗi tôi không ăn thịt [seen loh-ee toh-ee khohng an teet]
- where can we get something to eat? chúng tôi có thể mua thức ăn ở đâu? [choong toh-ee ko te moo-a terk an er dur-oo]

economy (class) hạng tiết kiệm [hang tee-et kee-em] ♦ ghế hạng tiết kiệm [ge hang tee-et kee-em]
- are there any seats in economy class? còn chỗ nào trong hạng tiết kiệm không? [kon choh nao trong hang tee-et kee-em khohng]
- I'd prefer to go economy tôi thích đi hạng tiết kiệm hơn [toh-ee teek dee hang tee-et kee-em hern]

egg trứng [trerng]
- I'd like my eggs sunny side up, please tôi muốn trứng chiên có lòng đỏ ở trên [toh-ee moo-ohn trerng cheen ko long do er tren]; see box on p. 52

e ei

eggs

Fertilized duck eggs (hột vịt lộn) are a local delicacy eaten with
Vietnamese mint and salt and pepper. Stuffed omelet (bánh khoái or
bánh xèo), sometimes described as Vietnam's version of the taco, is today
probably the best-known dish from Hue. Stuffed omelet is made with rice
flour and flavored with cumin and is fried until deliciously crispy around the
edges in pans over charcoal burners. It is filled with little mounds of
pounded pork, shrimps, a few bean sprouts and some mashed green
beans, and then folded over.

eight tám [tam]
  ‣ there are eight of us chúng tôi có tám người [choong toh-ee ko tam nger-er-ee]

electric heater máy sưởi điện [may ser-er-ee dee-en]
  ‣ do you have an electric heater? bạn có máy sưởi điện không? [ban ko may ser-er-ee dee-en khohng]

electricity điện [dee-en]
  ‣ there's no electricity in the room trong phòng không có điện [trong fong khohng ko dee-en]

electric razor, electric shaver máy cạo râu điện [may kao rur-oo dee-en]
  ‣ where can I plug in my electric razor? tôi có thể cắm máy cạo râu điện ở đâu? [yoh-ee ko te kam may kao rur-oo dee-en er dur-oo]

elevator thang máy [tang may]
  ‣ is there an elevator? có thang máy ở đây không? [ko tang may er dur-ee khohng]
  ‣ the elevator is out of order thang máy bị hồng [tang may bee hong]

eleven mười một [mer-er-ee moht]
  ‣ there are eleven of us chúng tôi có mười một người [choong toh-ee ko mer-er-ee moht nger-er-ee]

e-mail thư điện tử [ter dee-en ter]
  ‣ I'd like to send an e-mail tôi muốn gửi thư điện tử [toh-ee moo-ohn ger-ee ter dee-en ter]
  ‣ where can I check my e-mail? tôi có thể xem hộp thư điện tử ở đâu? [toh-ee ko te sem hohp ter dee-en ter er dur-oo]

e-mail address địa chỉ e-mail [dee-a chee ee mel]
  ‣ do you have an e-mail address? bạn có địa chỉ e-mail không? [ban ko dee-a chee ee mel khohng]

emergency cấp cứu [kurp ker-oo]
  ‣ it's an emergency! đây là trường hợp cấp cứu! [dur-ee la trer-erng herp kurp ker-oo]

▸ what number do you call in an emergency? số điện thoại cấp cứu là gì? [soh dee-en too-ay kurp ker-oo la zee]

emergency brake phanh tay [fan tay]

▸ I'm sure I put the emergency brake on tôi chắc là tôi đã cài phanh tay [toh-ee chak la toh-ee da kay fan tay]

emergency cord dây gọi cấp cứu [zyr-ee goy kurp ker-oo]

▸ someone's pulled the emergency cord có ai đó đã kéo dây gọi cấp cứu [ko ay do keo zure-ee goy kurp ker-oo]

emergency exit cửa thoát hiểm [ker-a too-at hee-em]

▸ remember that the nearest emergency exit may be behind you *(on plane)* nhớ rằng cửa thoát hiểm có thể ở phía sau bạn [nher rang ker-a too-at hee-em ko te er fee-a sao ban]

emergency room phòng cấp cứu [fong kurp ker-oo]

▸ I need to go to the emergency room right away tôi cần phải đến phòng cấp cứu ngay lập tức [toh-ee kurn fay den fong kurp ker-oo ngay lurp terk]

emergency services dịch vụ cấp cứu [zeek voo kurp ker-oo]

▸ do you a have a listing of emergency services numbers? bạn có danh mục số điện thoại của các dịch vụ cấp cứu không? [ban ko dan mook soh dee-en too-ay koo-a kak deek voo kurp ker-oo khohng]

end *(conclusion, finish)* kết thúc [et took]

▸ at the end of July cuối tháng Bảy [koo-oh-ee tang bay]

engine động cơ [dohng ker]

▸ the engine is making a funny noise động cơ có tiếng động lạ [dohng ker ko tee-eng dohng la]

English Anh [an] ♦ *(language)* tiếng Anh [tee-eng an]

▸ I'm English tôi là người Anh [toh-ee la nger-er-ee an]

▸ how do you say that in English? từ đó tiếng Anh nói thế nào? [ter do tee-eng an noy te nao]

▸ do you understand English? bạn có hiểu tiếng Anh không? [ban ko hee-e-oo tee-eng an khohng]

enjoy ngon [ngon]

▸ to enjoy oneself vui [voo-ee]

▸ enjoy your meal! chúc ngon miệng! [chook ngon mee-eng]

▸ did you enjoy your meal? bạn ăn có ngon miệng không? [ban an ko ngon mee-eng khohng]

enough đủ [doo]

▸ I don't have enough money tôi không có đủ tiền [toh-ee khohng ko doo tee-en]

▸ that's enough! thế là đủ! [te la doo]

‣ no thanks, I've had quite enough không, cảm ơn, tôi no rồi [khohng kam er̃n toh-ee no roh-ee]

enter *(type in)* ấn [urn]
‣ do I enter my PIN number now? tôi ấn số pin bây giờ nhé? [toh-ee urn soh peen bur-ee zer nye]

entrance lối vào [loh-ee vao]
‣ where's the entrance to the railway station? lối vào nhà ga ở đâu? [loh-ee vao nya ga er dur-oo]

entry *(to place)* cửa vào [ker-a vao]
‣ entry to the exhibit is free vào cửa triển lãm không mất tiền [vao ker-a tee-en lam khohng murt tee-en]

envelope phong bì [fong bee]
‣ I'd like a pack of envelopes tôi muốn mua một tập phong bì [toh-ee moo-ohn moo-a moht turp fong bee]

equipment thiết bị [tee-et bee]
‣ do you provide the equipment? bạn có cung cấp thiết bị không? [ban koh koong kurp tee-et bee khohng]

escalator thang cuốn [tang koo-ohn]
‣ is there an escalator? có thang cuốn không? [ko tang koo-ohn khohng]

evening tối [toh-ee]; *(expressing duration)* buổi tối [boo-oh-ee toh-ee]
‣ why don't we meet up this evening? chúng ta gặp nhau tối nay nhé? [choong ta gap nyao toh-ee nay nye]
‣ in the evening *(of every day)* buổi tối [boo-oh-ee toh-ee]

event *(cultural)* sự kiện [ser kee-en]
‣ what's the program of events? chương trình sự kiện như thế nào? [cher-erng treen ser kee-en nyer te nao]

ever *(at any time)* đã từng [da terng]; *(before now)* đã bao giờ [da bao zer]
‣ have you ever been to Boston? bạn đã bao giờ đến Boston chưa? [ban da bao zer den boston cher-a]

everything tất cả [turt ka]
‣ that's everything, thanks chỉ có thế thôi, cảm ơn [chee ko te toh-ee, kam ern]
‣ we didn't have time to see everything chúng tôi không có thời gian để xem hết được [choong toh-ee khohng ko ter-ee zan de sem het der-erk]

excess baggage hành lý quá cân [han lee kwa kurn]
‣ what's your policy on excess baggage? quy định đối với hành lý quá cân là gì? [kwee deen doh-ee ver-ee han lee kwa kurn la zee]

exchange đổi [doh-ee]
‣ I'd like to exchange this T-shirt tôi muốn đổi chiếc áo phông này [toh-ee moo-ohn doh-ee chee-ek ao fong nay]

currency exchange

Cash and traveler's checks can be changed at exchange desks in big hotels and at authorized foreign exchange banks in the main cities.

exchange rate tỷ giá [tee za]
- what is today's exchange rate? tỷ giá ngày hôm nay là bao nhiêu? [tee za hohm nay la bao nyee-e-oo]

excursion chuyến tham quan [choo-en tam kwan]
- I'd like to sign up for the excursion on Saturday tôi muốn đăng ký cho chuyến tham quan vào ngày thứ Bảy [toh-ee moo-ohn dang kee cho choo-en tam kwan vao ngay ter bay]

excuse *(behavior, person)* xin lỗi [seen loh-ee]
- excuse me? *(asking for repetition)* cái gì cơ? [kay zee ker]
- excuse me! xin lỗi [seen loh-ee]; *(expressing disagreement)* thông cảm [tong kam]
- you'll have to excuse my (poor) Vietnamese bạn phải thông cảm với vốn tiếng Việt (nghèo nàn) của tôi [ban fay tong kam ver-ee vohn tee-eng vee-et (nge-o nan) koo-a toh-ee]

exhaust ống xả [ohng sa]
- the exhaust is making a strange noise ống xả có âm thanh lạ quá [ohng sa ko urm tan la kwa]

exhausted *(tired)* kiệt sức [kee-et serk]
- I'm exhausted tôi bị kiệt sức [toh-ee bee kee-et serk]

exhibit triển lãm [tree-en lam]
- I'd like a ticket for the contemporary exhibit tôi muốn mua vé xem triển lãm đương đại [toh-ee mooohn moo-a-ve sem tree-en lam der-erng day]
- is this ticket valid for the exhibit too? vé này cũng vào được triển lãm chứ? [ve nay koong vao der-erk tree-en lam cher]

exit lối ra [loh-ee ra]
- where's the exit? lối ra ở đâu? [loh-ee er dur-oo]
- is it far to the next exit? đến lối ra tiếp theo có xa không? [den loh-ee ra tee-ep teo ko sa khohng]

expect *(baby, letter)* mong chờ [mong cher]
- I'll be expecting you at eight o'clock at... tôi sẽ chờ bạn vào lúc tám giờ tại [toh-ee se cher ban vao look tam zer tay]
- when do you expect it to be ready? bạn nghĩ bao giờ thì xong? [ban ngee bao zer tee song]

expensive đắt [dat]
- do you have anything less expensive? bạn có gì rẻ hơn không? [ban ko zee re hern khohng]

expire *(visa)* hết hạn [het han]
- my passport has expired hộ chiếu của tôi hết hạn [hoh chee-e-oo koo-a toh-ee het han]

explain giải thích/chỉ [zay teek/chee]
- please explain how to get to the airport làm ơn chỉ cho tôi đường đến sân bay [lam ern chee cho toh-ee der-erng den san bay]
- can you explain what this means? bạn có thể giải thích cho tôi điều này có nghĩa gì? [ban ko te zay teek cho toh-ee dee-e-oo nay ko ngee-a zee]

express (train) tốc hành [tohk han]
- how long does it take by express train? đi tàu tốc hành mất bao lâu? [dee tao tohk han murt bao lao]

extension *(phone line)* máy lẻ [may le]
- could I have extension 358, please? làm ơn cho tôi gọi máy lẻ ba năm tám? [lam ern cho toh-ee goy may le ba nam tam]

extra thêm [tem]
- is it possible to add an extra bed? đặt thêm một giường nữa có được không? [dat tem moht zer-erng ner-a ko der-erk khohng]
- would it be possible to stay an extra night? ở thêm một đêm có được không? [er tem moht dem ko der-erk khohng]

extra charge tiền thu thêm [tee-en too tem]
- what would the extra charge be for this service? dịch vụ này thu thêm bao nhiêu tiền? [zeek voo nay too tem bao nyee-e-oo tee-en]
- at no extra charge không thu thêm tiền [khohng too tem tee-en]

eye mắt [mat]
- she has blue eyes cô ấy có đôi mắt xanh [koh ur-ee ko doh-ee mat san]
- can you keep an eye on my bag for a few minutes? bạn có thể để mắt trông cái túi của tôi vài phút được không? [ban ko te de mat trong kai too-ee koo-a toh-ee vay foot der-erk khohng]

eye drops thuốc nhỏ mắt [too-ohk nyo mat]
- do you have any eye drops? bạn có thuốc nhỏ mắt không? [ban ko too-ohk nyo mat khohng]

eye shadow phấn mắt [furn mat]
- is this the only eye shadow you've got? bạn chỉ có loại phấn mắt này thôi à? [ban chee ko loo-ay furn mat nay toh-ee a]

eyesight mắt nhìn [mat nyeen]
- I don't have very good eyesight mắt tôi nhìn không tốt lắm [mat toh-ee nyeen khohng toht lam]

f

ce *(of person)* khuôn mặt [khoo-ohn mat]
the attacker had a broad face kẻ tấn công có khuôn mặt to [ke turn kohng ko khoo-ohn mat to]

cilities thiết bị [tee-et bee]
what kind of exercise facilities do you have here? ở đây bạn có những loại thiết bị tập thể dục nào? [er dur-ee ban ko nyerng lway tee-et bee turp te zook nao]
do you have facilities for people with disabilities? bạn có thiết bị dành cho người tàn tật không? [ban ko tee-et bee zan cho nger-er-ee tan turt khohng]
are there facilities for children? có thiết bị dành cho trẻ em không? [ko tee-et bee zan cho tre em khohng]

nt ngất xỉu [ngurt see-oo]
I fainted twice last week tuần trước tôi ngất xỉu hai lần [too-urn trer-erk toh-ee ngurt see-oo hay lurn]

r *(person, situation)* công bằng [kohng bang]; *(price)* đúng giá/giá phải **ăng** [doong za/za fay chang]; *(hair)* vàng hoe [vang hwe]; *(skin, complexion)* **ng** [trang]
this isn't a fair price cái này không đúng giá [kay nay khohng doong za]
it's not fair! không công bằng! [khohng kohng bang]

l ngã [nga]
I fell on my back tôi ngã ngửa người [toh-ee nga nger-a nger-er-ee]

nily bà con [ba kon]
do you have any family in the area? bạn có bà con nào ở đây không? [ban ko ba kon nao er dur-ee khohng]; see box on p. 58

n quạt [kwat]

'face'

As with many other Asian nations, the concept of `face' is extremely important to the Vietnamese. Face is a tricky concept to explain but can be roughly described as a quality that reflects a person's reputation, dignity, and prestige. It is possible to lose face, save face or give face to another person. Companies as well as individuals can have face or lose face. For foreigners it is important to be aware that you may unintentionally cause a loss of face so it is important to pay attention to your words and actions.

family

Vietnamese life revolves around the family. The Vietnamese family consists of the nuclear as well as the extended family. It is not uncommon for three generations to be living together under one roof. In Confucian tradition, the father is the head of the family and it is his responsibility to provide food, clothing and shelter and make important decisions. When the parents are old, children have a responsibility to care for them. In Confucian tradition it is believed that after someone dies their spirit lives on. Descendents will 'worship' their ancestors to ensure their good favor and many houses have a small altar for this purpose.

▸ how does the fan work? quạt này dùng như thế nào? [kwat nay zoong nye nao]

far *(in distance, time)* xa [sa]
▸ am I far from the village? tôi có ở xa ngôi làng không? [toh-ee ko er sa ngoh lang khohg]
▸ is it far to walk? đi bộ có xa không? [dee boh ko sa khohng]
▸ is it far by car? đi ô tô có xa không? [dee oh yoh ko sa khohng]
▸ how far is the market from here? từ đây đi chợ bao xa? [ter dur-ee dee c bao se]
▸ far away/off *(in distance, time)* ở xa [er sa]
▸ so far cho đến nay [cho den nay]

fast nhanh [nyan]
▸ please don't drive so fast làm ơn đừng lái nhanh quá [lam ern derng lay n kwa]
▸ to be fast *(watch, clock)* chạy nhanh [chay nyan]
▸ my watch is five minutes fast đồng hồ của tôi chạy nhanh năm phút [doh hoh koo-a toh-ee chay nyan nam fat]

fat *(in diet)* chất béo [churt beo]
▸ it's low in fat có ít chất béo [ko eet churt beo]

father bố [boh], ba [ba]
▸ this is my father đây là bố tôi [dur-ee la boh toh-ee], đây là ba tôi [dur-ee la toh-ee]

fault *(responsibility)* lỗi [loh-ee]
▸ it was my fault đó là do lỗi của tôi [do la zo loh-ee koo-a toh-ee]

favor *(kind act)* làm ơn giúp [lam ern zoop]
▸ can I ask you a favor? làm ơn giúp tôi được không? [lam ern zoop toh-ee erk khohng]

fi **f**

favorite ưa thích [er-a teek] ♦ sở thích [ser teek]
  it's my favorite book đây là quyển sách tôi ưa thích [dur-ee la koo-en sak toh-ee er-a teek]

feather lông [lohng]
  are these feather pillows? đây có phải gối làm bằng lông không? [dur-ee ko fay goh-ee lam bang lohng khohng]

February tháng Hai [tang hay]
  February 8th ngày mùng tám tháng Hai [ngay moong tam tang hay]

feed cho ăn [cho an]
  where can I feed the baby? tôi có thể cho con ăn ở đâu? [toh-ee ko te cho con an er dur-oo]

feel *(touch)* sờ [ser]; *(sense)* cảm thấy [kam tur-ee]
  I can't feel my feet chân tôi không còn cảm giác/chân tôi bị tê [churn toh-ee khohng kon kam zak/churn toh-ee bee te]
  I don't feel well tôi cảm thấy không được khỏe [toh-ee kam tur-ee khohng der-erk khwe]

ferry phà [fa]
  when does the next ferry leave? khi nào chuyến phà tới rời bến? [khee nao choo-en fa rer-ee ben]

ferry terminal bến phà [ben fa]
  which way is the ferry terminal? tới bến phà đi đường nào? [ter-ee ben fa dee der-erng nao]

festival lễ hội [le hoh-ee]
  when is the local festival? lễ hội địa phương diễn ra khi nào? [le hoh-ee dee-a fer-erng zee-en ra khee nao]; see box on p. 60

fever cơn sốt [kern soht]
  the baby's got a fever em bé bị sốt [em be bee soht]

few ít [eet] ♦ **a few** một vài [moht vay]
  there are few sights worth seeing around here xung quanh đây ít cảnh đáng để xem [soong kwan dur-ee eet kan dang de sem]
  we're thinking of staying a few more days chúng tôi định ở đây thêm một vài ngày nữa [choong toh-ee deen er dur-ee tem moht vay ngay ner-a]
  I spent a month in France a few years ago cách đây ít năm, tôi có ở tại Pháp một tháng [kak dur-ee eet nam toh-ee ko er tay fap moht tang]

fifth thứ năm [ter nam] ♦ *(gear)* số năm [soh nam]
  I can't get it into fifth tôi không thể vào số năm được [toh-ee khohng te vao soh nam der-erk]

filling *(in a tooth)* cái trám [kay tram]
  one of my fillings has come out một cái trám trong răng tôi bị rơi ra [moht kay tram trong rang toh-ee bee rer-ee ra]

festivals

Vietnam is a country of festivals. Hundreds of local festivals celebrate all aspects of life and history within the country. Many festivals coincide with specific events in the agricultural cycles (e.g. first planting, harvesting, etc.). Indeed, festivals most often occur in the Spring when the harvesting has been completed or when the rice transplanting season is over. Important national holiday festivals include Tết Trung Thu (Mid-Fall Festival) and Tết Táo Quân (Kitchen God's Celestial Journey Festival).

fill up đổ đầy [doh dur-ee] ◆ điền [dee-en]
 ▶ fill it up, please làm ơn đổ đầy [lam ern doh dur-ee]

film *(for camera)* cuộn phim [koo-ohn feem] ◆ quay phim [kway feem]
 ▶ I'd like to have this film developed tôi muốn rửa cuộn phim này [toh-ee mo ohn rer-a koo-ohn feem nay]
 ▶ do you have black-and-white film? bạn có phim đen trắng không? [ban feem den trang khohng]
 ▶ is filming allowed in the museum? có được phép quay phim trong bảo tàn không? [ko der-erk kway feem trong bao tang khohng]

find tìm [teem]; *(lost object)* tìm thấy [teem tur-ee]
 ▶ has anyone found a watch? có ai đó tìm thấy một đồng hồ đeo tay khôn [ko ay do teem tur-ee moht dohng hoh deo tay khohng]
 ▶ where can I find a doctor on a Sunday? tôi có thể tìm gặp bác sỹ ở đâu và ngày Chủ nhật? [toh-ee ko te teem gap bak see er dur-oo vao ngay choo nyurt]

find out tìm ra [teem ra]
 ▶ I need to find out the times of trains to Ho Chi Minh city tôi cần phải tìm giờ tàu đi thành phố Hồ Chí Minh [toh-ee kurn fay teem ra zer tao dee tan foh h chee meen]

fine *(in health etc.)* khỏe [khwe] ◆ tiền phạt [tee-en fat]
 ▶ fine thanks, and you? tôi khỏe, cảm ơn, còn bạn thì sao? [toh-ee khwe kam e kon ban tee sao]
 ▶ how much is the fine? tiền phạt bao nhiêu? [tee-en fat bao nyee-e-oo]

finger ngón tay [ngon tay]
 ▶ I've cut my finger tôi vừa mới bị đứt ngón tay [toh-ee ver-a mer-ee bee dert ng tay]

finish xong [song]
 ▶ can we leave as soon as we've finished our meal? chúng ta có thể đi nga sau khi ăn xong không? [choong ta ko te dee ngay sao khee an song khohng]

fish

Despite the effects of Agent Orange Vietnamese waters are still rich in fish. Fish sauce nước mắm is to Vietnamese cooking what salt is to Western and soy sauce to Chinese cooking. It is commonly used as seasoning for cooking and dipping seafood and other Vietnamese foods. To make pure fish sauce, fresh anchovy fish is selected and mixed with salt by using a traditional process. Fermentation is started once a year, during the fishing season. After about three months in the barrel, liquid drips from an open spigot, and poured back into the top of the barrel. After about six months the fish sauce is ready.

fire lửa [ler-a]; *(out of control)* hỏa hoạn [hwa hwan]
  ▸ to make a fire đốt lửa [dot ler-a]
  ▸ on fire *(forest, house)* hỏa hoạn [hwa hwan]

fire department cứu hỏa [ker-oo hwa]
  ▸ call the fire department! gọi cứu hỏa ngay! [go-ee ker-oo hwa ngay]

fireworks pháo hoa [fao hwa]
  ▸ what time do the fireworks start? mấy giờ bắt đầu bắn pháo hoa? [mir-ee zer bat dur-ee ban fao hwa]

first thứ nhất [ter nyurt] ◆ *(before all others)* đầu tiên [dur-oo tee-en]; *(class)* hạng nhất [hang nyurt]
  ▸ it's the first time I've been here đây là lần đầu tiên tôi tới đây [dur-ee la lurn dur-oo tee-en toh-ee ter-ee dur-ee]
  ▸ you have to take the first left after the lights bạn rẽ trái ngay sau đèn giao thông [ban re tray ngay sao den zao tong]
  ▸ put it into first vào số một [vao soh moht]

first-aid kit bộ dụng cụ sơ cứu [boh zoong koo ser ker-oo]
  ▸ do you have a first-aid kit? bạn có bộ dụng cụ sơ cứu không? [ban ko boh zoong koo ser ker-oo khohng]

first class hạng nhất [hang nyurt] ◆ ghế hạng nhất [ge hang nyurt]
  ▸ are there any seats in first class? còn vé hạng nhất không? [kon ve hang nyurt khohng]
  ▸ I prefer to travel first class tôi muốn đi hạng nhất [toh-ee moo-ohn dee hang nyurt]

fish cá [ka]
  ▸ I don't eat fish tôi không ăn cá [toh-ee khohng an ka]

fishing permit giấy phép câu cá [zay fep kur-oo ka]
  ▸ do you need a fishing permit to fish here? bạn có cần giấy phép câu cá ở đây không? [ban ko kurn zay fep kur-oo er dur-ee khohng]

fit *(of laughter, tears)* cơn [kern] ♦ *(be correct size for)* vừa [ver-e] ♦ *(be correct size)* đúng cỡ [doong ker]

> I think she's having some kind of fit tôi nghĩ cô ấy đang bị động kinh [toh-ee ngee koh ur-ee dang bee dohng keen]
> those pants fit you better cái quần này vừa bạn hơn [kay kwurn nay ver-a ban hern]
> the key doesn't fit in the lock chìa không vừa khóa [chee-a khohng ver-a khwa]
> we won't all fit around one table chúng ta không ngồi vừa một bàn [choong ta khohng ngur-ee ver-a moht ban]

fit in *(go in)* ngồi vừa [ngur-ee ver-a] ♦ *(put in)* đặt vừa [dat ver-a]

> I can't get everything to fit in my suitcase vali của tôi không chứa hết được [valee koo-a toh-ee khohng cher-a het der-erk]
> how many people can you fit in this car? bao nhiêu người ngồi vừa xe này [bao nyee-e-oo nger-er-ee ngoh-ee ver-a se nay]

fitting room phòng thử đồ [fong ter doh]

> where are the fitting rooms? phòng thử đồ ở đâu? [fong ter doh er dur-oo]

five năm [nam]

> there are five of us chúng tôi có năm người [choong toh-ee ko nam nger-ee]

fix sửa [ser-a]

> where can I find someone to fix my bike? tôi cần tìm người sửa xe đạp ở đâu? [toh-ee kurn teem nger-er-ee ser-a se dap er dur-oo]

fixed price giá cố định [za koh deen]

> do taxis to the airport charge a fixed price? tắc xi đi sân bay có lấy giá cố định không? [tak see dee surn bay ko lur-ee za koh deen khohng]

flash đèn flash [den flash]

> I'd like some batteries for my flash tôi muốn mua pin cho đèn flash [toh-ee moo-ohn moo-a peen cho den flash]

flash photography chụp ảnh có đèn flash [hoop heen ko den flash]

> is flash photography allowed here? ở đây được phép chụp ảnh có đèn flash không? [er dur-ee der-erk fep choop an ko den flash khohng]

flat *(tire)* xịt [seet]

> the tire's flat lốp xịt [lohp seet]

flavor *(of food)* mùi vị [moo-ee vee]; *(of ice cream, yogurt)* vị [vee]

> I'd like to try a different flavor of ice cream tôi muốn thử một vị kem khác [toh-ee moo-ohn ter moht vee kem khak]

flight chuyến bay [choo-en bay]

> how many flights a day are there? mỗi ngày có bao nhiêu chuyến bay [moh-ee ngay bao nyee-e-oo choo-en bay]

flowers

The best known flowers in Vietnam are the peach flower, the apricot flower, the orchid, the lotus and the water lily. The peach flower (hoa đào) is the symbol of Tết in the north, and the yellow apricot flower (hoa mai) is its counterpart in the South. The lotus is classified as one of the four gentlemanly flowers along with pine, bamboo, and chrysanthemum. The lotus is also classified as one of the tứ quí (four seasons), which comprise apricot (spring), lotus (summer), chrysanthemum (fall), and bamboo (winter). Water lilies (hoa súng), which often grow wild in ponds and lakes, are classified into two species: lotus water lilies, planted in lakes around pagodas and imperial palaces; and wild water lilies, found in ponds, with a white or violet flower.

▸ what time is the flight? chuyến bay bay lúc mấy giờ? [choo-en bay bay look mur-ee zer]

flight of stairs cầu thang [kur-oo tang]

▸ your room's up that flight of stairs phòng bạn ở trên cầu thang kia [fong ban er tern kur-oo tang kee-a]

floor *(story)* tầng [turng]

▸ which floor is it on? ở tầng mấy? [er turng mur-ee]

▸ it's on the top floor ở tầng trên cùng [er turng tren koong]

flower hoa [hwa]

▸ do you sell flowers? bạn có bán hoa không? [ban ko ban hwa khohng]

flower tea chè/trà thảo dược [che/tra tao zer-erk]

▸ I'd like a flower tea cho tôi một cốc chè/trà thảo dược [cho toh-ee moht kohk che/tra tao zer-erk]

flower tea

Lotus tea is made in an old traditional way. To have the finest lotus tea, lotus flowers must be picked when they have just bloomed and are fresh. Jasmine tea is made by harvesting the jasmine flowers during the day and storing them in a cool place until night. One kilogram of jasmine flowers is needed for one kilogram of jasmine tea. Both processes are done by hand to transmit the natural scent into the teas. The quality of jasmine tea is determined by the quality of green tea used as its base and the effectiveness of the scenting.

foot

Never point the bottoms of your feet towards any person or image of Buddhist statues. The feet are regarded as the least holy part of the body and this gesture is seen as disrespectful.

flu cúm [koom]
▸ I'd like something for flu tôi muốn mua thuốc cảm cúm [toh-ee moo-ohn moo too-ohk kam koom]

flush dội nước [zoh-ee ner-erk] ◆ *(toilet)* giật nước [zurt ner-erk]
▸ the toilet won't flush toi lét không giật nước được [toy let khohng zurt ner-e der-erk]

fog sương mù [ser-erng moo]
▸ is there a lot of fog today? hôm nay trời có nhiều sương mù không? [hoh nay trer-ee ko nyee-e-oo ser-erng moo khohng]

food đồ ăn [doh an]
▸ is there someplace to buy food nearby? có nơi nào gần đây để mua đồ ă không? [ko ner-ee nyao gurn dur-ee de moo-a doh an khohng]
▸ the food here is excellent đồ ăn ở đây rất tuyệt [doh an er dur-ee rurt too-et

food cart *(on train, plane)* xe phục vụ ăn uống [se fook voo an oo-ohng]
▸ is there food cart service on this train? tàu này có xe phục vụ ăn uốn không? [taonay ko se fook voo an oo-ohng khohng]

food section *(in store)* khu thực phẩm [khoo terk furm]
▸ where's the food section? khu thực phẩm nằm ở đâu? [khoo terk furm nam dur-oo]

foot chân [churn]
▸ on foot đi bộ [dee boh]

for *(expressing purpose, function)* để [de]; *(indicating direction, destination* đến [den]; *(indicating duration)* trong [trong]; *(since)* từ khi [ter khee]
▸ what's that for? để làm gì? [de lam zee]
▸ the flight for Hue chuyến bay đến Huế [choo-en bay den hwe]
▸ is this the right train for Hanoi? đây có phải chuyến tàu đến Hà nội không [dure-ee ko fay choo-en tao den ha noh-ee khohng]
▸ I'm staying for two months tôi sẽ ở đây hai tháng [toh-ee se er dur-ee ha tang]
▸ I've been here for a week tôi đã ở đây một tuần [toh-ee da er dur-ee moht too urn]
▸ I need something for a cough tôi cần thuốc ho [toh-ee kurn too-ohk ho]

foreign *(country, language)* ngoại [ngway]
▸ I don't speak any foreign languages tôi không nói được ngoại ngữ nào [toh-ee khohng noy der-erk ngway nger nao]

foreign currency ngoại tệ [ngway te]
▸ do you change foreign currency? bạn có đổi ngoại tệ không? [ban ko dur-ee ngway te khohng]

foreigner người ngoại quốc [nger-er-ee ngway koo-ohk]
▸ as a foreigner, this custom seems a bit strange to me là người ngoại quốc, tôi thấy phong tục này hơi lạ [la nger-er-ee ngway koo-ohk toh-ee tur-ee fong took nay her-ee la]

forever mãi mãi [may may]
▸ our money won't last forever tiền của chúng ta không tồn tại được mãi mãi [tee-en koo-a choong ta khohng tohn tay der-erk may may]

fork dĩa/nĩa [zee-a/ne-a]
▸ could I have a fork? làm ơn cho tôi một cái dĩa? [lam ern cho toh-ee moht kay zee-a]

forward gửi chuyển tiếp [ger-ee choo-en tee-ep]
▸ can you forward my mail? bạn có thể gửi chuyển tiếp thư lại cho tôi được không? [ban ko te ger-ee choo-en tee-ep ter lay cho toh-ee der-erk khohng]

four bốn [bohn]
▸ there are four of us chúng tôi có bốn người [choong toh-ee ko bohn nger-er-ee]

fourth thứ tư [ter ter] ♦ *(gear)* số bốn [soh bohn]
▸ it's hard to get it into fourth khó vào số bốn [kho vao soh bohn]

four-wheel drive xe hai cầu [se hay cur-oo]
▸ I'd like a four-wheel drive tôi muốn một chiếc xe hai cầu [toh-ee moo-ohn moht chee-ek se hay cur-oo]

fracture vết nứt [vet nert]
▸ is it a hairline fracture? có phải là vết nứt nhỏ xíu không? [ko fay la vet nert nyo see-oo khohng]

free *(offered at no charge)* không mất tiền [khohng murt tee-en]; *(not occupied)* trống [trohng]; *(available)* rỗi [roh-ee]
▸ is it free? không mất tiền à? [khohng murt tee-en a]
▸ is this seat free? ghế này còn trống không? [ge nay kon trohng khohng]
▸ are you free on Thursday evening? bạn có rỗi vào tối thứ Năm không? [ban ko roh-ee vao toh-ee ter nam khohng]

freeway đường cao tốc [der-erng kao tohk]
▸ what is the speed limit on freeways? tốc độ giới hạn trên đường cao tốc là bao nhiêu? [tohk doh zer-ee han tren der-erng kao tohk la bao nyee-e-oo]

> how do I get onto the freeway? làm cách nào để vào được đường cao tốc [lam kak nao de vao der-erk dr-erng kao tohk]

freezing (cold) *(room, day)* lạnh (cóng) [lan (kong)]
> I'm freezing (cold) tôi đang lạnh cóng [toh-ee dang lan kong]

frequent thường xuyên [ter-erng soo-en]
> how frequent are the trains to the city? thường bao lâu có tàu chạy vào thành phố? [ter-erng bao lur-oo ko tao chay vao tan foh]

fresh *(food)* tươi [ter-er-ee]
> I'd like some fresh orange juice cho tôi một ít nước cam tươi [cho toh-ee moht eet ner-erk kam ter-er-ee]

freshly *(ironed)* vừa mới [ver-a mer-ee]
> freshly squeezed orange juice nước cam vừa mới vắt [ner-erk kam ver-a mer-ee vat]

Friday thứ Sáu [ter sao]
> we're arriving/leaving on Friday chúng tôi sẽ đến/đi vào ngày thứ Sáu [choong toh-ee se den/dee vao ngay ter sao]

fried egg trứng rán/chiên [trerng ran/chee-en]
> I'd like a fried egg cho tôi một quả trứng rán [cho toh-ee moht kwa terng ran]

friend bạn [ban]
> are you with friends? anh/chị đi với bạn à? [an/chee dee ver-ee ban a]
> I've come with a friend tôi đến cùng một người bạn [toh-ee den koong moht nger-er-ee ban]
> I'm meeting some friends tôi sẽ gặp một vài người bạn của tôi [toh-ee se gap moht vay nger-er-ee ban koo-a toh-ee]

from từ [ter]
> I'm from the United States tôi từ Mỹ tới [toh-ee ter mee ter-ee]
> how many flights a day are there from Hanoi to Ho Chi Minh City? mỗi ngày có bao nhiêu chuyến bay từ Hà Nội đi thành phố Hồ Chí Minh? [moh-ee ngay ko bao nyee-e-oo choo-en bay ter ha noh-ee dee tan foh hoh chee meen]

front *(of train)* phía đầu [fee-a dur-oo] ♦ **in front** phía trước [fee-a trer-erk]
in front of trước [trer-erk]
> I'd like a seat toward the front of the train cho tôi một ghế về phía đầu đoàn tàu [cho toh-ee moht ge ve fee-a dur-oo do-an tao]
> the car in front braked suddenly chiếc xe phía trước phanh gấp [chee-ek se fee-a trer-erk fan gurp]
> I'll meet you in front of the museum tôi sẽ gặp bạn trước bảo tàng [toh-ee se gap ban trer-erk bao tang]

fruit

A wide variety of fruit is available in Vietnam in season – durian (sầu riêng), jackfruit (mít), lychee (quả vải), longan (nhãn), rambutan (mận gai), mango (quả xoài), mangosteen (măng cục), soursop (măng cầu xiêm), water apple (mận), watermelon (quả dưa hấu), langsat (bòn bon), acerola (sơ-ri), sapodilla (xa-cu chê/xa pô chê), pomelo (bưởi), Spondias cytherea (trái cóc), star apple, (vú sữa), persimmon (trái hồng).

front door cửa trước [ker-a trer-erk]

▶ which is the key to the front door? mở cửa trước bằng chìa khóa nào? [mer ker-a tere-erk bang chee-a khwa nao]

▶ the front door is closed cửa trước bị đóng [ker-a ter-erk bee dong]

frozen *(person)* lạnh cóng [lan kong]; *(pipes)* đóng băng [dong bang]

▶ I'm absolutely frozen tôi lạnh cóng hoàn toàn [toh-ee lan kong hwan twan]

▶ the lock is frozen khóa bị đóng băng [khwa bee dong bang]

frozen food thực phẩm đông lạnh [terk furm dohng lan]

▶ is that all the frozen food you have? bạn chỉ có từng này thực phẩm đông lạnh thôi à? [ban chee ko terng nay terk furm dohng lan thoh-ee a]

fruit trái cây [tray kay]

▶ I'd like to buy some fruit? tôi có thể mua một ít trái cây được không? [toh-ee ko te moo-a moht eet tray kur-ee der-erk khohng]

fruit juice nước trái cây [ner-erk tray kury-ee]

▶ what types of fruit juice do you have? bạn có những loại nước trái cây nào? [ban ko nyerng loo-ay ner-erk tray kur-ee nao]

full *(hotel, restaurant, train)* hết chỗ [het choh]; *(with food)* no [no]

▶ is it full? hết chỗ chưa? [het choh cher-a]

▶ I'm quite full, thank you cảm ơn, tôi khá no rồi [kam ern toh-ee kha no roh-ee]

full up *(with food)* no [no]

▶ I'm full up tôi no rồi [toh-ee no roh-ee]

fun *(pleasure, amusement)* vui [voo-ee]

▶ we had a lot of fun chúng tôi rất vui [choong toh-ee rurt voo-ee]

g

gallery *(for art)* phòng trưng bày [fong trerng bay]
- what time does the gallery open? phòng trưng bày mở cửa mấy giờ? [fong treng bay mer ker-a mur-ee zer]

game *(fun activity)* trò chơi [tro cher-ee]; *(of sport)* trận [trurn]
- do you want to play a game of tennis tomorrow? bạn có muốn chơi mộ trận quần vợt ngày mai không? [ban ko moo-ohn cher-ee moht trurn kwurn ve ngay may khohng]

garage *(for car repair)* tiệm sửa ô tô [tee-em ser-a oh toh]
- is there a garage near here? gần đây có tiệm sửa ô tô nào không? [gurn dui ee ko tee-em ser-a oh toh nao khong]
- could you tow me to a garage? làm ơn kéo xe tôi đến tiệm sửa ô tô đượ không? [lam ern keo se toh-ee den tee-em ser-a oh toh der-erk khohng]

garbage can thùng rác [toong rak]
- where is the garbage can? thùng rác nằm ở đâu? [toong rak nam er dur-oo]

gas *(for vehicle)* xăng [sang]; *(for domestic use)* ga [ga]; *(for medical use)* kh tê [khee]
- where can I get gas? tôi có thể mua xăng ở đâu? [toh-ee ko te moo-a sang e dur-oo]
- I've run out of gas xe tôi hết xăng [se toh-ee het sang]

gas pump bơm xăng [berm sang]
- how do you use this gas pump? bơm xăng này sử dụng như thế nào? [berm sang nay ser zoong nyer te nao]

gas station cây xăng [cur-ee sang]
- where can I find a gas station? cây xăng ở đâu? [kur-ee sang er dur-oo]

gas stove bếp ga [bep ga]
- do you have a gas stove we could borrow? bạn có bếp ga cho chúng tô mượn không? [ban ko bep ga cho choong toh-ee mer-ern khohng]

gas tank thùng xăng [toong sang]
- the gas tank is leaking thùng xăng này bị xì [toong sang nay bee see]

gate *(of a garden, a town)* cổng [kohng]; *(at an airport)* cửa [ker-a]
- where is Gate 2? cửa số hai nằm ở đâu? [ker-a soh hay nam er dur-oo]

gear *(of a car, a bike)* số [soh]
- how many gears does the bike have? xe máy của bạn có bao nhiêu số? [se may koo-a ban ko bao nyee-e-oo soh]

get *(obtain)* tìm [teem]; *inf (understand)* hiểu [hee-e-oo] ♦ *(make one's way)* đến [den]

▸ where can we get something to eat this time of night? chúng tôi có thể tìm đồ ăn giờ này ban đêm ở đâu? [choong toh-ee ko te teem doh an zer nay ban dem er dur-oo]

▸ I can't get it into reverse tôi không thể vào số lùi được [toh-ee khohng re vao soh loo-ee der-erk]

▸ now I get it bây giờ tôi hiểu được rồi [bur-ee zer toh-ee hee-e-oo der-erk roh-ee]

▸ I got here a month ago tôi đến đây cách đây một tháng [toh-ee den dur-ee kak dur-ee moht tang]

▸ can you get there by car? có thể lái xe đến đó không? [ko te lay se den do khohng]

▸ how can I get to... làm thế nào để đến...? [lam te nao de den]

▸ could you tell me the best way to get to the Ho Chi Minh Mausoleum? làm ơn chỉ cho tôi đường ngắn nhất đến lăng Bác Hồ [lam ern chee cho toh-ee der-erng ngan nyurt den lang bak hoh]

▸ how do we get to Terminal 2? muốn đến ga số hai thì đi đường nào? [moo-ohn den ga soh hay tee dee der-erng nao]

get back *(money)* đòi lại [doy lay]

▸ I just want to get my money back tôi chỉ muốn đòi lại tiền [toh-ee chee moo-ohn doy lay tee-en]

get back onto *(road)* quay lại [kway lay]

▸ how can I get back onto the freeway? làm thế nào để quay lại đường cao tốc? [lam te nao de kway lay der-erng kao tohk]

get in *(arrive)* đến [den]; *(gain entry)* vào [vao] ♦ *(car)* cho vào [cho vao]

▸ what time does the train get in to Hanoi? tàu đến Hà Nội lúc mấy giờ? [tao den ha noh-ee look mur-ee zer]

▸ what time does the flight get in? chuyến bay đến lúc mấy giờ? [choo-en bay den look mur-ee zer]

▸ do you have to pay to get in? vào có mất tiền không? [vao ko mat tee-en khohng]

get off *(bus, train, bike)* xuống [soo-ohng]; *(road)* ra khỏi [ra khoy] ♦ đi [dee]

▸ where do we get off the bus? xuống xe buýt ở đâu? [soo-ohng se boo-eet er dur-oo]

▸ where do I get off the freeway? ra khỏi đường cao tốc ở đâu? [ra khoy der-erng kao tohk er dur-oo]

get on *(train, bus, plane)* lên [len]

▸ which bus should we get on to go downtown? chúng tôi phải lên xe buýt nào để đi trung tâm? [choong toh-ee fay len se boo-eet nao de dee troong turm]

get past đi qua [dee kwa]

‣ sorry, can I get past, please? xin lỗi, làm ơn cho tôi đi qua? [seen loh-ee la ern cho toh-ee dee kwa]

get up *(in morning)* dậy [zur-ee]
‣ I got up very early tôi dậy rất sớm [toh-ee zur-ee rurt serm]

gift-wrap gói quà [goy kwa]
‣ could you gift-wrap it for me? làm ơn gói quà giúp tôi? [lam ern goy kwa zo toh-ee]

girl *(young female)* cô gái [koh gay]; *(daughter)* con gái [kon gay]
‣ who is that girl? cô gái đó là ai? [koh gay do la ay]
‣ I've got two girls tôi có hai con gái [toh-ee ko hay kon gay]

girlfriend bạn gái [ban gay]
‣ is she your girlfriend? cô ấy là bạn gái của bạn à? [koh ur-ee la ban gay koo ban a]

give cho [cho]
‣ I can give you my e-mail address tôi có thể cho bạn địa chỉ email của t [toh-ee ko te cho ban dee-a chee emel koo-a toh-ee]
‣ can you give me a hand? làm ơn giúp tôi một tay được không? [lam ern zo toh-ee moht tay der-erk khohng]

glass *(material)* gương [ger-erng]; *(for drinking)* ly [lee] ✦ **glasses** kính [kee
‣ can I have a clean glass? cho tôi một cái ly sạch? [cho toh-ee moht kay lee sa
‣ would you like a glass of champagne? dùng một ly sâm panh nhé? [zoo moht lee surm pan nye]
‣ I've lost my glasses tôi bị mất kính [toh-ee bee murt keen]

glove găng tay [gang tay]
‣ I've lost a brown glove tôi bị mất một găng tay màu nâu [toh-ee bee murt tay mao nur-oo]

go *(move, vehicle, travel)* chạy [chay]; *(depart)* đi [dee]; *(lead)* dẫn tới [zun ter-e
‣ where can we go for breakfast? chúng tôi có thể đi ăn sáng ở đâu? [choo toh-ee te dee an sang er dur-oo]
‣ where does this path go? con đường này dẫn tới đâu? [kon der-erng nay zu ter-ee dur-oo]
‣ I must be going tôi phải đi [toh-ee fay dee]
‣ we're going home tomorrow ngày mai chúng tôi sẽ về nhà [ngay may choo toh-ee se ve nya]

go away *(person)* đi [dee]; *(pain)* hết [het]
‣ go away and leave me alone! đi đi và để tôi yên! [dee dee va de toh-ee yer

go back *(return)* trở về [trer ve]
‣ we're going back home tomorrow chúng tôi sẽ trở về nhà ngày mai [choo toh-ee se trer ve nya ngay may]

go down *(stairs)* bước xuống [ber-erk soo-ohng]; *(street)* đi xuống [dee soo-ohng]
▶ go down that street and turn left at the bottom đi xuống đến cuối phố đó thì rẽ trái [dee soo-ohng den koo-oh-ee foh do tee re tray]

gold *(metal)* vàng [vang]
▶ is it made of gold? cái này làm bằng vàng à? [kay nay lam bang vang a]

golf gôn [gohn]
▶ I play golf tôi chơi gôn [toh-ee cher-ee gohn]

golf club gậy đánh gôn [gur-ee dan gohn]
▶ where can I rent golf clubs? tôi có thể thuê gậy đánh gôn ở đâu? [toh-ee ko te too-e gur-ee dan gohn er dur-oo]

golf course sân gôn [surn gohn]
▶ is there a golf course nearby? có sân gôn nào gần đây không? [ko surn gohn nao gurn dur-ee khohng]

good giỏi [zoy]; *(high-quality)* tốt [toht]
▶ this isn't a very good restaurant nhà hàng này không tốt lắm [nya hang nay khohng toht lam]
▶ you're really good at cooking! bạn nấu ăn rất giỏi! [ban nur-oo an rurt zoy]
▶ we had a good time chúng tôi có một thời gian rất vui [choong toh-ee ko moht ter-ee zan rurt voo-ee]

good afternoon xin chào (buổi chiều) [seen chao (boo-oh-ee chee-e-oo)]
▶ good afternoon! isn't it a beautiful day? xin chào! hôm nay trời đẹp nhỉ? [seen chao hohm nay ter-ee dẹp nyee]

goodbye tạm biệt [tam bee-et]
▶ I'd better say goodbye now tôi phải chào tạm biệt bây giờ thôi [toh-ee fay chao tam bee-et bur-ee zer toh-ee]

good evening xin chào (buổi tối) [seen chao (boo-oh-ee toh-ee)]
▶ good evening! how are you tonight? xin chào! tối nay bạn khỏe không? [seen chao toh-ee nay ban khwe khohng]

good morning xin chào (buổi sáng) [seen chao (boo-oh-ee sang)]
▶ good morning! how are you today? xin chào! hôm nay bạn khỏe không? [seen chao hohm nay ban khwe khohng]

good night *(when leaving)* chào [chao]; *(when going to bed)* chúc ngủ ngon [chook ngoo ngon]
▶ I'll say good night, then chúc ngủ ngon [chook ngoo ngon]

go out *(leave house)* rời [rer-ee]; *(socially)* đi [dee]; *(on date)* đi gặp [dee gap]; *(tide)* xuống [soo-ohng]
▶ what's a good place to go out for a drink? có nơi nào hay để đi uống nhỉ? [ko ner-ee nao hay de dee oo-ohng nyee]
▶ the tide's going out thủy triều đang xuống [too-ee tree-e-oo dang soo-ohng]

grapefruit bưởi [ber-er-ee]
- ▶ I'll just have the grapefruit xin cho tôi bưởi [seen cho toh-ee ber-er-ee]

great *(very good)* tuyệt vời [too-et ver-ee]
- ▶ that's great! tuyệt vời! [too-et ver-ee]
- ▶ it was really great! thật tuyệt vời! [turt too-et ver-ee]

green xanh lá cây [san la kur-ee]
- ▶ the green one cái màu xanh lá cây [kay mao san la kur-ee]

grocery store cửa hàng thực phẩm [ker-a hang terk furm]
- ▶ is there a grocery store around here? có cửa hàng thực phẩm nào gần đấ
  không? [ko ker-a hang terk furm nao gurn dur-ee khohng]

group nhóm [nyom]
- ▶ there's a group of twelve of us nhóm chúng tôi có mười hai người [nuo
  choong toh-ee ko mer-er-ee hay nger-er-ee]
- ▶ are there reductions for groups? có giảm giá cho khách nhóm không? [
  zam za cho khak nyom khohng]

group rate giá vé tập thể [za ve turp te]
- ▶ are there special group rates? có dành giá đặc biệt cho vé tập thể không
  [ko zan za dak bee-et cho ve turp te khohng]

guarantee *(for purchased product)* bảo hành [bao han]
- ▶ it's still under guarantee nó vẫn trong thời gian bảo hành [no vurn trong ter-
  zan bao han]

guesthouse nhà nghỉ [nya ngee]
- ▶ we're looking for a guesthouse for the night chúng tôi đang tìm nhà nghỉ ch
  đêm nay [choong toh-ee dang teem nya ngee cho dem nay]

guide *(person)* hướng dẫn viên [her-erng zurn vee-en]; *(book)* sách hướng dẫ
[sak her-erng zurn]
- ▶ does the guide speak English? hướng dẫn viên có nói được tiếng Ar
  không? [her-erng zurn vee-en ko noy der-erk tee-eng an khohng]

guidebook sách hướng dẫn [sak her-erng zurn]
- ▶ do you have a guidebook in English? bạn có sách hướng dẫn bằng tiế
  Anh không? [ban ko sak her-erng zurn bang tee-eng an khohng]

guided tour tua có hướng dẫn viên [too-a ko her-erng zurn vee-en]
- ▶ what time does the guided tour begin? mấy giờ tua có hướng dẫn viên b
  đầu? [mur-ee zer too-a ko her-erng zurn vee-en bat dur-oo]
- ▶ is there a guided tour in English? có tua hướng dẫn bằng tiếng Anh không
  [ko too-a her-erng zurn bang tee-eng an khohng]
- ▶ are there guided tours of the museum? có tua hướng dẫn trong bảo tàn
  không? [ko too-a her-erng zurn trong bao tang khohng]

h

hair tóc [tok]
- she has short hair cô ấy tóc ngắn [koh ur-ee tok ngan]
- he has red hair tóc anh ấy màu đỏ [tok an ur-ee mao do]

hairbrush bàn chải tóc [ban chay tok]
- do you sell hairbrushes? bạn có bán bàn chải tóc không? [ban ko ban ban chay tok khohng]

hairdryer máy sấy tóc [may sur-ee tok]
- do the rooms have hairdryers? phòng có máy sấy tóc không? [fong ko may sur-ee tok khohng]

hair salon tiệm làm tóc [tee-em lam tok]
- does the hotel have a hair salon? khách sạn có tiệm làm tóc không? [khak san ko tee-em lam tok khohng]

half nửa [ner-a]
- shall we meet in half an hour? chúng ta có thể gặp nhau nửa tiếng nữa không? [choong ta ko te gap nyao ner-a tee-eng ner-a khohng]
- it's half past eight bây giờ là tám rưỡi [bur-ee zer la tam rer-er-ee]

ham giăm bông [zam bohng]
- I'd like five slices of ham cho tôi năm lát giăm bông [cho toh-ee nam lat zam bohng]

hand tay [tay]
- where can I wash my hands? tôi có thể rửa tay ở đâu? [toh-ee ko te rer-a tay er dur-oo]

handbag túi xách [too-ee sak]
- someone's stolen my handbag ai đó đã lấy mất túi xách của tôi [ai do da lur-ee murt too-ee sak koo-a toh-ee]

hand baggage hành lý xách tay [han lee sak tay]
- I have one suitcase and one piece of hand baggage tôi có một vali và một hành lý xách tay [toh-ee ko moht valee va moht han lee sak tay]

handkerchief khăn mùi xoa [khan moo-ee so-a]
- do you have a spare handkerchief? bạn còn cái khăn mùi xoa nào nữa không? [ban kon kay khan moo-ee swa nao ner-a khohng]

handle tay nắm [tay nam]
- the handle's broken tay nắm bị vỡ [tay nam bee ver]

handmade làm bằng tay [lam bang tay]
- is this handmade? cái này được làm bằng tay à? [kay nay der-erk lam bang tay]

happen xảy ra [say ra]
- what happened? có chuyện gì xảy ra thế? [ko choo-en zee say ra te]
- these things happen những việc như thế này vẫn thường xảy ra [nyerng vee-ek nyer te nay vurn ter-erng say ra]

happy *(not sad)* vui lòng [voo-ee long]; *(satisfied)* hài lòng [hay long]
- I'd be happy to help tôi rất vui lòng được giúp [toh-ee rurt voo-ee long der-erk zoop]
- Happy Birthday! Chúc mừng sinh nhật! [chook merng sen nyurt]
- Happy New Year! Chúc mừng năm mới! [chook merng nam mer–ee]

hat mũ [moo]
- I think I left my hat here tôi nghĩ là tôi đã bỏ quên mũ ở đây [toh-ee ngee toh-ee da bo kwen moo er dur-ee]

hate ghét [get]
- I hate golf tôi ghét môn gôn [toh-ee get mohn gohn]

have có [ko] ♦ *(be obliged)* phải [fay]
- do you have any bread? bạn có bánh mỳ không? [ban ko ban mee khohng]
- do you have them in red? bạn có cái nào màu đỏ không? [ban ko kay nao mao do khohng]
- he has brown hair anh ấy có mái tóc nâu [an ur-ee ko may tok nur-oo]
- where should we go to have a drink? chúng ta đi đâu để uống cái gì nhỉ? [choong ta dee dur-oo de oo-ohng kay zee nyee]
- I have to be at the airport by six (o'clock) tôi phải có mặt ở sân bay trước sáu giờ [toh-ee fay ko mat er sum bay ter-erk sao zer]
- we have to go chúng tôi phải đi [choong toh-ee fay dee]

head *(of a person)* đầu [dur-oo]; *(of a shower)* vòi [voy]
- I hit my head when I fell tôi bị đập đầu khi ngã [toh-ee bee duro dur-oo khee nga]
- The shower head is broken vòi hoa sen bị hỏng [voy hwa sen bee hong]

headache đau đầu [dao dur-oo]
- I've got a headache tôi bị đau đầu [toh-ee bee dao dur-oo]
- do you have anything for a headache? bạn có thuốc đau đầu không? [ban ko too-ohk dao dur-oo khohng]

headlight đèn pha [den fa]
- one of my headlights got smashed một chiếc đèn pha xe tôi bị vỡ [moht chee-ek den fa se toh-ee bee ver]

headphones tai nghe [tay nge]
- did you find my headphones? bạn có tìm thấy tai nghe của tôi không? [ban ko teem tur-ee tay nge koo-a toh-ee khohng]

health sức khỏe [serk khwe]
- in good/poor health có sức khỏe tốt/tồi [ko serk khwe toht/toh-ee]

hear nghe [nge]; *(learn of)* nghe nói [nge noy]
- I've heard a lot about you tôi được nghe nói rất nhiều về bạn [toh-ee der-erk nge noy rurt nyee-e-oo ve ban]

heart trái tim [tray tem]
- he's got a weak heart anh ấy bị yếu tim [an ur-ee bee ye-oo teem]

heart attack nhồi máu cơ tim [nyoh-ee mao ker teem]
- he had a heart attack anh ấy bị nhồi máu cơ tim [an ur-ee bee nyoh-ee mao ker teem]
- I nearly had a heart attack! tôi suýt bị nhồi máu cơ tim! [toh-ee soo-eet bee nhoh-ee mao ker teem]

heart condition bệnh tim [ben teem]
- to have a heart condition bị bệnh tim [bee ben teem]

heat *(hot quality)* sốt dẻo [soht zeo]; *(weather)* nóng [nong]; *(for cooking)* nóng sốt [nong soht]
- there's no heat from the radiator in my room sưởi trong phòng tôi không nóng [ser-er-ee trong fong toh-ee khohng nong]

heating hệ thống sưởi [he tohng ser-er-ee]
- how does the heating work? hệ thống sưởi hoạt động như thế nào? [he tohng serer-ee hwat dohng nyer te nao]

heavy nặng [nang]
- my bags are very heavy mấy cái túi của tôi rất nặng [mur-ee kay too-ee koo-a toh-ee rurt nang]

heel *(of a foot)* gót chân [got churn]; *(of a shoe)* gót giầy [got zur-ee]
- can you put new heels on these shoes? bạn có thể làm gót giầy mới cho tôi không? [ban ko te lam got zur-ee mer-ee cho toh-ee khohng]

hello *(as a greeting)* xin chào [seen chao]; *(on the phone)* alô [aloh]
- hello, is this...? alô, đó có phải là...? [aloh do ko fay la]

helmet mũ bảo hiểm [moo bao hee-em]
- do you have a helmet you could lend me? bạn có mũ bảo hiểm nào cho tôi mượn không? [ban ko moo bao hee-em nao cho toh-ee mer-ern khohng]

help *(assistance)* giúp đỡ [zoop der]; *(emergency aid)* cứu giúp [ker-oo zoop] ♦ cứu [ker-oo]
- help! cứu với! [ker-oo ver-ee]
- go and get help quickly! đi tìm người cứu giúp nhanh lên! [dee teem nger-er-ee ker-oo zoop nyan len]
- thank you for your help xin cảm ơn sự giúp đỡ của bạn! [seen kam ern ser zoop der koo-a ban]

- could you help me? làm ơn giúp tôi được không? [lam ern zoop toh-ee der-erk khohng]
- could you help us push the car? làm ơn giúp tôi đẩy chiếc xe này? [lam ern zoop toh-ee dur-ee chee-ek se nay]
- let me help you with that để tôi giúp bạn [de toh-ee zoop ban]
- could you help me with my bags? bạn có thể mang giúp tôi mấy cái túi không? [ban ko te mang zoop toh-ee mur-ee kay too-ee khohng]

here *(in this place)* ở đây [er dur-ee]; *(to this place)* đến đây [den dur-ee] ◆ *(giving)* đây là [dur-ee la]

- I've been here two days tôi đã ở đây hai ngày rồi [toh-ee da er dur-ee hay ngay roh-ee]
- I came here three years ago tôi đến đây cách đây ba năm [toh-ee den dur-ee kak dur-ee ba nam]
- are you from around here? bạn ở gần đây à? [ban er gurn dur-ee a]
- I'm afraid I'm a stranger here myself tôi e rằng tôi cũng là người lạ ở đây [toh-ee e rang toh-ee koong la nger-er-ee la er dur-ee]
- it's five minutes from here ở cách đây năm phút [er kak dur-ee nam foot]
- here is/are... đây là [dur-ee la]
- here are my passport and ticket đây là hộ chiếu và vé của tôi [dur-ee la hoh chee-e-oo va ve koo-a toh-ee]

hi *inf* chào [chao]

- hi, I'm Julia chào, tôi là Julia [chao toh-ee la julia]

high beam pha [fa]

- put your lights on high beam bạn hãy chuyển sang đèn pha đi [ban hay choo-en sang den fa dee]

high chair ghế cao [ge kao]

- could we have a high chair for the baby? làm ơn cho chúng tôi một cái ghế cao cho em bé? [lam ern cho choong toh-ee moht kay ge kao cho em be]

high season mùa đông khách [moo-a dohng khak]

- is it very expensive in the high season? vào mùa đông khách có đắt lắm không? [vao moo-a dohng khak ko dat lam khohng]

high tide thủy triều lên [too-ee tree-e-oo len]

- what time is high tide? thủy triều lên lúc mấy giờ? [too-ee tree-e-oo len look mur-ee zer]

hike đi bộ dã ngoại [dee boh za ngway]

- are there any good hikes around here? quanh đây có chỗ nào đi bộ dã ngoại hay không? [kwan dur-ee ko choh nao dee boh za ngway hay khohng]

hiking đi bộ dã ngoại [dee boh za ngway]

- to go hiking đi bộ dã ngoại [dee boh za ngway]

▸ are there any hiking trails? có đường đi bộ dã ngoại không? [ko der-erng dee boh za ngway]

hiking boot giày đi bộ dã ngoại [zay dee boh za ngway]

▸ do you need to wear hiking boots? có cần mang giày đi bộ dã ngoại không? [ko kurn mang zay dee boh za ngway khohng]

hitchhike đi nhờ xe [dee nyer se]

▸ we hitchhiked here chúng ta đi nhờ xe từ đây [choong ta dee nyer se ter dur-ee]

holiday ngày nghỉ [ngay ngee]

▸ is tomorrow a holiday? ngày mai là ngày nghỉ à? [ngay may la ngay ngee a]

home nhà [nya]

▸ to stay at home ở nhà [er nya]

▸ we're going home tomorrow ngày mai chúng tôi sẽ về nhà [ngay may choong toh-ee se ve nya]

homemade làm tại nhà [lam tay nya]

▸ is it homemade? cái này làm tại nhà à? [kay nay lam tay nya a]

hood *(of car)* nắp ca pô [nap ka poh]

▸ I've dented the hood tôi làm móp nắp ca pô [toh-ee lam mop nap ka poh]

horrible *(weather, day)* khủng khiếp [khoong khee-ep]; *(person)* kinh khủng [keen khoong]

▸ what horrible weather! thời tiết thật khủng khiếp! [ter-ee tee-et turt khoong khee-ep]

horseback riding cưỡi ngựa [ker-er-ee nger-a]

▸ can we go horseback riding? chúng tôi có thể đi cưỡi ngựa không? [choong toh-ee ko te dee ker-er-ee nger-a khohng]

hospital bệnh viện [ben vee-en]

▸ where is the nearest hospital? bệnh viện gần nhất ở đâu? [ben vee-en gurn nyurt er dur-oo]

hot *(in temperature)* nóng [nong]; *(spicy)* cay [kay]

▸ I'm too hot tôi nóng quá [toh-ee nong kwa]

▸ this dish is really hot món này cay thật [mon nay kay turt]

▸ there's no hot water không có nước nóng [hohng ko ner-erk nong]

hotel khách sạn [khak san]

▸ do you have a list of hotels in this area? bạn có danh sách các khách sạn trong khu vực này không? [ban ko dan sak kak khak san trong khoo verk nay khohng]

▸ are there any reasonably priced hotels near here? gần đây có khách sạn nào giá phải chăng không? [gurn dur-ee ko khak san nao za fay chang khohng]

▸ is the hotel downtown? khách sạn này nằm ở trung tâm à? [khak san nay nam er troong turm a]

> could you recommend another hotel? bạn có thể giới thiệu giúp một khách sạn khác được không? [ban ko te zer-ee tee-e-oo zoop moht khak san khak der-erk khohng]

hour giờ/tiếng [zer/tee-eng]
> I'll be back in an hour tôi sẽ quay lại trong một giờ/tiếng nữa [toh-ee se kway lay trong moht zer/tee-eng ner-a]
> the flight takes three hours chuyến bay mất ba giờ/tiếng [choo-en bay murt ba zer/tee-eng]

house nhà [nya]
> is this your house? đây là nhà bạn à? [dur-ee la nya ban a]

house wine rượu tự chế [rer-er-o ter che]
> a bottle of house wine, please làm ơn cho một chai rượu tự chế [lam ern cho moht chay rer-er-o ter che]

how thế nào [te nao]
> how are you? bạn khỏe không? [ban khwe khohng]
> how do you spell it? đánh vần thế nào? [dan vurn te nao]
> how about a drink? uống gì nhé? [oo-ong zee nye]

humid ẩm [urm]
> it's very humid today hôm nay trời rất ẩm [hohm nay trer-ee rurt urm]

hungry
> to be hungry đói bụng [doy boong]
> I'm starting to get hungry tôi bắt đầu thấy đói bụng [toh-ee bat dur-oo tur-ee doy boong]

hurry
> to be in a hurry đang vội [dang voh-ee]

hurry up nhanh lên [nyan len]
> hurry up! nhanh lên! [nyan len]

---

at the hotel

> we'd like a double room/two single rooms cho chúng tôi một phòng đôi/hai phòng đơn [cho choong toh-ee moht fong doh-ee/hay fong dern]
> I have a reservation in the name of Jones tôi đã đặt phòng lấy tên là Jones [toh-ee da dat fong lur-ee ten la jones]
> what time is breakfast/dinner served? bữa sáng/bữa tối phục vụ lúc mấy giờ? [ber-a sang/ber-a toh-ee fook voo look mur-ee zer]
> could I have a wake-up call at seven a.m.? làm ơn đánh thức tôi dậy vào lúc bảy giờ sáng? [lam ern dan terk toh-ee zur-ee vao look bay zer sang]

hurt *(to cause physical pain)* làm đau [lam dao] ◆ đau [dao]
> you're hurting me! bạn làm tôi đau đấy! [ban lam toh-ee dao dur-ee]
> to hurt oneself tự làm đau [ter lam dao]
> I hurt myself tôi tự làm đau [toh-ee ter lam dao]
> I hurt my hand tôi tự làm đau tay [toh-ee ter lam dao tay]
> it hurts đau [dao]

i

ice *(frozen water)* băng [bang]; *(cubes)* đá [da]
> a Diet Coke® without ice, please làm ơn cho một lon Diet Coke® không đá [lam ern cho moht lon diet coke khohng da]

ice cream kem [kem]
> I'd like some ice cream cho tôi một ít kem [cho toh-ee moht eet kem]

ice cube đá [da]
> could I have a carafe of water with no ice cubes in it? làm ơn cho tôi một bình nước không đá? [lam ern cho toh-ee moht been ner-erk khohng da]

iced coffee cà phê đá [ka fe da]
> I'd like an iced coffee cho tôi một cà phê đá [cho toh-ee moht ka fe da]

ID card thẻ căn cước [te kan ker-erk]
> I don't have an ID card: will a passport work? tôi không có thẻ căn cước; hộ chiếu có được không? [toh-ee khohng ko te kan ker-erk hoh chee-e-oo ko der-erk khohng]

if nếu [ne-oo]
> we'll go if you want nếu bạn muốn chúng ta sẽ đi [ne-oo ban moo-ohn choong ta se dee]

ill ốm [ohm]
> my son is ill con trai tôi bị ốm [kon tray toh-ee bee ohm]

immediately ngay [ngay]
> can you do it immediately? bạn có thể làm ngay không? [ban ko te lam ngay khohng]

improve trau dồi thêm [rao zoh-ee tem]
> I'm hoping to improve my Vietnamese while I'm here tôi hy vọng sẽ trau dồi thêm tiếng Việt trong thời gian ở đây [toh-ee hee vong se trao zoh-ee tem tee-eng vee-et trong ter-ee zan er dur-ee]

in ở/trong [er/trong]
> our bags are still in the room va li của chúng tôi còn ở trong phòng [va lee koo-a choong toh-ee kon er trong fong]

▸ do you live in Hanoi? bạn ở tại Hà Nội à? [ban er tay ha noh-ee a]

in case nếu [ne-oo]
▸ just in case phòng khi [fong khee]

included tính cả [teen ka]
▸ is breakfast included? có tính cả bữa sáng không? [ko teen ka ber-a sang khohng]
▸ is sales tax included? có tính thuế mua hàng không? [ko teen twe moo-a hang khohng]
▸ is the tip included? có tính cả tiền boa chưa? [ko teen ka tee-en bo-a cher-a]

indoor trong nhà [trong nya]
▸ is there an indoor pool? có bể bơi trong nhà không? [ko be ber-ee trong nya khohng]

infection nhiễm trùng [nyee-em troong]
▸ I have an eye infection mắt tôi bị nhiễm trùng [mat toh-ee bee nyee-em troong]

information thông tin [tohng teen]
▸ a piece of information một mẩu thông tin [moht mur-oo tohng teen]
▸ may I ask you for some information? làm ơn cho tôi hỏi một số thông tin? [lam ern cho toh-ee hoy moht soh tohng teen]
▸ where can I find information on...? tôi có thể tìm thông tin về...ở đâu? [toh-ee ko te teem tohng teen ve er dur-oo]

injection (medicine) tiêm [tee-em]
▸ am I going to need an injection? tôi có cần tiêm không? [toh-ee ko kurn tee-em khohng]

injure làm bị thương [lam bee ter-erng]
▸ to injure oneself tự làm bị thương [ter lam bee ter-erng]
▸ I injured myself tôi tự làm bị thương [toh-ee ter lam bee ter-erng]

inside vào trong [vao trong] ◆ phía trong [fee-a trong]
▸ are you allowed inside the palace? bạn có được phép vào trong cung điện không? [ban ko der-erk fep vao trong koong dee-en khohng]
▸ we'd prefer a table inside chúng tôi thích một bàn phía trong hơn [choong toh-ee teek moht fee-a trong hern]

insurance bảo hiểm [bao hee-em]
▸ what does the insurance cover? bảo hiểm gồm những gì? [bao hee-em gohm nyerng zee]

insure (house, car) bảo hiểm [bao hee-em]
▸ yes, I'm insured vâng, tôi có bảo hiểm [vurng toh-ee ko bao hee-em]

interesting hay [hay]
▸ it's not a very interesting place nơi đó không hay lắm [ner-ee do khohng hay lam]

nternational call gọi điện thoại quốc tế [goy dee-en tway koo-ook te]
- I'd like to make an international call tôi muốn gọi một cuộc gọi điện thoại quốc tế [toh-ee moo-on goy moht koo-ook goy dee-en tway koo-ook te]

nternet Internet [internet]
- where can I connect to the Internet? tôi có thể vào Internet ở đâu? [toh-ee ko te vao internet er dur-oo]

ntroduce *(present)* giới thiệu [zer-ee tee-e-oo]
- to introduce oneself tự giới thiệu [ter zer-ee tee-e-oo]
- allow me to introduce myself: I'm Michael tôi xin tự giới thiệu: tôi là Michael [toh-ee seen ter zer-ee tee-e-oo toh-ee la michael]

nvite mời [mer-ee]
- I'd like to invite you to dinner next weekend tôi xin mời bạn đến ăn tối vào ngày nghỉ cuối tuần tới [toh-ee seen mer-ee ban den an toh-ee vao ngay ngee koo-oh-ee too-urn ter-ee]

ron *(in the North)* bàn là [ban la]; *(in the South)* bàn ủi [ban oo-ee] ♦ là/ủi [la/oo-ee]
- I need an iron tôi cần một bàn là/bàn ủi [toh-ee kurn moht ban la/ban oo-ee]

tch ngứa [nger-a]
- I've got an itch on my left leg chân trái tôi bị ngứa [churn tray toh-ee bee nger-a]

tinerary lộ trình [loh-treen]
- is it possible to modify the planned itinerary? có thể thay đổi lộ trình đã định được không? [ko te tay doh-ee loh treen da deen der-erk khohng]

j

anuary tháng Giêng/Một [tang zee-eng/moht]
- January 4th mồng bốn tháng Giêng/Một [mohng bohn tang zee-eng/moht]

et Ski® máy trượt nước [may trer-ert ner-erk]
- I'd like to rent a Jet Ski® tôi muốn thuê một máy trượt nước [toh-ee moo-ohn twe moht may trer-ert ner-erk]

ob *(employment)* việc làm [vee-ek lam]
- I'm looking for a summer job in the area tôi đang tìm một việc làm trong mùa hè ở khu vực này [toh-ee dang teem moht vee-ek lam trong moo-a he e khoo verk nay]

oke đùa [doo-a]
- it's beyond a joke! đùa hơi quá rồi đấy! [doo-a her-ee kwa roh-ee dur-ee]
- I was just joking tôi chỉ đùa thôi [toh-ee chee doo-a toh-ee]

journey hành trình [han treen]
> how long does the journey take? hành trình mất bao lâu? [han treen murt bao lur-oo]

juice *(in the North)* nước hoa quả [ner-erk hwa kwa]; *(in the South)* nước trái cây [ner-erk tray kur-ee]
> what types of juice do you have? bạn có những loại nước hoa quả/trái cây nào? [ban ko nyerng lway ner-erk hwa kwa/tray kur-ee nao]

July tháng Bảy [tang bay]
> July 4th ngày mồng bốn tháng Bảy [ngay mohng bohn tang bay]

June tháng Sáu [tang sao]
> June 2nd ngày mồng hai tháng Sáu [ngay mohng hay tang sao]

just *(recently)* vừa mới [ver-a mer-ee]; *(at that moment)* ngay khi [ngay khee]; *(only, simply)* chỉ [chee]
> he just left anh ấy vừa mới đi [an ur-ee ver-a mer-ee dee]
> I'll just have one cho tôi một cái thôi [cho toh-ee moht kay toh-ee]

k

karaoke ka ra ô kê [ka ra oh ke]
> where is the nearest karaoke bar? quán ka ra ô kê gần nhất ở đâu? [kwan ka ra oh ke gurn nyurt er dur-oo]

kayak xuồng caiac [soo-ohng kay-ak]
> can we rent kayaks? chúng tôi có thể thuê xuồng caiac không? [choong toh-ee ko twe soo-ohng kay-ak khohng]

keep *(retain)* giữ [zer]; *(promise, appointment)* giữ đúng [zer doong]
> I'm sorry, I won't be able to keep the appointment tôi xin lỗi, tôi không thể giữ đúng hẹn được [toh-ee seen loh-ee toh-ee khohng te zer doong hen der-erk]
> keep the change giữ tiền thối [zer tee-en toh-ee]

key *(for a door, a container)* chìa khóa [chee-a khwa]; *(on a keyboard)* phím [feem]; *(of a phone)* số [soh]
> which is the key to the front door? chìa khóa nào mở cửa chính? [chee-a khwa nao mer ker-a cheen]

kilometer cây số [kur-ee soh]
> how much is it per kilometer? một cây số bao nhiêu tiền? [moht kur-ee soh bao nyee-e-oo tee-en]

kind *(nice)* tốt [toht] ♦ *(sort, type)* loại [lway]
> that's very kind of you bạn rất tốt [ban rurt toht]

▸ what's your favorite kind of music? bạn thích loại nhạc nào? [ban teek lway nyak nao]

kitchen phòng bếp [fong bep]
▸ is the kitchen shared? phòng bếp dùng chung à? [fong bep zoong choong a]

Kleenex® khăn giấy [khan zur-ee]
▸ do you have any Kleenex®? bạn có khăn giấy không? [ban ko khan zur-ee khohng]

knife con dao [kon zao]
▸ could I have a knife? làm ơn cho tôi con dao? [lam em cho toh-ee kon zao]

know *(fact, place)* biết [bee-et]; *(person)* quen [kwen]
▸ I don't know this town very well tôi không biết thành phố này rõ lắm [toh-ee khohng bee-et foh nay ro lam]
▸ I know the basics but no more than that tôi chỉ biết những điều cơ bản [toh-ee chee bee-et nyertng dee-e-oo ker ban]
▸ do you know each other? các bạn có quen nhau không? [kak ban ko kwen nyao khohng]

knowledge biết [bee-et]
▸ she has a good knowledge of French cô ấy giỏi tiếng Pháp [koh ur-ee zoy tee-eng fap]
▸ without my knowledge tôi không biết [toh-ee khohng bee-et]

I

ladies' room phòng vệ sinh nữ [fong ve seen ner]
▸ where's the ladies' room? phòng vệ sinh nữ ở đâu? [fong ve seen ner er dur-oo]

lake hồ [hoh]
▸ can you go swimming in the lake? tôi có thể bơi trong hồ này không? [toh-ee ko te ber-ee trong hoh nay khohng]

lamp đèn [den]
▸ the lamp doesn't work cái đèn này không sáng [kay den nay khohng sang]

land *(plane)* hạ cánh [ha kan]
▸ what time is the plane scheduled to land? máy bay dự kiến hạ cánh mấy giờ? [may bay zer kee-en ha kan mur-ee zer]

landmark mốc [mohk]
▸ do you recognize any landmarks? bạn có nhận ra mốc nào không? [ban ko nyum ra mohk nao khohng]

lane làn xe [lan se]
- a four-lane highway cao tốc bốn làn xe [kao tok bohn lan se]

laptop máy tính xách tay [may teen sak tay]
- my laptop's been stolen tôi bị mất cắp máy tính xách tay [toh-ee bee murt ka|
may teen sak tay]

last cuối cùng [koo-oh-ee koong] ✦ kéo dài [keo zay]
- when does the last bus go? xe buýt cuối cùng chạy lúc mấy giờ? [se boo-ee
koo-oh-ee koong chay look mur-ee zer]
- when is the last train? chuyến tàu cuối cùng chạy lúc mấy giờ? [choo-en tao
koo-oh-ee koong chay look mur-ee zer]

last name họ [ho]
- could I have your last name? họ của bạn là gì? [ho koo-a ban la zee]

late trễ [tre]
- the plane was two hours late máy bay trễ hai tiếng [may bay tre hay
tee-eng]
- could you tell me if the train to Danang is running late? làm ơn cho tôi biế
tàu đi Đà Nẵng có chạy trễ không? [lam ern cho toh-ee bee-et tao da nang k
chay tre khohng]

later muộn hơn [moo-ohn hern] ✦ sau [sao]
- is there a later train? có chuyến tàu muộn hơn không? [ko choo-en tao moo
ohn hern khohng]
- see you later! hẹn gặp lại sau nhé! [hen gap lay sao nye]

latest *(most recent)* mới nhất [mer-ee nyurt]; *(very last)* muộn nhất [moo-ohn
nyurt]
- what's the latest time we can check out? chúng tôi có thể trả phòng muộn
nhất là mấy giờ? [choong toh-ee ko te tra fong moo-ohn nyurt la mur-ee zer]

laugh cười [ker-er-ee]
- I just did it for a laugh tôi làm thế để cười cho vui [toh-ee lam te de ker-er-ee
cho voo-ee]

Laundromat® tiệm tự giặt [tee-em ter zat]
- is there a Laundromat® nearby? gần đây có tiệm tự giặt nào không? [gurr
dur-ee ko tee-em ter zat nao khohng]

laundry *(washed clothes)* quần áo đã giặt là xong [kwurn ao da zat la song]
(unwashed clothes) quần áo chưa giặt [kwurn ao cher-a zat]; *(business)* tiệm giặ
là [tee-em zat la]; *(room)* phòng giặt là [fong zat la]
- where can we do our laundry? chúng tôi có thể giặt áo quần ở đâu? [choon
toh-ee ko te zat ao kwurn er dur-oo]
- where's the nearest laundry? tiệm giặt là gần nhất nằm ở đâu? [tee-em zat l
gurn nyurt nam er dur-oo]

lawyer luật sư [loo-urt ser]
- I'm a lawyer tôi là luật sư [toh-ee la loo-urt ser]
- I need a lawyer tôi cần một luật sư [toh-ee kurn moht loo-urt ser]

leaflet tờ rơi [ter rer-ee]
- do you have any leaflets in English? bạn có tờ rơi bằng tiếng Anh không? [ban ko ter rer-ee bang tee-eng an khohng]

learn học [hok]
- I've just learned a few words from a book tôi vừa học được vài từ trong một cuốn sách [toh-ee ver-a hok der-erk vay ter trong moht koo-oon sak]

least ít nhất [eet nyurt] ◆ **at least** ít ra [eet ra]
- it's the least I can do đó chỉ là một điều nhỏ mọn nhất tôi có thể làm giúp bạn [do chee la moht dee-e-oo nyo mon nyurt toh-ee ko te lam zoop ban]
- not in the least hoàn toàn không [hwan twan khohng]
- to say the least ít ra [eet ra]
- it's at least a three-hour drive ít nhất cũng mất ba tiếng đi ô tô [eet nyurt koong murt ba tee-eng dee oh toh]

leave (go away from) rời [rer-ee]; (let stay) để [de]; (forget to take) quên [kwen] ◆ (go away) đi [dee]
- can I leave my backpack at the reception desk? tôi có thể để ba lô lại ở quầy lễ tân không? [toh-ee ko te de ba loh lay er kwur-ee le turn khohng]
- can I leave the car at the airport? tôi có thể để xe ở sân bay được không? [toh-ee ko te de se er surn bay der-erk khohng]
- leave us alone! để chúng tôi yên! [de choong toh-ee yen]
- I've left something on the plane tôi để quên đồ trên máy bay [oh-ee de kwen doh tren may bay]
- I'll be leaving at nine o'clock tomorrow morning chín giờ sáng mai tôi sẽ đi [cheen zer sang may toh-ee se dee]
- what platform does the train for Hanoi leave from? tàu đi Hà Nội xuất phát từ sân ga nào? [tao dee ha noh-ee soo-urt fat ter surn ga nao]

left bên trái [ben tray]
- to be left bị bỏ lại [bee bo lay]
- are there any tickets left for...? còn vé...không? [kon ve khohng]
- to the left (of) phía bên trái [fee-a ben tray]

left-hand tay trái [tay tray]
- on your left-hand side phía bên tay trái của bạn [fee-a ben tay tray koo-a ban]

leg chân [churn]
- I have a pain in my left leg tôi bị đau chân trái [toh-e bee dao churn tray]
- I can't move my leg tôi không thể cử động chân [toh-ee khohng te ker dohng churn]

lemongrass

Vietnamese cookery, being much less spiced, makes use of lemongrass (sả) in several ways. A popular Vietnamese meal is bò nhúng dấm, often translated `vinegar beef' or `Vietnamese fondue.' At the table, each diner boils thin slices of beef in a vinegar-flavored broth containing ample lemongrass. The beef is then, together with fresh vegetables and herbs (coriander, mint and Vietnamese coriander), wrapped in rice paper and eaten with spicy sauces based on fish sauce (nước mắm), lime juice, peanuts and chilies. Lemongrass is also used for Vietnamese curries.

lemon chanh [chan]
- can I have half a kilo of lemons? bán cho tôi nửa cân chanh? [ban cho toh-ee nert-a kurn chan]

lend cho mượn [cho mer-ern]
- could you lend us your car? làm ơn cho chúng tôi mượn ô tô của bạn? [lam ern cho choong toh-ee mer-ern oh toh koo-a ban]

lens *(of camera)* ống kính [ohng keen]; *(contact lens)* mắt kính [mat keen]
- there's something on the lens ống kính bị bẩn [ohng keen bee burn]
- I have hard lenses tôi có mắt kính cứng [toh-ee ko mat keen kerng]
- I have soft lenses tôi có mắt kính mềm [toh-ee ko mat keen mem]

less ít hơn [eet hern]
- less and less ngày càng ít [ngay kang eet]
- a little less ít hơn một chút [eet hern moht choot]

lesson học [hok]
- how much do lessons cost? khóa học mất bao nhiêu tiền? [khwa hok mat bao nyee-e-oo tee-en]
- can we take lessons? chúng tôi có thể học được không? [choong toh-ee ko te hok der-erk khohng]

let off *(allow to disembark)* cho xuống [cho soo-ohng]
- could you let me off here, please? làm ơn cho tôi xuống đây? [lam ern cho toh-ee soo-ohng dur-ee]

letter thư [ter]
- I would like to send this letter to the States tôi muốn gửi thư này đi Mỹ [toh-ee mo-ohn ger-ee ter nay dee mee]
- I confirmed my reservation by letter tôi đã khẳng định đặt chỗ bằng thư [toh-ee da khang den dat choh bang ter]

level *(amount)* mức độ [merk doh]; *(of a building, a ship)* tầng [turng]
- do you know if cabin 27 is on this level? phòng hai mươi bảy nằm trên tầng này à? [fong hai mer-er-ee bay nam tren turng nay a]

license giấy phép [zay fep]; *(for driving)* bằng lái [bang lay]
  ▸ do you need a license to hunt here? đi săn ở đây có cần giấy phép không? [dee san er dur-ee ko kurn zay fep khohng]
  ▸ I left my driver's license in my hotel room tôi để quên bằng lái trong phòng khách sạn [toh-ee de kwen bang lay trong fong khak san]

license number biển số [bee-en soh]
  ▸ I got the license number tôi đã có biển số [toh-ee da ko bee-en soh]

license plate biển số [bee-en soh]
  ▸ the car had an expired license plate biển số xe này đã hết hạn [bee-en soh se nay da het han]

lifebelt đai cứu sinh [day ker-oo seen]
  ▸ throw me a lifebelt! ném cho tôi một đai cứu sinh! [nem cho toh-ee moht day ker-oo seen]

lifeboat xuồng cứu sinh [soo-ohng ker-oo seen]
  ▸ how many lifeboats are there? có bao nhiêu xuồng cứu sinh? [ko bao nyee-e-oo soo-ohng ker-oo seen]

lifejacket áo phao cứu sinh [ao fao ker-oo seen]
  ▸ are there any lifejackets? có áo phao cứu sinh nào không? [ko ao fao ke-oo seen nao khohng]

light đèn [den]; *(brightness)* ánh sáng [an sang]; *(for a cigarette)* lửa [ler-a]
  ▸ the light doesn't work đèn không sáng [den khohng sang]
  ▸ could you check the lights? làm ơn kiểm tra đèn? [lam em kee-em tra den]
  ▸ stop at the next light dừng ở cột đèn tiếp theo [zerng er koht den tee-ep teo]
  ▸ do you have a light? có lửa không? [ko ler-a khohng]

lighter bật lửa [burt ler-a]
  ▸ can I borrow your lighter? cho tôi mượn bật lửa của bạn được không? [cho toh-ee mer-ern burt ler-a koo-a ban der-erk khohng]

lighthouse ngọn hải đăng [ngon hay dang]
  ▸ are there boat trips to the lighthouse? có tàu đi ra ngọn hải đăng không? [ko tao de ra ngon hay dang khohng]

like *(similar to)* giống [zohng]; *(such as)* như là [nyer la] ◆ thích [teek]
  ▸ it's quite like English khá giống tiếng Anh [kha zohng tee-eng an]
  ▸ I like it tôi thích cái đó [toh-ee teek kay do]
  ▸ I don't like it tôi không thích cái đó [toh-ee khohng teek kay do]
  ▸ do you like it here? bạn có thích nơi này không? [ban ko teek ner-ee nay khohng]
  ▸ I like Vietnamese food very much tôi rất thích món ăn Việt Nam [toh-ee rurt teek mon an vee-et nam]
  ▸ do you like the movies? bạn có thích bộ phim đó không? [ban ko teek boh feem do khohng]

likes

- I really love that painting tôi rất thích bức tranh đó [toh-ee rurt teek berk tran do]
- I like your younger brother tôi quý em trai của bạn [toh-ee kwee em tray koo-a ban]
- I've got a soft spot for her tôi mến cô đó [toh-ee men koh do]
- I think she's very nice tôi nghĩ là cô ấy rất dễ thương [toh-ee ngee la koh ur-ee rurt ze ter-erng]

- would you like a drink? - yes, I'd love one bạn uống gì nhé? – vâng, được thôi [ban oo-ohng zee nye vurng der-erk toy]
- I'd like to speak to the manager tôi muốn nói chuyện với người quản lý [toh-ee moo-ohn noy choo-en ver-ee nger-er-ee kwan lee]

lime chanh [chan]
- can I have half a kilo of limes? bán cho tôi nửa cân chanh? [ban cho toh-ee ner-a kurn chan]

limit cấm [kurm] ◆ hạn chế [han che]
- is that area off limits? khu vực đó có cấm vào không? [khoo verk do ko kurm vao khohng]

line *(phone connection)* đường dây [der-erng zur-ee]; *(of people waiting)* hàng [hang]; *(of a railroad, bus service)* tuyến [too-en]
- the line was busy đường dây bận [der-erng zur-ee burn]
- we had to stand in line for 15 minutes chúng tôi phải xếp hàng mười lăm phút [choong toh-ee fay sep hang mer-er-ee lam foot]

lipstick son môi [son moh-ee]
- I need to buy some lipstick tôi cần mua son môi [toh-ee kurn moo-a son moh-ee]

listen nghe [nge]
- listen, I really need to see a doctor nghe này, tôi thực sự cần gặp bác sỹ [nge nay toh-ee terk ser kurn gap bac see]

dislikes

- I hate football tôi ghét bóng đá [toh-ee get bong da]
- I can't stand him tôi không thể chịu đựng nổi anh ta [toh-ee khohng te chee-oo derng noh-ee an ta]
- I don't really like him/her tôi không thích anh ta/cô ta lắm [toh-ee khohng teek an ta/koh ta lam]
- I'm not really into walking tôi không thích đi bộ lắm [toh-ee khohng teek dee boh lam]

limes

In tropical Asia, lime juice is often used as a basis for fresh-tasting sauces. Vietnamese nước chấm is an everyday sauce simply made from lime juice, sugar, fish sauce (nước mắm) and a dash of garlic and fresh chili. Nước chấm is served as a table condiment with almost every type of South Vietnamese food. Depending on the mood of the cook, the flavor of that sauce will be dominated either by the salty fish sauce or by the acidic lime juice, but the other flavors will remain in the background.

listen to me carefully hãy nghe tôi cẩn thận [hay nge toh-ee kurn turn]

er lít [leet]

a two-liter bottle of soda một chai nước xô đa hai lít [moht chay ner-erk soh da hai leet]

tle *(small)* ít [eet]; *(young)* bé [be] ◆ **a little** một ít [moht eet]

it's for a little girl cái đó dành cho bé gái [kay do zan cho be gay]

as little as possible càng ít càng tốt [kang eeet kang toht]

I speak a little Vietnamese tôi nói được một ít tiếng Việt [toh-ee noy der-erk moht eet tee-eng vee-et]

we've only got a little money left chúng tôi chỉ còn ít tiền [choong toh-ee chee kon eet tee-en]

a little bit một chút [moht choot]

a little less ít hơn một chút [eet her moht choot]

a little more nhiều hơn một chút [nyee-e-oo hern moht choot]

e sống [sohng]

do you live around here? bạn ở gần đây không? [ban er gurn dur-ee khohng]

I live in Ho Chi Minh City tôi ở tại thành phố Hồ Chí Minh [toh-ee er tay tan foh hoh chee meen]

e music nhạc sống [nyak sohng]

I'd like to go to a bar with live music tôi muốn đi quán ba có nhạc sống [toh-ee moo-ohn dee kwan ba ko nyak sohng]

ing room phòng khách [fong khak]

I can sleep in the living room tôi có thể ngủ trong phòng khách [toh-ee ko te ngoo trong fong khak]

f (of bread) ổ (bánh mì) [oh (ban mee)]

I'd like one of those large loaves cho tôi một ổ bánh mì lớn [cho toh-ee moht oh ban mee lern]

cal địa phương [dee-a fer-erng]

what's the local specialty? đặc sản địa phương là gì? [dak san dee-a fer-erng la zee]

lock ổ khóa [oh khwa] ♦ khóa [khwa]

- the lock's broken ổ khóa bị hỏng [oh khwa bee hong]
- I locked the door tôi đã khóa cửa [toh-ee da khwa ker-a]

lock out

- to lock oneself out tự khóa không vào được [ter khwa khohng vao der-erk]
- I've locked myself out tôi tự khóa không vào được [toh-ee ter khwa khohng v der-erk]

long *(in space)* dài [zay]; *(in time)* lâu [lur-oo]

- it's ten meters long nó dài mười mét [no zay mer-er-ee met]
- I waited for a long time tôi chờ đã lâu [toh-ee cher da lur-oo]
- how long? bao lâu? [bao lur-oo]
- how long will it take? sẽ mất bao lâu? [se murt bao lur-oo]
- we're not sure how long we're going to stay chúng tôi không chắc là chú tôi sẽ ở lại bao lâu [choong toh-ee khohng chak la choong toh-ee se er lay bao l oo]

look *(with eyes)* xem [sem]; *(appearance)* vẻ bên ngoài [ve ben ngway] ♦ *(w eyes)* trông [trohng]; *(seem)* có vẻ như [ko ve nyer]

- could you have a look at my car? bạn làm ơn kiểm tra xem xe của tôi? [b lam ern kee-em tra sem se koo-a toh-ee]
- no, thanks, I'm just looking không, cảm ơn, tôi chỉ xem thôi [khohng kam toh-ee chee sem thoh-ee]
- what does she look like? cô ấy trông như thế nào? [koh ur-ee trohng nyer nao]
- you look like your brother bạn trông giống anh trai bạn [ban trohng zohng trai ban]
- it looks like it's going to rain trời có vẻ như sắp mưa [ter-ee ko ve nyer s mer-a]

look after *(child, ill person)* chăm sóc [cham sok]; *(luggage)* trông [trohng

- can someone look after the children for us? có ai chăm sóc bọn trẻ g chúng tôi không? [ko ai cham sok bon tre zoop choong toh-ee khohng]
- can you look after my things for a minute? bạn có thể trông đồ cho tôi n phút được không? [ban ko te trohng doh cho toh-ee moht foot dererk khohng]

look for tìm [teem]

- I'm looking for a good restaurant that serves regional cuisine tôi đang đi t một nhà hàng ngon phục vụ đặc sản địa phương [toh-ee dang dee teem m nya hang ngon fook voo dak san dee-a fer-erng]

lose *(be unable to find)* mất [murt]; *(one's way)* lạc [lak]

- I've lost the key to my room tôi mất chìa khóa phòng [toh-ee murt chee-a kh fong]
- I've lost my way tôi bị lạc đường [toh-ee bee lak der-erng]

st lạc [lak]

- who do you have to see about lost luggage? bạn phải gặp ai về hành lý thất lạc? [ban fay gap ay ve han lee turt lak]
- could you help me? I seem to be lost làm ơn giúp tôi với? có vẻ như tôi bị lạc đường [lam ern zoop toh-ee ver-ee ko ve nyer toh-ee bee lak der-erng]
- to get lost bị lạc đường [bee lak der-erng]
- get lost! cút đi! [koot dee]

st-and-found phòng hành lý thất lạc [fong han lee turt lak]

- where's the lost-and-found? phòng hành lý thất lạc nằm ở đâu? [fong han lee turt lak nam er dur-oo]

t ◆ **a lot** nhiều [nyee-e-oo]

- a lot of nhiều [nyee-e-oo]
- are there a lot of things to see around here? quanh đây có nhiều cái để xem không? [kwan dur-ee ko nyee-e-oo kay de sem khohng]
- will there be a lot of other people there? có nhiều người khác sẽ đến đó không? [ko nyee-e-oo nger-er-ee khak se den do khohng]
- thanks a lot cảm ơn nhiều [kam ern nyee-e-oo]

ud (noise) ồn [ohn]; (voice, music) to [to]

- the television is too loud ti vi bật quá to [tee vee burt kwa to]

udly (speak) to [to]

- can you speak a little more loudly? bạn có thể nói to hơn một chút được không? [ban ko te noy to hern moht choot der-erk khohng]

ve yêu/thích

- I love you (man to woman) anh yêu em [an yee-oo em]; (woman to man) em yêu anh [em ye-oo an]
- I love the movies tôi yêu thích điện ảnh [toh-ee ye-oo teek dee-en an]
- I love cooking tôi thích nấu nướng [toh-ee teek nur-oo ner-erng]

vely đẹp [dep]

- what a lovely room! căn phòng đẹp thật! [an fong dep turt]
- it's lovely today hôm nay trời đẹp [hohm nay trer-ee dep]

w (temperature) thấp [turp]; (speed) chậm [churm]

- temperatures are in the low twenties nhiệt độ chỉ khoảng hơn hai mươi độ [nyee-et doh chee khwang hern hay mer-er-ee doh]

w beam chiếu gần [chee-e-oo gurn]

- keep your lights on low beam bật đèn chiếu gần [burt den chee-e-oo gurn]

wer hạ thấp [ha turp] ◆ thấp hơn [turp hern]

- is it OK if I lower the blind a little? tôi kéo mành xuống một chút được không? [toh-ee keo man soo-ohng moht choot der-erk khohng]
- how do we get to the lower level? chúng tôi làm thế nào xuống tầng dưới? [choong toh-ee lam te nao soo-ohng turng zer-er-ee]

low-fat *(yogurt)* ít béo [eet beo]
- do you have any low-fat yogurt? bạn có sữa chua ít béo không? [ban ko se
  a choo-a eet beo khong]

low season mùa vắng khách [moo-a vang khak]
- what are prices like in the low season? mùa vắng khách giá cả thế nào
  [moo-a vang khak za ka te nao]

low tide thủy triều xuống [too-ee tree-e-oo soo-ohng]
- what time is low tide today? hôm nay thủy triều xuống mấy giờ? [hohm na
  too-ee tree-e-oo soo-ohng mur-ee zer]

luck may mắn [may man]
- good luck! chúc may mắn! [chook may man]

luggage hành lý [han lee]
- my luggage hasn't arrived hành lý của tôi chưa đến [han lee koo-a toh-ee che
  a den]
- I'd like to report the loss of my luggage tôi muốn báo thất lạc hành lý [toh-e
  moo-ohn bao turt lak han lee]

luggage cart xe đẩy hành lý [se dur-ee han lee]
- I'm looking for a luggage cart tôi đang đi tìm một xe đẩy hành lý [toh-ee dar
  dee teem moht se dur-ee han lee]

lunch bữa trưa [ber-a trer-a]
- to have lunch ăn bữa trưa [an ber-a trer-a]
- what time is lunch served? bữa trưa phục vụ mấy giờ? [ber-a trer-a fook vo
  mur-ee zer]

m

machine-washable giặt được bằng máy [zat der-erk bang may]
- is it machine-washable? cái này giặt được bằng máy không? [kay nay zat de
  erk bang may khohng]

maid người giúp việc [nger-er-ee zoop vee-ek]
- what time does the maid come? người giúp việc đến lúc mấy giờ? [nger-e
  ee zoop vee-ek den look mur-ee zer]

maid service dịch vụ người giúp việc [zeek voo nger-er-ee zoop vee-ek]
- is there maid service? có dịch vụ người giúp việc không? [ko zeek voo nger-e
  ee zoop vee-ek khohng]

mailbox *(for getting mail)* hộp thư [hohp ter]; *(for sending mail)* thùng th
[toong ter]

‣ where's the nearest mailbox? thùng thư gần nhất nằm ở đâu? [toong ter gurn nyurt nam er dur-oo]

main course món chính [mon cheen]

‣ what are you having for your main course? ở đây có những món ăn chính nào? [er dur-ee ko nyerng mon an cheen nao]

make *(create, produce)* làm [lam]; *(cause to become)* làm cho [lam cho]

‣ how is this dish made? món ăn này được làm như thế nào? [mon an nay der-erk lam nyer te nao]

‣ I hope to make new friends here tôi hy vọng sẽ có bạn mới ở đây [toh-ee hee vong se ko ban mer-ee er dur-ee]

make up *(compensate for)* bù lại [boo lay]; *(invent)* tạo nên [tao nen]

‣ will we be able to make up the time we've lost? liệu chúng ta có bù lại được thời gian bị mất không? [lee-e-oo choong ta ko boo lay der-erk ter-ee zan bee murt khohng]

man người đàn ông [nger-er-ee dan ohng]

‣ that man is bothering me người đàn ông đó đang quấy rầy tôi [nger-er-ee dan ohng do dang kwur-ee rur-ee toh-ee]

man-made nhân tạo [urn tao]

‣ it's man-made đó là đồ nhân tạo [do la doh nyurn tao]

many nhiều [nyee-e-oo]

‣ there are many good restaurants here ở đây có nhiều nhà hàng ngon [er dur-ee ko nyee-e-oo nya hang ngon]

‣ how many? bao nhiêu? [bao nyee-e-oo]

‣ how many days will you be staying? bạn sẽ ở lại bao nhiêu ngày? [ban se er lay bao nyee-e-oo ngay]

map *(of a country, town, network)* bản đồ [ban doh]

‣ where can I buy a map of the area? tôi có thể mua bản đồ khu vực này ở đâu? [toh-ee ko te moo-a ban doh khoo vook nay er dur-oo]

‣ can you show me where we are on the map? bạn có thể chỉ cho tôi chúng tôi đang ở đâu trên bản đồ này được không? [ban ko te chee cho toh-ee choong toh-ee dang er dur-oo tren ban doh nay der-erk khohng]

March tháng Ba [tang ba]

‣ March 1st mồng một tháng Ba [mohng moht tang ba]

market chợ [cher]

‣ is there a market in the square every day? có chợ họp ở quảng trường hàng ngày không? [ko cher hop er kwang trer-erng hang ngay khohng]; see box on p. 94

married có gia đình [ko za dee]

‣ are you married? bạn có gia đình chưa? [ban ko za deen cher-a]

mass *(religion)* hành lễ [han le]

‣ what time is mass? mấy giờ hành lễ? [mur–ee zer han le]

markets

There are about 50 markets in Hanoi. One of the best is the three-story Đồng Xuân Market located in the Old Quarter, about one kilometer from the Hoàn Kiếm Lake. The market houses hundreds of stalls with a selection of cheap goods. Bến Thành market in Ho Chi Minh City has been in existence since the French occupation. Đông Ba Market located on the southeastern corner of Hue Citadel has been one of the most famous commercial centers in Vietnam for more than 100 years. Built in 1899 and then destroyed in 1968, the market was rebuilt on an area of 5 hectares in 1986.

match *(for lighting)* diêm [zee-em]
 ▸ do you have any matches? bạn có diêm không? [ban ko dee-em khohng]

matter có vấn đề [ko vurn de]
 ▸ it doesn't matter không có vấn đề gì [khong vurn de zee]

mattress nệm [nem]
 ▸ the mattresses are saggy những tấm nệm này bị xẹp [nyerng turm nem nay be sep]

May tháng Năm [tang nam]
 ▸ May 9th mồng chín tháng Năm [mohng cheen tang nam]

maybe có lẽ [ko le]
 ▸ maybe the weather will be better tomorrow có lẽ ngày mai thời tiết sẽ tốt hơn [ko le ngay may ter-ee tee-et se toht hern]

meal bữa ăn [ber-a an]
 ▸ are meals included? có bao gồm các bữa ăn không? [ko bao gohm kak ber-a a khohng]

mean *(signify)* có nghĩa [ko ngee-ay]; *(matter)* có ý nghĩa [ko ee ngee-a *(intend)* định [deen]
 ▸ what does that word mean? từ đó có nghĩa gì? [ter do ko ngee-a zee]
 ▸ I mean it Ý tôi là thế [ee toh-ee la te]
 ▸ I didn't mean it Ý tôi không phải thế [ee toh-ee hohng fay te]

meat thịt [teet]
 ▸ I don't eat meat tôi không ăn thịt [toh-ee khohng an teet]

mechanic thợ máy [ter may]
 ▸ what did the mechanic say was wrong with the car? thợ máy nói xe bị hỏn gì? [ter may noy se bee hong zee]

medication thuốc [too-ohk]
 ▸ I'm not taking any other medication at the moment bây giờ tôi không uốn

medicine

Three medical traditions coexisted in Vietnam prior to the impact of western medicine: thuốc bắc (Northern medicine), thuốc nam (Southern medicine), and thuốc tây (Western medicine). Vietnamese practitioners of Northern medicine relied on the four-part clinical examinations: visual inspection, auditory perception, questioning the patient, and taking his pulses. Other techniques of examination would be listening to the patient cough to even tasting his urine. Thuốc nam relied almost exclusively on tropical plants and animals native to Vietnam. Thuốc tây involved dealing with harmful spirits, preferably by preventing them from entering the body at all.

---

một loại thuốc nào khác [bur-ee zer toh-ee khohng oo-ohng moht lway too-ohk nao khak]

medicine thuốc [too-ohk]

▶ how many times a day do I have to take the medicine? tôi phải uống thuốc bao nhiêu lần một ngày? [toh-ee fay oo-ohng too-ok bao nyee-e-oo lurn moht ngay]

medium *(size)* vừa [ver-a]; *(steak)* chín vừa [cheen ver-a] ◆ *(size)* cỡ vừa [ker er-a]

▶ I'd like my steak medium, please làm ơn cho thịt sườn chín vừa [lam ern cho teet ser-ern cheen ver-a]

▶ do you have this shirt in a medium? bạn có áo sơ mi này cỡ vừa không? [ban ko ao ser mee nay ker ver-a khohng]

meet gặp [gap]; *(make the acquaintance of)* làm quen [lam kwen] ◆ *(by chance)* gặp [gap]; *(by arrangement)* hẹn gặp [hen gap]; *(become acquainted)* quen [kwen]

▶ meet you at 9 o'clock in front of the town hall hẹn gặp bạn lúc chín giờ trước tòa thị sảnh [hen gap ban look cheen zer ter-erk twa tee san]

▶ I have to meet my friend at nine o'clock tôi phải gặp bạn tôi lúc chín giờ [toh-ee fay gap ban toh-ee look cheen zer]

▶ pleased to meet you/delighted to meet you/it was a pleasure meeting you rất vui được gặp bạn [rurt voo-ee der-erk gap ban]

▶ goodbye! it was nice meeting you tạm biệt! rất vui được gặp bạn [tam bee-et rurt voo-ee der-erk gap ban]

▶ Charles, I'd like you to meet Mr. Hoang Charles, tôi xin giới thiệu ông Hoàng [charles toh-ee seen zer-ee tee-e-oo ohng hwang]

▶ where shall we meet? chúng ta sẽ gặp nhau ở đâu? [chhong ta se gap nya-ooo er dur-oo]

▸ what time are we meeting tomorrow? chúng ta sẽ gặp nhau mấy giờ ngày mai? [choong ta se gap nya-oo mur-ee zer ngay may]

member *(of a club)* hội viên [hoh-ee vee-en]
▸ do you have to be a member? bạn có phải là một hội viên không? [ban ko fay la moht hoh-ee vee-en khohng]

men's room phòng vệ sinh nam [fong ve seen nam]
▸ where's the men's room? phòng vệ sinh nam ở đâu? [fong ve seen nam er dur-oo]

menu thực đơn [terk dern]
▸ can we see the menu? chúng tôi có thể xem thực đơn được không? [choong toh-ee ko te sem terk dern der-erk khohng]
▸ do you have a menu in English? bạn có thực đơn bằng tiếng Anh không? [ban ko terk dern bang tee-eng anh khohng]
▸ do you have a children's menu? bạn có thực đơn cho trẻ con không? [ban ko terk dern cho tre kon khohng]

message tin nhắn [teen nyan]
▸ can you take a message? tôi có thể nhắn lại được không? [toh-ee ko te nyan lay der-erk khohng]
▸ can I leave a message? tôi có thể để lại tin nhắn được không? [toh-ee ko te de lay teen nyan der-erk khohng]
▸ did you get my message? bạn có nhận được tin nhắn của tôi không? [ban ko nyurn der-erk teen nyan koo-a toh-ee khohng]

meter *(measurement)* mét [met]; *(device)* đồng hồ [dohng hoh]
▸ it's about 5 meters long nó dài khoảng năm mét [no zay khwang nam met]

midday giờ trưa [zer trer-a]
▸ we have to be there by midday chúng ta phải có mặt ở đó trước giờ trưa [choong ta fay ko mat er do trer-erk zer trer-a]

midnight nửa đêm [ner-a dem]
▸ it's midnight bây giờ là nửa đêm [bur-ee zer la ner-a dem]

mileage *(distance)* cự ly [ker lee]
▸ is there unlimited mileage? không giới hạn cự ly à? [hohng zer-ee han ker lee a]

milk sữa [ser-a]
▸ a liter of milk một lít sữa [moht leet ser-a]
▸ tea with milk *(in the South)* trà sữa [tra ser-a]; *(in the North)* chè sữa [che ser-a]

milk chocolate sô cô la sữa [soh koh la ser-a]
▸ I prefer milk chocolate tôi thích sô cô la sữa hơn [toh-ee teek soh koh la ser-hern]

mind *(object)* thấy phiền [tur-ee fee-en]
- I don't mind tôi không thấy phiền [toh-ee khohng tur-ee fee-en]
- do you mind if I smoke? bạn có thấy phiền không nếu tôi hút thuốc? [an ko tur-ee fee-en khohn ne-oo toh-ee hoot too-ohk]
- do you mind if I open the window? bạn có thấy phiền không nếu tôi mở cửa sổ? [ban ko tur-ee fee-en khohng ne-oo toh-ee mer ker-a soh]
- never mind không sao đâu [khohng sao dur-oo]

mineral water nước khoáng [ner-erk khwang]
- could I have a bottle of mineral water, please? làm ơn cho tôi một chai nước khoáng? [lam ern cho toh-ee moht chay ner-erk khwang]

minute phút [foot]
- we'll go in a minute chúng tôi sẽ đi trong một phút nữa [choong toh-eem se dee trong moht foot ner-a]

mirror cái gương [kay ger-erng]
- the mirror's cracked cái gương bị vỡ [kay ger-erng bee ver]

miss *(be too late for)* lỡ [ler]; *(regret the absence of)* nhớ [nyer]
- I've missed my connection tôi lỡ chuyến nối tiếp [toh-ee ler choo-en noh-ee tee-ep]
- we're going to miss the train chúng ta sẽ lỡ tàu [choong ta se ler tao]
- I missed you tôi nhớ bạn [toh-ee nyer ban]

missing thất lạc [turt lak]
- one of my suitcases is missing một cái va li của tôi bị thất lạc [moht kay va lee koo-a toh-ee bee turt lak]

mistake nhầm [nyurm]
- I think there's a mistake with the bill tôi nghĩ hóa đơn tính nhầm [toh-ee ngee hwa dern teen nyurm]
- you've made a mistake with my change bạn thối tiền sai [ban toh-ee tee-en say]

moment lúc [look]
- for the moment, we prefer staying in Hanoi hiện tại, chúng tôi thích ở Hà Nội hơn [hee-en nay choong toh-ee teek er ha noh-ee hern]

Monday thứ Hai [ter hay]
- we're arriving/leaving on Monday chúng tôi sẽ đến/đi vào ngày thứ Hai [choong toh-ee se den/dee vao ngay ter hay]

money tiền [tee-en]
- I don't have much money tôi không có nhiều tiền [toh-ee khohng ko nyee-e-oo tee-en]
- where can I change money? tôi có thể đổi tiền ở đâu? [toh-ee ko te dir-ee tee-en er dur-oo]
- I want my money back tôi muốn đòi lại tiền [toh-ee moo-ohn doy lay tee-en]

money order phiếu chuyển tiền [fee-e-oo choo-en tee-en]
- I'm waiting for a money order tôi đang chờ phiếu chuyển tiền [toh-ee dan cher fee-e-oo choo-en tee-en]

month tháng [tang]
- I'm leaving in a month tôi sẽ đi trong vòng một tháng nữa [toh-ee se dee tron vong moht tang ner-a]

monument tượng đài [ter-erng day]
- what does this monument commemorate? tượng đài này kỷ niệm gì? [te erng day nay kee nee-em zee]

more nữa [ner-a] ◆ thêm [tem] ◆ (greater amount or number) hơn [herm (additional amount) thêm [tem]
- can we have some more bread? cho chúng tôi xin thêm một ít bánh mì? [ch choong toh-ee seen tem moht eet ban mee]
- a little more thêm một chút nữa [tem moht choot ner-a]
- could I have a little more wine? làm ơn cho tôi thêm một chút rượu nữa [lam ern cho toh-ee tem moht choot rer-er-oo ner-a]
- I don't want any more, thank you cảm ơn, tôi không muốn gì nữa [kam e toh-ee khohn moo-ohn zee ner-a]
- I don't want to spend any more tôi không thích tiêu tiền nữa [toh-ee khohn teek tee-e-oo tee-en ner-a]

morning buổi sáng [boo-oh-ee sang]
- the museum is open in the morning bảo tàng mở cửa vào buổi sáng [ba tang mer ker-a vao boo-oh-ee sang]

morning-after pill thuốc tránh thai [too-ohk tran tay]
- I need the morning-after pill tôi cần thuốc tránh thai [toh-ee kurn too-ohk tran tay]

mosque nhà thờ Hồi giáo [nya ter hoh-ee zao]
- where's the nearest mosque? nhà thờ Hồi giáo gần nhất ở đâu? [nya ter ho ee zao gurn nyurt er dur-oo]

most (the majority of) hầu hết [hur-oo het]; (the largest amount of) nhất [nyu ◆ (to the greatest extent) nhất [nyurt]; (very) rất [rurt]
- are you here most days? bạn ở đây hầu hết các ngày à? [ban er dur-ee hur-c het kak ngay a]
- that's the most I can offer đó là giá thấp nhất của tôi [do la za turp nyurt koo-toh-ee]

mother mẹ [me], má [ma]
- this is my mother đây là mẹ tôi [dur-ee la me toh-ee], đây là má tôi [dur-ee ma toh-ee]

motorboat xuồng máy [soo-ohng may]
- can we rent a motorboat? chúng tôi có thể thuê một xuồng máy không [choong toh-ee ko te twe moht soo-ohng may khohng]

mountains

The Marble Mountains near Danang are made up of five limestone outcrops in isolation from the surrounding plains, each riddled with caves and grottoes, with some made into pagodas and shrines, the most well known being the Non Nước pagoda. Each mountain represents one of the five elements of the universe: water, wood, fire, metal and earth. The walls of some caves are covered in bullet marks from small arms fighting during the Vietnam War.

motorcycle xe máy [se may]
▸ I'd like to rent a motorcycle tôi muốn thuê một cái xe máy [toh-ee moo-ohn twe moht kay se may]

mountain núi [noo-ee]
▸ in the mountains ở vùng núi [er voong noo-ee]

mountain hut lều núi [le-oo noo-ee]
▸ we slept in a mountain hut chúng tôi đã ngủ trong một lều núi [choong toh-ee da ngoo trong moht le-oo noo-ee]

mouth mồm [mohm]
▸ I've got a strange taste in my mouth mồm tôi có vị lạ [mohm toh-ee ko vee la]

move *(movement)* di chuyển cử động [zee choo-en ker dohng]; *(step, measure)* iện pháp [bee-en fap] ✦ chuyển động [choo-en dohng]
▸ I can't move my leg tôi không thể cử động chân được [toh-ee khohng te ker dohng churn der-erk]
▸ don't move him đừng chuyển chỗ anh ta [derng choo-en choh an ta]

movie bộ phim [boh feem]
▸ have you seen ...'s latest movie? bạn đã xem bộ phim mới nhất của...chưa? [ban da sem boh feem mer-ee nyurt koo-a ...cher-a]
▸ it's a subtitled movie đó là bộ phim có phụ đề [do ka boh feem ko foo de]

movie theater rạp chiếu phim [rap chee-e-oo feem]
▸ where is there a movie theater? rạp chiếu phim ở đâu? [rap chee-e-oo feem er dur-oo]
▸ what's on at the movie theater? rạp này đang chiếu phim gì? [rap nay dang chee-e-oo feem zee]

much nhiều [nyee-e-oo] ✦ *(often)* hay [hay]
▸ I don't have much money tôi không có nhiều tiền [toh-ee khohng ko nyee-e-oo tee-en]
▸ how much is it? cái này bao nhiêu? [kay nay bao nyee-e-oo]
▸ how much is it for one night? một đêm giá bao nhiêu? [moht dem za bao nyee-e-oo]

music

There is a considerable variety of musical style in Vietnam and at least a hundred or more musical instruments in use. One area which had a highly developed musical culture, based on various unique and intricate modes, was the central part of Vietnam centered on the court at Hue. This was the center of the medieval state of Champa, which had a direct relation to those in Indonesia, and was eventually overturned and replaced with rule by ethnic Vietnamese some decades before the European arrival. Other Vietnamese styles incorporate Chinese or Thai influences, while others are completely unique.

▸ how much is it per day and per person? một người một ngày giá bao nhiêu [moht nger-er-ee moht ngay za bao nyee-e-oo]
▸ how much does it cost per hour? một giờ giá bao nhiêu? [moht zer za ba nyee-e-oo]
▸ how much is a ticket to Hanoi? một vé đi Hà Nội là bao nhiêu? [moht ve de ha noh-ee la bao nyee-e-oo]

museum bảo tàng [bao tang]
▸ what time does the museum open? bảo tàng mở cửa lúc mấy giờ? [bao tan mer ker-a look mur-ee zer]

music nhạc [nyak]
▸ what kind of music do they play in that club? câu lạc bộ đó chơi loại nhạ gì? [kur-oo lak boh do cher-ee lway nyak zee]

must chắc là [chak la]
▸ that must cost a lot cái đó chắc là đắt lắm [kay do chak la dat lam]

mustard tương mù tạt [ter-erng moo tat]
▸ is it strong mustard? tương mù tạt có cay không? [ter-erng moo tat ko ka khohng]

n

nail *(on a finger, a toe)* móng [mong]
▸ I need to cut my nails tôi cần cắt móng tay móng chân [toh-ee kurn mong ta mong churn]

nail polish sơn móng tay móng chân [sern mong tay mong churn]
▸ I'd like to find nail polish in a dark shade of red tôi cần tìm sơn móng ta

móng chân màu đỏ sẫm [toh-ee kurn teem sern mong tay mong churn mao do surm]

name tên [ten]
▸ what is your name? tên bạn là gì? [ten ban la zee]
▸ my name is Patrick tên tôi là Patrick [ten toh-ee la patrick]
▸ hello, my name's John xin chào, tôi tên là John [seen chao toh-ee ten la john]
▸ I have a reservation in the name of Jackson tôi đã đặt trước lấy tên là Jackson [toh-ee da dat trer-erk lur-ee ten la jackson]

napkin khăn ăn [khan an]
▸ could I have a clean napkin, please? làm ơn cho tôi một cái khăn ăn sạch? [lam ern cho toh-ee moht kay khan an sak]

national holiday quốc lễ [koo-ohk le]
▸ tomorrow is a national holiday ngày mai là ngày quốc lễ [ngay may la ngay koo-ohk le]

nationality quốc tịch [koo-ohk teek]
▸ what nationality are you? quốc tịch của bạn là gì? [koo-ohk teek koo-a ban la zee]

nature (plants and animals) thiên nhiên [tee-en nyee-en]; (essential qualities) bản chất [ban churt]; (character) tính cách [teen kak]
▸ I like to take long walks outdoors and enjoy nature tôi thích đi bộ xa ngoài trời và ngắm cảnh thiên nhiên [toh-ee teek dee boh sa ngway trer-ee va ngam kan tee-en nyee-en]

nausea buồn nôn [boo-ohn nohn]
▸ I've had nausea all day tôi buồn nôn cả ngày [toh-ee boo-ohn nohn ka ngay]

near gần [gurn]
▸ where's the nearest bus station? bến xe buýt gần nhất ở đâu? [ben se boo-eet gurn nyurt er dur-oo]
▸ it's near the railway station nó nằm gần ga [no nam gurn ga]
▸ very near ... rất gần... [rurt gurn]

nearby gần đây [gurn dur-ee]
▸ is there a supermarket nearby? gần đây có siêu thị không? [gurn dur-ee ko see-e-oo tee khohng]

neck cổ [koh]
▸ I have a sore neck tôi bị đau cổ [toh-ee bee dao koh]

need nhu cầu [nyoo kur-oo] ◆ cần [kurn] ◆ cần phải [kurn fay]
▸ I need something for a cough tôi cần thuốc ho [toh-ee kurn too-ohk ho]
▸ I need to be at the airport by six (o'clock) tôi cần phải có mặt ở sân bay trước sáu giờ [toh-ee kurn fay ko may er surn bay ter-erk sao zer]
▸ we need to go chúng tôi cần phải đi [choong toh-ee kurn fay dee]

New Year

The most popular national holiday is Tết Nguyên Đán (Lunar New Year).
This celebration of the New Year is an intensely special and sacred event.
During the holiday families show their respect to deceased ancestors with
offerings of food, fruit, and incense at family altars. In addition to honoring
their ancestors, the days of the new year holiday are also a time for people
to visit their neighbors, friends and relatives and to eat special food, such
as bánh chưng, a square-shaped, sticky rice cake.

neither không [khohng] ♦ cũng không [koong khohng]
- neither of us không ai trong chúng tôi [khohng ay trong choong toh-ee]
- me neither tôi cũng không [toh-ee koong khohng]

neutral số không [soh khohng]
- make sure the car's in neutral đảm bảo số xe đã về không [dam bao soh se da
  ve khohng]

never chưa bao giờ [cher-a bao zer]
- I've never been to Belgium before tôi chưa bao giờ đi Bỉ [toh-ee cher-a bao zer
  dee bee]

new mới [mer-ee]; *(unfamiliar)* lạ [la]
- could we have a new tablecloth, please? làm ơn cho chúng tôi một khăn trải
  bàn mới? [lam ern cho choong toh-ee moht khan tray ban mer-ee]

news *(information)* tin [teen]; *(on TV, radio)* bản tin [ban teen]
- a piece of news một mẩu tin [moht mur-oo teen]
- that's great news! thật là tin tốt lành! [turt la teen toht lan]
- I heard it on the news tôi nghe từ bản tin [toh-ee nge ter ban teen]

newspaper tờ báo [ter bao]
- do you have any English-language newspapers? bạn có tờ báo nào bằng
  tiếng Anh không? [ban ko ter bao nao bang tee-eng an khohng]

New Year Năm Mới [nam mer-ee]
- Happy New Year! Chúc mừng Năm Mới! [chook merng nam mer-ee]

New Year's Day Tết [tet]
- are stores open on New Year's Day? cửa hiệu có mở cửa vào ngày Tết
  không? [ker-a hee-e-oo ko mer ker-a vao ngay tet khohng]

next kế tiếp [ke tee-ep] ♦ **next to** ngay cạnh [ngay kan]
- when is the next guided tour? lúc nào có tua có hướng dẫn kế tiếp? [loo
  nao noo too-a ko her-erng zurn ke tee-ep]
- when is the next train to Hanoi? lúc nào có chuyến tàu kế tiếp đi Hà Nội?
  [look nao ko choo-en tao ke tee-ep dee ha noh-ee]

▸ what time is the next flight to London? chuyến bay kế tiếp đi London lúc mấy giờ? [choo-en bay ke tee-ep dee london look mur-ee zer]

▸ can we park next to the tent? chúng tôi có thể đỗ xe ngay cạnh lều được không? [choong toh-ee ko te doh se ngay kan le-oo der-erk khohng]

nice *(vacation)* vui [voo-ee]; *(food)* ngon [ngon]; *(kind)* tốt [toht]; *(likable)* dễ mến [ze men]

▸ have a nice vacation! chúc một kỳ nghỉ vui vẻ! [chook moht kee ngee voo-ee ve]

▸ we found a really nice little hotel chúng tôi tìm ra một khách sạn nhỏ rất tốt [choong toh-ee teem ra moht khak san nyo rurt toht]

▸ goodbye! it was nice meeting you tạm biệt! rất vui được gặp bạn [tasm bee-et rurt voo-ee der-erk gap ban]

night đêm [dem]

▸ how much is it per night? một đêm giá bao nhiêu? [moht dem za bao nyee-e-oo]

▸ I'd like to stay an extra night tôi muốn ở lại thêm một đêm nữa [toh-ee moo-ohn er lay tem moht dem ner-a]

nightclub sàn nhảy [san nyey]

▸ are there any good nightclubs in this town? thành phố này có sàn nhảy nào hay không? [tan foh nay ko san nyey nao hay khohng]

nine chín [cheen]

▸ there are nine of us chúng tôi có chín người [choong toh-ee ko cheen nger-er-ee]

▸ we have a reservation for nine (o'clock) chúng tôi đặt bàn chín giờ [choong toh-ee dat ban cheen zer]

no không [khohng]

▸ no thanks! không, cảm ơn! [khohng kam ern]

▸ a cup of tea with no milk or sugar, please làm ơn cho một tách trà không sữa không đường [lam ern cho moht tak tra khohng ser-a khohng der-erng]

nobody không có ai [khohng ko ay]

▸ there's nobody at the reception desk không có ai ở quầy lễ tân [khohng ko ay er kwur-ee le turn]

noise tiếng ồn [tee-eng ohn]

▸ to make a noise làm ồn [lam ohn]

▸ I heard a funny noise tôi nghe thấy một tiếng động lạ/khác thường [toh-ee nge tur-ee moht tee-eng dohng la/khak ter-erng]

noisy ồn [ohn]

▸ I'd like another room: mine is too noisy tôi muốn chuyển sang phòng khác: phòng tôi ồn quá [toh-ee moo-ohn choo-en san fong khak fong toh-ee ohn kwa]

nonsmoker người không hút thuốc [nger-er-ee khohng hoot too-ohk]

▸ we're nonsmokers chúng tôi là những người không hút thuốc [choong toh-ee la nyerng nger-er-ee khohng hoot too-ohk]

noodles

Vietnamese cuisine boasts a large variety of noodle dishes. Phở is a beef
noodle soup with a rich, clear broth achieved from hours of boiling bones
and different herbs. There are many varieties of phở, with different
selections of meat (most commonly beef and chicken) along with beef
balls. Phở is typically served in bowls with white rice noodles. Bún bò Huế
is a spicy beef noodle soup from Hue in Central Vietnam, usually served
with mint leaves, bean sprouts, lime wedges and lettuce.

nonsmoking không hút thuốc [khohng hoot too-ohk]
- is this restaurant nonsmoking? nhà hàng này không hút thuốc à? [nya hang
  nay khohng hoot too-ohk a]

non-smoking compartment khoang không hút thuốc [khwang khohng hoot
too-ohk]
- I'd like a seat in a non-smoking compartment cho tôi một ghế trong phòng
  (trên tàu) không hút thuốc [cho toh-ee moht ge trong fong (tren tao) khohng hoot too
  ohk]

non-smoking section khu không hút thuốc [khoo khohng hoot too-ohk]
- do you have a non-smoking section? bạn có khu không hút thuốc không?
  [ban ko khoo khohng hoot too-ohk khohng]

nonstop trực tiếp [trerk tee-ep]
- I'd like a nonstop flight from Hanoi to Ho Chi Minh City tôi muốn ba
  chuyến bay trực tiếp Hà Nội đi thành phố Hồ Chí Minh [toh-ee moo-ohn ba
  choo-en bay trerk te-ep ha noh-ee dee tan foh hoh chee meen]

noodles mì [mee]
- I'd like some noodles, please làm ơn cho tôi một ít mì [lam ern cho toh-ee moh
  eet mee]

noon buổi trưa [boo-oh-ee trer-a]
- we leave at noon chúng tôi đi vào buổi trưa [choong toh-ee dee vao boo-oh-e
  trer-a]

no one không có ai [khohng ko ay]
- there's no one there ở đó không có ai [er do khohng ko ay]

normal thường [ter-erng] ♦ điều bình thường [dee-e-oo been ter-erng]
- is it normal for it to rain as much as this? trời thường mưa nhiều như t
  này à? [trer-ee ter-erng mer-a nyee-e-oo nyer te nay a]

not không [khohng]
- I don't like spinach tôi không thích rau spinach [toh-ee khohng teek rao spinach

- I don't think so tôi không nghĩ vậy [toh-ee khohng ngee vur-ee]
- not at all không có chi [khohng ko chee]

note lời nhắn [ler-ee nyan]
- could I leave a note for him? tôi có thể để lại lời nhắn cho anh ấy được không? [toh-ee ko te de lay ler-ee nyan cho an ur-ee der-erk khohng]

nothing không có gì [khohng ko zee]
- there's nothing to do here in the evening buổi tối ở đây không có gì làm cả [boo-oh-ee tur-ee er dur-ee khohng ko zee lam ka]
- there's nothing I can do about it tôi bị bó tay [toh-ee bee bo tay]

November tháng Mười Một [tang mer-er-ee moht]
- November 7th mồng bảy tháng Mười Một [mohng bay tang mer-er-ee moht]

now bây giờ [bur-ee zer]
- what should we do now? bây giờ chúng ta nên làm gì? [bur-ee zer choong ta nen lam zee]

number số [soh]
- my name is... and my number is... tên tôi là...và số của tôi là... [ten toh-ee la ... va so koo-a toh-ee la]

O

occupied (bathroom) có người [ko nger-er-ee]
- the restroom's occupied phòng vệ sinh có người [fong ve seen ko nger-er-ee]

ocean đại dương [day zer-erng]
- we'd like to see the ocean while we're here chúng tôi muốn xem đại dương khi chúng tôi ở đây [choong toh-ee moo-ohn sem day zer-eng khee choong toh-ee er dur-ee]

o'clock
- it's eight o'clock bây giờ là tám giờ [bay zer la tam zer]

October tháng Mười [tang mer-er-ee]
- October 12th ngày mười hai tháng Mười [ngay mer-er-ee hay tang mer-er-ee]

of trong số [trong soh]
- one of us một người trong số chúng tôi [moht nger-er-ee trong soh choong toh-ee]

off (indicating movement) cách xa [cak sa] ♦ (at a distance from) ngoài [ngway]; (deducted from) giảm giá [zam za]
- an island off the coast of Nha Trang hòn đảo nằm ngoài biển Nha Trang [hon dao nam ngway bee-en nya trang]

▸ this sweater is fifty percent off! cái áo len này giảm giá một nửa! [kay ao len nay zam za moht ner-a]

offer mời [mer-ee]
▸ can I offer you a cigarette? tôi có thể mời anh một điếu thuốc được không? [toh-ee ko te mer-ee an moht dee-e-oo too-ohk der-erk khohng]

office văn phòng [van fong]
▸ where is the hotel office? văn phòng khách sạn nằm ở đâu? [van fong khak san nam er dur-oo]

often thường [ter-erng]
▸ how often does the ferry sail? thường bao lâu lại có một chuyến phà? [ter-erng bao lur-oo lay ko moht choo-en fa]

oil dầu [zur-oo]
▸ could you check the oil, please? làm ơn kiểm tra dầu xe? [lam ern kee-em tra zur-oo se]

OK tốt [toht]
▸ that's OK tốt rồi [toht rur-ee]
▸ do you think it's OK? bạn đồng ý không? [ban durng ee khohng]

old *(in discussing age)* tuổi [too-oh-ee]; *(not young)* già [za]; *(not new)* cổ [koh]
▸ how old are you? bạn bao nhiêu tuổi? [ban nao nyee-e-oo too-oh-ee]
▸ I'm 18 years old tôi mười tám tuổi [toh-ee mer-er-ee tam too-oh-ee]
▸ have you visited the old town? bạn đã thăm khu phố cổ chưa? [ban da tam khoo foh koh cher-a]

on *(working)* chạy [chay]; *(happening)* diễn ra [zee-en ra]
▸ how long is it on for? cái đó sẽ tiếp tục trong khoảng bao lâu? [kay do se tee-ep took trong khwang bao lur-oo]

once *(on one occasion)* một lần [moht lurn]; *(previously)* từng [terng] ◆ **at once** ngay [ngay]
▸ I've been here once before tôi đã từng đến đây một lần [toh-ee da terng den dur-ee moht lurn]
▸ please do it at once làm ơn làm ngay đi [lam ern lam ngay dee]

one một [moht]
▸ a table for one, please làm ơn cho một bàn một người ngồi [lam ern cho moht ban moht nger-er-ee ngoh-ee]

one-way (ticket) *(vé)* một chiều [(ve) moht chee-e-oo]
▸ how much is a one-way ticket downtown? một vé một chiều đi trung tâm bao nhiêu? [moht ve moht chee-e-oo dee troong turm bao nyee-e-oo]
▸ a second-class one-way ticket to Hanoi một vé một chiều hạng hai đi Hà Nội [moht ve moht chee-e-oo hang hai dee ha noh-ee]

only duy nhất [zoo-ee nyurt]
- that's the only one left chỉ còn lại một cái duy nhất [chee kon lay moht kay zoo-ee nyurt]

open *(door, window)* mở [mer]; *(store)* mở cửa [mer ker-a]
- is the bank open at lunchtime? ngân hàng có mở cửa vào giờ nghỉ trưa không? [ngan hang ko mer ker-a vao zer ngee trer-a khohng]
- is the museum open all day? bảo tàng có mở cửa cả ngày không? [bao tang ko mer ker-a ca ngay khohng]
- at what time is ... open? ...mở cửa lúc mấy giờ? [mer ker-a look mur-ee zer]
- can I open the window? tôi có thể mở cửa sổ được không? [toh-ee ko te mer ker-a soh der-erk khohng]
- what time do you open? bạn mở cửa lúc mấy giờ? [ban mer ker-a look mur-ee zer]

open-air ngoài trời [ngway trer-ee]
- is there an open-air swimming pool? có bể bơi ngoài trời không? [ko be ber-ee ngway ter-ee khohng]

operating room phòng mổ [fong moh]
- is she still in the operating room? cô ấy vẫn nằm trong phòng mổ à? [koh ur-ee vurn nam trong fong moh a]

opinion ý kiến [ee kee-en]
- in my opinion, ... theo ý kiến tôi,... [teo ee kee-en toh-ee]

orange màu cam [mao kam] ◆ *(fruit)* cam [kam]
- I'd like a kilo of oranges bán cho tôi một cân cam [ban cho toh-ee moht kurn kam]

orange juice nước cam [ner-erk kam]
- I'll have a glass of orange juice cho tôi một ly nước cam [cho toh-ee moht lee ner-erk kam]
- I'd like a freshly squeezed orange juice cho tôi một ly nước cam vắt [cho toh-ee moht lee ner-erk kam vat]

---

opinions

- personally, I don't think it's fair theo tôi nghĩ như thế là không công bằng [teo toh-ee ngee nyer te khohng kohng bang]
- I think he's right tôi nghĩ anh ấy đúng [toh-ee ngee an ur-ee doong]
- I don't want to say tôi không muốn phát biểu [toh-ee khohng moo-ohn fat bee-e-oo]
- I'm not sure tôi không chắc lắm [toh-ee khohng chak lam]
- no idea! tôi không có ý kiến! [toh-ee khohng ko ee kee-en]
- it depends còn tùy [kon too-ee]

order *(in a restaurant, a café)* gọi [goy]; *(by mail)* lệnh chuyển [len choo-en]
- this isn't what I ordered: I asked for... tôi không gọi món này: tôi gọi... [toh-ee khohn goy mon nay toh-ee goy]
- I ordered a coffee tôi gọi một ly cà phê [toh-ee goy moht lee ka fe]
- we'd like to order now cho chúng tôi gọi món [cho choong toh-ee goy mon]

organize tổ chức [toh cherk]
- can you organize the whole trip for us? bạn có thể tổ chức cả chuyến đi cho chúng tôi được không? [ban ko te toh cherk ka choo-en dee cho choong toh-ee der-erk khohng]

other *(different)* khác [khak]; *(second of two)* kia [kee-a] ◆ người khác [nger-er-ee khak]
- I'll have the other one tôi sẽ lấy cái kia [toh-ee se lur-ee kay kee-a]
- on the other side of the street bên kia đường [ben kee-a der-erng]
- go ahead; I'm going to wait for the others cứ đi đi; tôi đang chờ những người khác [ker dee dee toh-ee dang cher nyerng nger-er-ee khak]

out-of-date hết hạn [het han]
- I think my passport is out-of-date tôi nghĩ hộ chiếu mình đã hết hạn [toh-ee ngee hoh chee-e-oo meen da het han]

outside call gọi ra ngoài [goy ra ngway]
- I'd like to make an outside call tôi muốn gọi ra ngoài [toh-ee moo-ohn goy ra ngway]

outside line đường dây gọi ra ngoài [der-erng zur-ee goy ra ngway]
- how do you get an outside line? làm sao gọi ra ngoài? [lam sao goy ra ngway]

overheat quá nóng [kwa nong]
- the engine is overheating máy quá nóng [may kwa nong]

owner chủ [choo]
- do you know who the owner is? bạn có biết chủ là ai không? [ban ko bee-et choo la ay khohng]

p

pack *(of cigarettes, chewing gum)* bao [bao] ◆ *(for a trip)* xếp đồ đạc [sep doh dak]
- how much is a pack of cigarettes? bao nhiêu tiền một bao thuốc? [bao nyee-e-oo tee-en moht bao too-ohk]
- I need to pack tôi cần phải xếp áo quần vào va li [toh-ee kurn fay sep ao kwurn vao va lee]

package *(wrapped object)* gói [goy]; *(of butter)* hộp [hohp]; *(vacation deal)* tua trọn gói [too-a tron goy]

▶ I'd like to send this package to Hanoi by airmail tôi muốn gửi gói này đi Hà Nội bằng thư máy bay [toh-ee moo-ohn ger-ee goy nay dee ha noh-ee bang ter may bay]

▶ do you have weekend packages? bạn có các tua cuối tuần trọn gói không? [ban ko kak too-a koo-oh-ee too-urn tron goy khohng]

package tour tua trọn gói [too-a tron goy]

▶ it's my first time on a package tour đây là lần đầu tiên tôi đi tua trọn gói [dur-ee la lurn dur-oo tee-en toh-ee dee too-a tron goy]

padlock khóa móc [khwa mok]

▶ I'd like to buy a padlock for my bike tôi muốn mua một khóa móc cho xe đạp [toh-ee moo-ohn moo-a moht khwa mok cho se dap]

pain *(physical)* đau [dao]

▶ I'd like something for pain tôi muốn mua thuốc giảm đau [toh-ee moo-ohn moo-a too-ohk zam dao]

▶ I have a pain here tôi đau chỗ này [toh-ee dao choh nay]

painkiller viên thuốc giảm đau [vee-en too-ohk zam dao]

▶ I have a really bad toothache: can you give me a painkiller, please? răng tôi đau quá: làm ơn cho tôi một viên thuốc giảm đau? [rang toh-ee dao kwa lam ern cho toh-ee moht vee-en too-ohk zam dao]

pair *(of gloves, socks)* đôi [doh-ee]; *(of pants, scissors, glasses)* cái [kay]

▶ a pair of shoes đôi giày [doh-ee zay]

▶ a pair of pants cái quần [kay kwurn]

▶ do you have a pair of scissors? bạn có cái kéo không? [ban ko kay keo khohng]

pants quần [kwurn]

▶ a pair of pants một cái quần [moht kay kwurn]

▶ there is a hole in these pants quần này có một cái lỗ thủng [kwurn nay ko moht kay loh toong]

pantyhose quần tất [kwurn turt]

▶ I got a run in my pantyhose quần tất của tôi bị rút sợi [kwurn turt koo-a toh-ee bee root ser-ee]

paper *(for writing on)* giấy [zur-ee]; *(newspaper)* báo [bao] ◆ **papers** *(official documents)* giấy tờ [zur-ee ter]

▶ a piece of paper một mảnh giấy [moht man zur-ee]

▶ here are my papers đây là giấy tờ của tôi [dur-ee la zur-ee ter koo-a toh-ee]

parasol dù che nắng [zoo che nang]

▶ can you rent parasols? bạn có thể đi thuê dù che nắng không? [ban co te dee twe zoo che nang khohng]

pardon *(forgiveness)* tha lỗi [ta loh-ee] ♦ *(forgive)* tha [ta]
- I beg your pardon?/pardon me? *(asking for repetition)* làm ơn nhắc lại? [lam ern nyak lay]
- I beg your pardon/pardon me! *(to apologize)* tôi xin lỗi! [toh-ee seen loh-ee], xin lỗi! [seen loh-ee]; *(showing disagreement)* hãy thôi đi! [hay toh-ee dee]
- pardon me! *(to get past)* xin lỗi! [seen loh-ee]

park đỗ [doh]
- can we park our trailer here? chúng tôi có thể đỗ xe kéo nhà lưu động ở đây được không? [choong toh-ee ko te doh se keo nya ler-oo dohng er dur-ee der-erk khohng]
- am I allowed to park here? tôi có được phép đỗ xe ở đây không? [toh-ee ko der-erk fep doh se er dur-ee khohng]

parking chỗ đỗ xe [choh doh se]
- is there any parking near the hostel? gần nhà ký túc có chỗ đỗ xe không? [gurn nya kee took ko choh doh se khohng]

parking lot khu đỗ xe [khoo doh se]
- is there a parking lot nearby? gần đây có khu đỗ xe nào không? [gurn dur-ee ko khoo doh se nao khohng]

parking space chỗ đỗ xe [choh doh se]
- is it easy to find a parking space in town? tìm chỗ đỗ xe trong thành phố có dễ không? [teem choh doh se trong tan foh ko ze khohng]

part *(piece)* phần [furn]; *(area)* vùng [voong]
- what part of Vietnam are you from? bạn đến từ vùng nào ở Việt Nam? [ban den ter voong nao er vee-et nam]
- I've never been to this part of Vietnam before tôi chưa bao giờ đến vùng này ở Việt Nam [toh-ee cher-a bao zer den voong nay er vee-et nam]

party bữa tiệc [ber-a tee-ek] ♦ ăn tiệc [an tee-ek]
- I'm planning a little party tomorrow tôi đang định tổ chức một bữa tiệc nhỏ ngày mai [toh-ee dang deen toh cherk moht ber-a tee-ek nyo ngay may]

pass *(hand)* chuyển [choo-en]; *(in a car)* vượt [ver-ert]
- can you pass me the salt? bạn có thể chuyển cho tôi lọ muối được không? [ban ko choo-en cho toh-ee lo moo-oh-ee der-erk khohng]
- can you pass on this road? bạn có thể vượt trên đường này không? [ban ko te ver-ert tren der-erng nay khohng]

passage *(corridor)* hành lang [han lang]
- I heard someone outside in the passage tôi nghe tiếng ai đó đang đi ngoài hàng lang [toh-ee nge tee-eng ay do dang dee ngway hang lang]

passenger hành khách [han khak]
- is this where the passengers from the New York flight arrive? đây có phải là

cửa hàng khách của chuyến bay từ New York đến không? [dur-ee ko fay la ker-a han khak koo-a choo-en bay ter new york den khohng]

passport hộ chiếu [hoh chee-e-oo]
▪ I've lost my passport tôi bị mất hộ chiếu [toh-ee bee murt hoh chee-e-oo]
▪ I forgot my passport tôi quên hộ chiếu [toh-ee kwen hoh chee-e-oo]
▪ my passport has been stolen tôi bị mất cắp hộ chiếu [toh-ee be murt kap hoh chee-e-oo]

past quá [kwa]
▪ twenty past twelve mười hai giờ (quá) hai mươi [mer-er-ee hay zer (kwa) hay mer-er-ee]

path *(track)* con đường mòn [kon der-erng mon]
▪ is the path well-marked? con đường mòn có dễ thấy không? [kon der-erng mon ko ze tur-ee khohng]

pay trả [tra] ◆ trả tiền [tra tee-en]
▪ do I have to pay a deposit? tôi có phải trả tiền đặt cọc không? [toh-ee ko fay tra tee-en dat kok khohng]
▪ do you have to pay to get in? bạn có phải trả tiền để vào không? [ban ko fay tra tee-en de vao khohng]
▪ can you pay by credit card? bạn có thể trả bằng thẻ tín dụng không? [ban ko te tra bang te teen zoong khohng]
▪ we're going to pay separately chúng tôi sẽ trả tiền riêng [choong toh-ee se tra tee-en ree-eng]

pay-per-view channel kênh ti vi xem trả tiền [ken tee vee sem tra tee-en]
▪ are there any pay-per-view channels? có kênh ti vi xem trả tiền nào không? [ko ken tee vee sem tra tee-en nao khohng]

pay-per-view TV ti vi xem trả tiền [tee vee sem tra tee-en]
▪ is there pay-per-view TV in the room? có ti vi xem trả tiền trong phòng không? [ko tee vee sem tra tee-en trong fong khohng]

pedestrian người đi bộ [nger-er-ee dee boh] ◆ dành cho người đi bộ [zan cho nger-er-ee dee boh]
▪ is this just a pedestrian street? đây là phố chỉ dành cho người đi bộ à? [dur-ee la foh chee dan cho nger-er-ee dee boh a]

pedestrian mall nơi đi dạo cho người đi bộ [ner-ee dee dao cho nger-er-ee dee boh]
▪ can you direct me to the pedestrian mall? bạn có thể chỉ đường cho tôi đến nơi đi dạo cho người đi bộ không? [ban ko te chee der-erng cho toh-ee den ner-ee dee dao cho nger-er-ee dee boh khohng]

pen cây bút [kur-ee boot]
▪ can you lend me a pen? bạn có thể cho tôi mượn cây bút được không? [ban ko te cho toh-ee mer-ern kur-ee boot der-erk khohng]

pencil cây bút chì [kur-ee boot chee]
- can you lend me a pencil? bạn có thể cho tôi mượn cây bút chì được không? [ban ko te cho toh-ee mer-ern kur-ee boot chee der-erk khohng]

penicillin thuốc penicillin [too-ohk [penicillin]
- I'm allergic to penicillin tôi bị dị ứng thuốc penicillin [toh-ee bee zee erng too-ohk penicillin]

pepper tiêu [tee-e-oo]
- pass the pepper, please làm ơn chuyển cho tôi lọ tiêu [lam ern choo-en cho toh-ee lo tee-e-oo]

percent phần trăm [furn tram]
- could you knock 10 percent off the price? bạn có thể giảm giá mười phần trăm được không? [ban ko te zam za mer-er-ee furn tram der-erk khohng]

performance *(show)* buổi biểu diễn [boo-oh-ee bee-e-oo zee-en]; *(in a movie theater)* buổi chiếu [boo-oh-ee chee-e-oo]
- what time does the performance begin? buổi biểu diễn bắt đầu lúc mấy giờ? [boo-oh-ee bee-e-oo zee-en bat dur-oo look may zer]

perfume nước hoa [ner-erk hwa]
- how much is this perfume? lọ nước hoa này giá bao nhiêu? [lo ner-erk hwa nay za bao nyee-e-oo]

perhaps có lẽ [ko le]
- perhaps you can help me? có lẽ bạn có thể giúp tôi được không? [ko le ban co te zoop toh-ee der-erk khohng]

person người [nger-er-ee]
- how much is it per person and per hour? một người một giờ bao nhiêu tiền? [moht nger-er-ee moht zer bao nyee-e-oo tee-en]

pet con vật nuôi [kon vurt noo-oh-ee]
- are pets allowed? con vật nuôi có được vào không? [kon vurt noo-oh-ee ko der-erk vao khohng]

phone điện thoại [dee-en tway] ◆ gọi điện [goy dee-en]
- can I use the phone? tôi sử dụng điện thoại được không? [toh-ee ser zoong dee-en tway der-erk khohng]

phone booth buồng điện thoại công cộng [boo-ohng dee-en tway kohng kohng]
- is there a phone booth near here? gần đây có buồng điện thoại công cộng nào không? [gurn dur-ee ko boo-ohng dee-en tway kohng kohng nao khohng]

phone call cuộc điện thoại [koo-ohk dee-en tway]
- I'd like to make a phone call tôi muốn gọi một cuộc điện thoại [toh-ee moo-ohn goy moht koo-ohk dee-en tway]

phonecard thẻ điện thoại [te dee-en tway]
- where can I buy a phonecard? tôi có thể mua thẻ điện thoại ở đâu? [toh-ee ko te moo-a te dee-en tway er dur-oo]

photo ảnh [an]

- can I take photos in here? tôi có thể chụp ảnh ở đây không? [toh-ee ko te choop an er dur-oo khohng]
- could you take a photo of us? làm ơn chụp ảnh cho chúng tôi? [lam ern choop an cho choong toh-ee]
- I'd like copies of some photos làn ơn in cho tôi vài tấm ảnh [lan ern een cho toh-ee vay turm an]

photography chụp ảnh [choop an]

- is photography allowed in the museum? có được phép chụp ảnh trong bảo tàng không? [ko der-erk fep choop an trong bao tang khohng]

picnic đi dã ngoại [dee da ngway]

- could we go for a picnic by the river? chúng tôi có thể đi dã ngoại gần sông được không? [choong toh-ee ko te dee da ngway gurn sohng der-erk khohng]

piece miếng [mee-eng]; (of paper) mảnh [man]

- a piece of cake, please làm ơn cho một miếng bánh [lam ern cho moht mee-eng ban]
- a piece of advice một lời khuyên [moht ler-ee khoo-en]
- a piece of news một mẩu tin [moht mur-oo teen]

pill thuốc [too-ohk]

- a bottle of pills một lọ thuốc [moht lo too-ohk]
- the Pill (contraceptive) thuốc tránh thai [too-ohk tran tay]

pillow cái gối [kay gur-ee]

- could I have another pillow? làm ơn cho tôi một cái gối khác? [lam ern cho toh-ee moht kay gur-ee khak]

on the phone

- hello? a lô? [a loh]
- Joe Stewart speaking Joe Stewart đây [joe stewart dur-ee]
- I'd like to speak to Jack Adams tôi muốn nói chuyện với Jack Adams [toh-ee moo-ohn noy choo-en ver-ee jack adams]
- hold the line giữ máy [zer may]
- can you call back in ten minutes? mười phút nữa gọi lại được không? [mer-er-ee foot ner-a goy lay der-erk khohng]
- would you like to leave a message? bạn có muốn để lại tin nhắn không? [ban ko moo-ohn de lay teen nyan khong]
- you have the wrong number bạn gọi nhầm số rồi [ban goy nyurm soh rur-ee]

p pi

pizza bánh pizza [ban pizza]
  ▸ I'd like a large mushroom pizza cho tôi một bánh pizza nấm cỡ lớn [cho toh ee moht ban pizza nurm ker lern]

place *(house, seat)* chỗ [choh]; *(area)* nơi [ner-ee]
  ▸ can you recommend a nice place to eat? bạn có thể giới thiệu một chỗ ăn ngon được không? [ban ko te zer-ee tee-ee-oo moht choh an ngon der-er khohng]
  ▸ do you want to change places with me? bạn có muốn đổi chỗ với tôi không? [ban ko moo-ohn dur-ee choh ve-ee toh-ee khohng]

plain *(clear)* rõ ràng [ro rang]; *(with nothing added)* nguyên chất [ngoo-en chur]
  ▸ do you have any plain yogurt? bạn có sữa chua nguyên chất không? [ban k ser-a choo-a ngoo-en churt khohng]

plan *(strategy)* kế hoạch [ke hwak]; *(intention, idea)* dự định [der deen] *(organize)* tổ chức [toh cherk] *(intend)* định [deen]
  ▸ do you have plans for tonight? tối nay bạn có dự định gì chưa? [toh-ee na ban ko zer deen zee cher-a]
  ▸ I'm planning to stay for just one night tôi định chỉ ở đây một đêm thôi [toh-e deen chee er dur-ee moht dem toy]

plane chuyến bay [choo-en bay]
  ▸ which gate does the plane depart from? chuyến bay xuất phát từ cửa nào [choo-en bay soo-urt fat ter ker-a nao]
  ▸ when's the next plane to Glasgow? chuyến bay sắp tới đi Glasgow lúc nào [choo-en bay sap ter-ee dee glasgow look nao]

plate cái đĩa [kay dee-a]
  ▸ this plate's got a crack in it cái đĩa này bị nứt [kay dee-a nay bee noot]

platform *(at a station)* sân ga [surn ga]
  ▸ which platform does the train leave from? tàu chạy từ sân ga nào? [tao cha ter surn ga nao]

play *(at a theater)* vở kịch [ver keek] ◆ *(game, music)* chơi [cher-ee]
  ▸ do you play tennis? bạn có chơi quần vợt không? [ban ko cher-ee kwurn ve khohng]
  ▸ I play the cello tôi chơi đàn vi ô lông xen [toh-ee cher-ee dan vee oh lohng ser]

playroom phòng chơi trẻ em [fong cher-ee tre em]
  ▸ is there a children's playroom here? ở đây có phòng chơi trẻ em không? [e dur-oo ko fong cher-ee tre em khohng]

please mời [mer-ee]
  ▸ please sit down mời ngồi [mer-ee ngur-ee]
  ▸ can I come in? – please do tôi vào được không? – mời vào [toh-ee vao der-er khohng – mer-ee vao]

plugs

Voltage is mostly 220V AC, 50 cycles, however some places still use 110V. The current can be uneven, so appliances may not perform very reliably, even with adaptors. In the south, sockets tend to be for American-style flat 2–pin plugs, while the north mainly uses Russian-style round 2–pin plugs, while some hotels use UK 3–pin plugs. Reasonable quality adaptors can be purchased locally. Stabilizers are used in many households and offices; power surges are common, and power cuts are still prevalent, so UPS (Uninterrupted Power Supply) is recommended for computer use.

leased vui [voo-ee]
▸ pleased to meet you rất vui được gặp bạn [rurt voo-ee der-erk gap ban]

leasure hân hạnh [hurn han]
▸ with pleasure! rất hân hạnh! [rurt hurn han]
▸ it's a pleasure/my pleasure tôi rất hân hạnh [toh-ee rurt hurn han]

lug *(on electrical equipment)* phích cắm [feek kam]
▸ where can I find an adaptor for the plug on my hairdryer? tôi muốn tìm một ổ chuyển phích cắm máy sấy tóc của tôi? [toh-ee mo-ohn teem moht oh choo-en feek kam may sur-ee tok koo-a toh-ee]

lug in cắm [kam]
▸ can I plug my cellphone in here to recharge it? tôi có thể cắm dây điện thoại di động ở đây để sạc không? [toh-ee ko te kam dur-ee dee-en tway zee dohng er dur-ee de sak khohng]

oint *(moment)* thời điểm [ter-ee dee-em]; *(spot, location)* hướng [her-erng] ◆ *direct)* chỉ [chee]
▸ points of the compass các hướng la bàn [kak her-erng la ban]
▸ can you point me in the direction of the freeway? bạn có thể chỉ cho tôi đường ra cao tốc được không? [ban ko te chee cho toh-ee der-erng ra kao tohk der-erk khohng]

olice công an [kohng an]
▸ call the police! gọi công an đi! [goy kohng an dee]
▸ what's the number for the police? số của công an là bao nhiêu? [soh koo-a kohng a la bao nyee-e-oo]

olice station đồn công an [dohn kohng an]
▸ where is the nearest police station? đồn công an gần nhất nằm ở đâu? [dohn kohng an gurn nyurt nam er dur-oo]

ool *(for swimming)* bể [be]
▸ main pool bể chính [be cheen]

- children's pool bể trẻ em [be tre em]
- is the pool heated? bể bơi có nước nóng không? [be ber-ee ko ner-erk nor khohng]
- is there an indoor pool? có bể bơi trong nhà không? [ko be ber-ee trong ny khohng]

pork *(in the North)* thịt lợn [teet lern]; *(in the South)* thịt heo [teet heo]
- I don't eat pork tôi không ăn được thịt lợn/thịt heo [toh-ee khohng an der-e teet lern/teet heo]

portable xách tay [sak tay]
- do you have a portable heater we could borrow? bạn có máy sưởi xách ta cho chúng tôi mượn không? [ban ko may ser-er-ee sak tay cho choong toh-ee me em khohng]

portion suất ăn [soo-urt an]
- the portions at that restaurant are just right suất ăn ở nhà hàng đó là vừ đủ [soo-urt an er nya hang do la ver-a doo]

possible được [der-erk]
- without sauce, if possible nếu được đừng cho nước chấm [neo der-erk derr cho ner-erk churm]

postcard bưu thiếp [ber-oo tee-ep]
- where can I buy postcards? tôi có thể mua bưu thiếp ở đâu? [toh-ee ko moo-a ber-oo te-ep er dur-oo]
- how much are stamps for postcards to the States? tem gửi bưu thiếp đi M giá bao nhiêu? [tem ger-ee ber-oo tee-ep dee mee za bao nyee-e-oo]

post office bưu điện [ber-oo dee-en]
- where is the nearest post office? bưu điện gần nhất ở đâu? [ber-oo dee-e gurn nyurt er dur-oo]

power *(electricity)* điện [dee-en]
- there's no power không có điện [khohng ko de-en]

power failure mất điện [murt dee-en]
- there's a power failure mất điện [murt dee-en]
- how long is the power failure expected to last? sẽ mất điện trong bao lâu [se murt dee-en trong bao lur-oo]

prawn tôm sú [tohm soo]
- I'd like to try a dish with shrimp or prawns tôi muốn thử một món có tô thường hoặc tôm sú [toh-ee moo-ohn ter moht mon ko tohm ter-erng hwak tohm so

prefer thích hơn [teek hern]
- I'd prefer black tea tôi thích trà/chè đen hơn [toh-ee teek tra/che den hern]
- I'd prefer you not smoke tôi thích anh đừng hút thuốc [toh-ee teek an dung hoot too-ohk]

rescription *(medicine)* đơn thuốc [dern too-ohk]

» is it only available by prescription? thuốc này chỉ bán theo đơn à? [too-ohk nay chee ban teo dern a]

resent quà tặng [kwa tang]

» where can we buy presents around here? quanh đây chúng tôi có thể mua quà tặng ở đâu? [kwan dur–ee choong toh-ee ko te moo-a kwa tang er dur-oo]

retty xinh [seen]

» she's a very pretty girl cô ấy là một cô gái rất xinh [koh ur-ee la moht koh gay rurt seen]

rice *(cost)* giá [za]

» what's the price of gas today? giá xăng hôm nay bao nhiêu? [za sang hohm bay bao nyee-e-oo]

» if the price is right nếu đúng giá [ne-oo doong za]

rice list bảng giá [bang za]

» do you have a price list? bạn có bảng giá không? [ban ko bang za khohng]

rint *(photograph)* ảnh [an]

» could I have another set of prints? in thêm cho tôi một bộ ảnh nữa? [een tem cho toh-ee moht boh an ner-a]

roblem vấn đề [vurn de]

» there's a problem with the central heating hệ thống sưởi trung tâm có vấn đề [he tohng ser-er-ee troong turm ko vurn de]

» no problem không sao đâu [khohng sao dur-oo]

rogram *(for an event)* chương trình [cher-erng treen]

» could I see a program? cho tôi xem tờ chương trình? [cho toh-ee sem ter cher–erng treen]

ronounce *(word)* phát âm [fat urm]

» how is that pronounced? từ đó phát âm thế nào? [ter do fat urm te nao]

---

expressing a preference

● I prefer red wine to white wine tôi thích vang đỏ hơn vang trắng [toh-ee teek vang do hern vang trang]

● I'd rather fly than go by train tôi thích đi máy bay hơn là đi tàu [toh-ee teek dee may bay ghern la dee tao]

● Saturday would suit me better thứ Bảy thì tiện cho tôi hơn [ter bay tee tee-en cho toh-ee hern]

public transportation

The main mode of transportation is the bicycle rickshaw. Bicycles are also popular and most Vietnamese use bicycles to go to work. Bicycles are also used for carrying groceries and often carry tremendous loads. Although improvements to the major roads have been attempted, the main source of transportation for goods is by barge, utilizing the many rivers and canals.

public *(state)* công [kohng]; *(open to all)* công cộng [kohng kohng] ◆ công chúng [kohng choong]
- let's go somewhere less public hãy đi nơi nào ít đông đúc hơn [hay dee ner-ee nao eet dung dook hern]
- is the palace open to the public? cung điện có mở cửa cho công chúng vào xem không? [koong dee-en ko mer ker-a cho kohng choong vao sem khohng]

public holiday ngày nghỉ lễ [ngay ngee le]
- is tomorrow a public holiday? ngày mai có phải là ngày nghỉ lễ không? [ngay may ko fay la ngay ngee le khohng]

public transportation giao thông công cộng [zao tohng kohng kohng]
- can you get there by public transportation? bạn có thể đến đó bằng phương tiện giao thông công cộng không? [ban ko te den do bang fer-erng tee-en zao tohng kohng kohng kohng]

pull *(muscle)* kéo [keo]; *(tooth)* nhổ [nyoh]
- I've pulled a muscle tôi bị căng cơ [toh-ee bee kang ker]

puncture thủng lốp [toong lohp]
- we've got a puncture chúng tôi bị thủng lốp [choong toh-ee bee toong lohp]

purpose *(reason)* lý do [lee do]; *(aim)* mục đích [mook deek] ◆ **on purpose** cố tình [koh teen]
- sorry, I didn't do it on purpose xin lỗi, tôi không cố tình làm như thế [see loh-ee tohee khohng koh teen lam nyer te]

purse *(handbag)* túi xách [too-ee sak]; *(change purse)* ví [vee]
- my purse was stolen tôi bị mất cắp ví [toh-ee bee murt kap vee]

push đẩy [dur-ee]
- can you help us push the car? bạn có thể giúp chúng tôi đẩy xe được không? [ban ko te zoop choong toh-ee dur-ee se der-erk khohng]

put *(into place, position)* để [de]
- is there somewhere I can put my bags? có nơi nào cho tôi để các va li của tôi không? [ko ner-ee nao cho toh-ee de kak va lee koo-a toh-ee khohng]

put down *(set down)* để xuống [de soo-ohng]
- can we put our things down in the corner? chúng tôi có thể để đồ xuống ở

trong góc được không? [choong toh-ee ko te de doh soo-ohng er trong gok der-erk khohng]

put on (clothes) mặc [mak]; (TV, radio,heating) tăng [tang]; (on telephone) chuyển máy cho [choo-en may cho]

▶ can you put the heat on? bạn có thể vặn sưởi lên được không? [ban ko te van ser-er-ee len der-erk khohng]

▶ can you put Mrs. Martin on, please? làm ơn chuyển máy cho bà Martin? [lam ern choo-en may cho ba martin]

put out (cigarette, fire) dập [zurp]

▶ can you please put your cigarette out? làm ơn dập thuốc lá được không? [lam ern zurp too-ohk la der-erk khohng]

put up (erect) dựng [zerng]; (provide accommodation for) cho ở trọ [cho er tro]

▶ can we put up our tent here? chúng tôi có thể dựng lều ở đây được không? [choong toh-ee ko te zerng le-oo er dur-ee der-erk khohng]

q

quarter (fourth) mười lăm [mer-er-ee lam]

▶ I'll be back in a quarter of an hour mười lăm phút nữa tôi sẽ quay lại [mer-er-ee lam foot ner-a toh-ee se kway lay]

▶ a quarter past/after one một giờ mười lăm [moht zer mer-er-ee lam]

▶ a quarter to/of one một giờ kém mười lăm [moht zer kem mer-er-ee lam]

quay bến [ben]

▶ is the boat at the quay? thuyền có nằm ở bến không? [too-en ko nam er ben khohng]

question câu hỏi [kur-oo hoy]

▶ can I ask you a question? tôi có thể hỏi bạn một câu hỏi được không? [toh-ee ko te hoy ban moht kur-oo hoy der-erk khohng]

quickly nhanh [nyan]

▶ everyone speaks so quickly mọi người nói quá nhanh [moy nger-er-ee kwa nyan]

quiet yên tĩnh [yen teen]

▶ is it a quiet beach? đó có phải là một bãi biển yên tĩnh không? [do ko fay la moht bay bee-en yen teen khohng]

▶ do you have a quieter room? bạn còn phòng nào yên tĩnh hơn không? [ban kon fong nao yen teen hern khohng]

quite *(rather)* khá [kha]
▸ it's quite expensive around here quanh đây khá đắt đỏ [kwan dur-ee kha dat d|

r

racket *(for tennis)* vợt [vert]
▸ can you rent rackets? bạn có thể thuê vợt không? [ban ko te twe vert khohn|

radiator máy sưởi [may ser-er-ee]
▸ the radiator's leaking máy sưởi bị hở [may ser-er-ee bee ho]

radio *(set)* đài [day]
▸ the radio doesn't work đài hỏng [day hong]

radio station đài phát thanh [day fat tan]
▸ can you get any English-language radio stations here? ở đây có đài phá
thanh bằng tiếng Anh không? [er dur-ee ko day fat tan bang tee-eng a|
khohng]

railroad *(system)* đường sắt [der-erng sat]; *(organization)* ngành đường sắ
[ngan der-erng sat]; *(track)* đường ray [der-erng ray]
▸ what region does this railroad cover? đường sắt này chạy đến vùng nào
[der-erng sat nay chay den voong nao]

rain mưa [mer-a]
▸ it's raining trời đang mưa [trer-ee dang mer-a]

random
▸ at random tình cờ [teen ker]

rare *(meat)* tái [tay]
▸ rare, please làm ơn nấu chín tái [lam ern nur-oo cheen tay]

rate *(price)* mức [merk]
▸ what's your daily rate? mức giá hàng ngày của bạn là bao nhiêu? [merk z
hang ngay koo-a ban la baio nyee-e-oo]

rate of exchange tỷ giá [tee za]
▸ they offer a good rate of exchange họ đổi tỷ giá rẻ [ho doh-ee tee za re]

razor *(for wet shaving)* dao cạo [zao kao]; *(electric)* máy cạo [may kao]
▸ where can I buy a new razor? tôi có thể mua dao cạo mới ở đâu? [toh-ee k|
moo-a zao kao mer—ee er dur-oo]

razor blade lưỡi dao cạo [ler-er-ee zao kao]
▸ I need to buy some razor blades tôi cần mua vài lưỡi dao cạo [toh-ee kur|
moo-a vay ler-er-ee zao kao]

ready *(prepared)* xong [song]; *(willing)* sẵn sàng [san sang]
  ▸ when will it be ready? bao giờ thì xong? [vao zer tee song]

really *(actually)* thực sự [terk ser]; *(very)* rất [rurt]
  ▸ really? thế à? [te a]

rear *(of a train)* phía cuối [fee-a koo-oh-ee]
  ▸ your seats are in the rear of the train ghế của các bạn ở phía cuối đoàn tàu [ge koo-a kak ban er fee-a koo-oh-ee dwan tao]

rec center, recreation center trung tâm giải trí [troong turm zay tri]
  ▸ what kinds of activities does the recreation center offer? trung tâm giải trí có những hoạt động gì? [troong turm zay tree ko nyerng hwat dohng zee]

receipt *(for a purchase, meal, taxi)* biên lai [bee-en lay]; *(for rent)* biên nhận [bee-en nyurn]
  ▸ can I have a receipt, please? làm ơn cho tôi biên lai? [lam ern cho toh-ee bee-en lay]

receive *(package, letter)* nhận [nyurn]
  ▸ I should have received the package this morning lẽ ra tôi đã nhận được bưu phẩm sáng nay [le ra toh-ee da nyurn der-erk bee-oo furm sang nay]

reception *(party)* lễ [le]; *(for TV, radio, cell phone)* sóng [song]
  ▸ there's no reception không có sóng [khohng ko song]
  ▸ I'm looking for the Mackenzie wedding reception tôi đang tìm tiệc cưới của Mackenzie [toh-ee dang teem tee-ek ker-er-ee koo-a mackernzie]

reception desk *(at hotel)* quầy lễ tân [kwur-ee le turn]
  ▸ can I leave my backpack at the reception desk? tôi có thể gửi ba lô ở quầy lễ tân không? [toh-ee ko te ger-ee ba loh er kwur-ee le turn khohng]

recline nằm tựa [nam ter-a]
  ▸ do you mind if I recline my seat? tôi nằm tựa ghế có phiền bạn không? [toh-ee nam ter-a ge ko fee-en ban khohng]

recommend giới thiệu [zer-ee tee-e-oo]
  ▸ could you recommend another hotel? bạn có thể giới thiệu một khách sạn khác không? [ban ko te zer-ee tee-e-oo moht khak san khak khohng]
  ▸ could you recommend a restaurant? bạn có thể giới thiệu giúp một nhà hàng không? [ban ko te zer-ee tee-e-oo zoop moht nya hang khohng]
  ▸ what do you recommend? theo bạn nên như thế nào? [teo ban nen nyer te nao]

record store cửa hàng đĩa nhạc [ker-a hang dee-a nyak]
  ▸ I'm looking for a record store tôi đang đi tìm một cửa hàng đĩa nhạc [toh-ee dang dee teem moht ker-a hang dee-a nyak]

red *(dress)* đỏ [do]; *(hair)* hung [hoong] ◆ *(color)* màu đỏ [mao do]; *(wine)* rượu vang đỏ [rer-er-oo vang do]

▸ dressed in red mặc đồ màu đỏ [mak doh mao do]
▸ what kinds of red wine do you have? bạn có những loại rượu vang đỏ nào? [ban ko nyerng lway rer-er-oo vang do nao]

redhead người tóc hung [nger-ee-ee tok hoong]
▸ a tall redhead wearing glasses một người cao tóc hung đeo kính [moht nger-ee-ee kao tok hoong deo keen]

red light đèn đỏ [den do]
▸ you failed to stop at a red light bạn không dừng ở đèn đỏ [ban khohng zerng er den do]

reduced (price, rate) giảm [zam]
▸ is there a reduced rate for students? có giảm giá cho sinh viên không? [ko zam za cho seen vee-en khohng]

reduced-price (ticket) giảm giá [zam za]
▸ two reduced-price tickets and one full-price hai vé giảm giá và một vé giá gốc [hay ve zam za va moht ve za gohk]

reduction giảm giá [zam za]
▸ do you have reductions for groups? bạn có giảm giá cho khách nhóm không? [ban ko zam za cho khak nyom khohng]

red wine rượu vang đỏ [rer-er-oo vang do]
▸ a bottle of red wine một chai rượu vang đỏ [moht chay rer-er-oo vang do]

refresher course lớp bồi dưỡng [lerp boh-ee zer-erng]
▸ I need a refresher course tôi cần học một lớp bồi dưỡng [toh-e kurn hok moht lerp boh-ee zer-erng]

refuge (for animals) khu [khoo]
▸ we'd like to visit the wildlife refuge chúng tôi muốn đi xem khu động vật hoang dã [choong toh-ee moo-ohn dee sem khoo dohng vurt hwang za]

refundable trả lại được [tra lay der-erk]
▸ are the tickets refundable? vé này có trả lại được không? [ve nay ko tra la der-erk khohng]

regards lời chào [ler-ee chao] ◆ **with regard to** về vấn đề [ve vurn de]
▸ give my regards to your parents! gửi lời chào bố mẹ bạn nhé! [ger-ee ler-ee chao boh me ban nye]
▸ I'm calling you with regard to... tôi gọi điện cho bạn về vấn đề... [toh-ee goy dee-en cho ban ve vurn de]

region khu vực [khoo vook]
▸ in the North East region of Vietnam khu vực Đông Bắc Việt Nam [khoo vook dohng bak vee-et nam]

registered mail thư bảo đảm [ter bao dam]

▶ I would like to send a letter by registered mail tôi muốn gửi thư bảo đảm [toh-ee moo-ohn ger-ee ter bao dam]

registration *(of car)* giấy đăng ký [zur-ee dang kee]

▶ here's the car's registration đây là giấy đăng ký xe [dur-ee la zur-ee dang kee se]

relative bà con [ba kon]

▶ I have relatives in Hanoi tôi có bà con ở Hà Nội [toh-ee ko ba kon er ha noh-ee]

remember nhớ [nyer]

▶ do you remember me? bạn có nhớ tôi không? [ban ko nyer toh-ee khohng]
▶ I can't remember his name tôi không thể nhớ được tên bạn [toh-ee khohng te nyer der-erk ten ban]

remote (control) (điều khiển) từ xa [(dee-oo khee-en) ter sa]

▶ I can't find the remote for the TV tôi tìm cái điều khiển ti vi từ xa không ra [toh-ee teem kay dee-oo khee-en tee vee ter sa khohng ra]

rent *(gen)* tiền thuê [tee-en twe]; *(for house)* tiền thuê nhà [tee-en twe nya] ◆ huê [twe]

▶ how much is the rent per week? tiền thuê nhà mỗi tuần bao nhiêu? [tee-en twe nya moht too-urn bao nyee-e-oo]
▶ I'd like to rent a car for a week tôi muốn thuê một ô tô trong một tuần [toh-ee moo-ohn twe moht oh toh trong moht too-urn]
▶ I'd like to rent a boat tôi muốn thuê một chiếc thuyền [toh-ee moo-ohn twe moht chee-ek too-en]
▶ does it work out cheaper to rent the equipment by the week? thuê thiết bị từng tuần có rẻ hơn không? [twe tee-et bee terng too-urn ko re hern khohng]

rental *(renting)* thuê [twe]; *(apartment, house, car)* tiền thuê [tee-en twe]

▶ we have the rental for two weeks chúng tôi thuê trong hai tuần [choong toh-ee twe trong hay too-urn]

repair sửa [ser-a]

▶ will you be able to make the repairs today? bạn có thể sửa được hôm nay không? [ban ko te ser-a der-erk hohm nay khohng]
▶ how long will it take to repair? sửa mất bao lâu? [ser-a murt bao lur-oo]

repeat lặp lại [lap lay]

▶ can you repeat that, please? làm ơn lặp lại từ đó được không? [lam ern lap lay ter do der-erk khohng]

report *(theft)* báo [bao]

▶ I'd like to report something stolen tôi xin báo mất cắp [toh-ee seen bao murt kap]
▶ I'd like to report the loss of my credit cards tôi xin báo mất thẻ tín dụng [toh-ee seen bao murt te teen zoong]

reservation đặt trước [dat trer-erk]

▸ do you have to make a reservation? bạn có phải đặt trước không? [ban k fay dat ter-erk khohng]

▸ I have a reservation in the name of Jones tôi đã đặt trước lấy tên Jones [toh ee da dat ter-erk lur-ee ten jones]

reserve *(ticket, room)* đặt [dat]

▸ hello, I'd like to reserve a table for two for tomorrow night at 8 a lô, tôi muố đặt một bàn cho hai người vào tám giờ tối mai [a loh toh-ee moo-ohn dat moh ban cho hay nger-er-ee vao tam zer toh-ee may]

reserved *(booked)* đặt [dat]

▸ is this table reserved? bàn này có ai đặt chưa? [ban nay ko ay dat cher-a]

rest *(relaxation)* nghỉ ngơi [ngee nger-ee] ♦ *(relax)* nghỉ [ngee]

▸ I've come here to get some rest tôi đến đây để nghỉ ngơi [toh-ee den dur-ee d ngee nger-ee]

restaurant nhà hàng [nya hang]

▸ are there any good restaurants around here? gần đây có nhà hàng nào ngon không? [gurn dur-ee ko nya hang nao ngon khohng]

restriction hạn chế [han che]

▸ are there restrictions on how much luggage you can take? có hạn chế số câ hành lý mang theo không? [ko han che soh kurn han lee mang teo khohng]

restroom buồng vệ sinh [boo-ohng ve seen]

▸ is there a restroom on the bus? trên xe buýt có buồng vệ sinh không? [tre se boo-eet ko boo-ohng ve seen khohng]

retired về hưu [ve her-oo]

▸ I'm retired now tôi đã về hưu [toh-ee da ve her-oo]

---

at the restaurant

▸ I'd like to reserve a table for tonight tôi muốn đặt một bàn cho tối nay [toh-ee moo-ohn dat moht ban cho toh-ee nay]

▸ can we see the menu? cho chúng tôi xem thực đơn? [cho choong toh-ee sem terk dern]

▸ do you have a set menu? bạn có thực đơn gọi sẵn không? [ban ko terk dern goy san khong]

▸ rare/medium/well done, please làm ơn nấu chín tái/chín vừa/chín kỹ [lam ern nur-oo cheen tay/cheen ver-a/cheen kee]

▸ can I have the check, please? làm ơn cho tôi thanh toán? [lam ern cho toh-ee tan twan]

return *(arrival back)* quay lại [kway lay] ♦ *(rental car)* trả [tra]; *(smile)* đáp lại [ap lay]

- when do we have to return the car? khi nào chúng tôi phải trả xe? [hee nao choong toh-ee fay tra se]

return trip chuyến về [choo-en ve]

- the return trip is scheduled for 6 o'clock chuyến về dự kiến lúc sáu giờ [choo-en ve zer kee-en look sao zer]

ce *(uncooked)* gạo [gao]; *(cooked)* cơm [kerm]

- I'd like steamed/boiled rice, please làm ơn cho tôi cơm trắng [lam ern cho toh-ee kerm trang]

de *(trip in a car)* lái xe đi [lay see dee]; *(lift)* đi nhờ [dee nyer]; *(on a bicycle or otorcycle)* đi [dee]

- do you want a ride? bạn có muốn đi nhờ xe không? [ban ko moo-oon dee nyer se khohng]
- where can we go for a ride around here? chúng tôi có thể lái xe đi đâu quanh đây? [choong toh-ee ko te lay se dee dur-oo kwan dur-ee]

ding *(on horseback)* cưỡi ngựa [ker-er-ee nger-a]

- to go riding đi cưỡi ngựa [dee ker-er-ee nger-a]

ght *(correct)* đúng [doong]; *(not left)* phải [fay] ♦ bên phải [ben fay] ♦ đúng oong]

- to the right (of) về phía bên phải (của) [ve fee-a ben fay (koo-a)]
- that's right đúng thế [doong te]
- I don't think the check's right tôi nghĩ hóa đơn không đúng [toh-ee ngee hwa dern khohng doong]
- is this the right train for Ho Chi Minh City? đây có đúng là tàu đi thành phố Hồ Chí Minh không? [dur-ee ko doong la tao dee tan foh hoh chee meen khohng]
- is this the right number? số này có đúng không? [soh nay ko doong khohng]
- take the next right tiếp theo rẽ phải [tee-ep teo re fay]
- you have to turn right bạn phải rẽ phải [ban fay re fay]

ght-hand bên tay phải [ben tay fay]

- it's on the right-hand side of the steering column nó ở bên tay phải của cần vô lăng [no er ben tay fay koo-a kurn voh lang]

ght of way quyền vượt [koo-en ver-ert]

- who has the right of way here? ở đây ai có quyền vượt? [er dur-ee ay ko koo-en ver-ert]

ad đường [der-erng]

- which road do I take for Hue? đi Huế thì đi đường nào? [dee hwe tee dee der-erng nao]
- what is the speed limit on this road? giới hạn tốc độ trên đường này là bao nhiêu? [zer-ee han tohk doh tren der-erng nay la bao nyee-e-oo]

rob *(person)* cướp [ker-erp]
- I've been robbed tôi bị cướp [toh-ee bee ker-erp]

rock climbing leo núi đá [leo noo-ee da]
- can you go rock climbing here? bạn có thể đi leo núi đá ở đây không? [ban ko te de leo noo-ee da er dur-ee khohng]

roller skate giày trượt pa tanh [zay trer-ert pa tan]
- where can we rent roller skates? chúng tôi có thể thuê giày trượt pa tanh ở đâu? [choong toh-ee ko te twe zay trer-ert pa tan er dur-oo]

room *(bedroom)* phòng [fong]; *(space)* chỗ [choh]
- do you have any rooms available? bạn còn phòng nào không? [ban kon fong nao khohng]
- how much is a room with a bathroom? một phòng có phòng tắm giá bao nhiêu? [moht fong ko fong tam za bao nyee-e-oo]
- I've reserved a room for tonight under the name Pearson tôi đã đặt một phòng cho tối nay lấy tên là Pearson [toh-ee da dat moht fong cho toh-ee nay lur ee ten la pearson]
- can I see the room? cho tôi xem phòng được không? [cho toh-ee sem fong der erk khohng]

rosé *(wine)* nho hồng [nyo hohng] ♦ rượu nho hồng [rer-er-oo nyo hohng]
- could you recommend a good rosé? theo bạn rượu nho hồng nào ngon? [teo ban rer-er-oo nyo hohng nao ngon]

round trip cả đi và về [ka dee va ve]
- how long will the round trip take? cả đi và về mất bao lâu? [ka dee va ve mut bao lur-oo]

route *(itinerary)* lộ trình [loh treen]
- is there an alternative route we could take? chúng ta có thể đi lộ trình khác được không? [choong ta ko te dee loh treen khak der-erk khohng]

row *(of seats)* hàng [hang]
- can we have seats in the front row? cho chúng tôi ghế hàng trước được không? [cho choong toh-ee ge hang trer-erk der-erk khohng]

rowboat thuyền chèo [too-en cheo]
- can we rent a rowboat? chúng tôi có thể thuê thuyền chèo được không? [choong toh-ee ko te twe too-en cheo der-erk khohng]

rubber ring dây buộc cao su [zur-ee boo-ok kao soo]
- where can I buy a rubber ring? tôi có thể mua dây buộc cao su ở đâu? [to ee ko te moo-a zur-ee boo-ok kao soo er dur-oo]

run *(on foot, in a car)* chạy [chay]; *(for skiing)* trượt [trer-ert] ♦ chạy [chay]
- I'm going for a run tôi sẽ chạy thể dục [toh-ee se chay chay te zook]
- the bus runs every half hour xe buýt chạy nửa tiếng một chuyến [se boo-ee chay ner-a tee-eng moht choo-en]

unning chạy thể dục [chay te zook]
▸ where can you go running here? ở đây có thể chạy thể dục chỗ nào? [er dur-
ee ko te chay te zook choh nao]

un out of hết [het]
▸ I've run out of gas tôi hết xăng [toh-ee het sang]

S

afe an toàn [an twan] ◆ *(for valuables)* két sắt [ket sat]
▸ is it safe to swim here? bơi ở đây có an toàn không? [ber-ee er dur-ee ko an
twan khohng]
▸ is it safe to camp here? cắm trại ở đây có an toàn không? [kam tray er dur-ee
ko an twan khohng]
▸ is there a safe in the room? trong phòng có két sắt không? [trong fong ko ket
sat khohng]

ail *(of a boat)* buồm [boo-ohm]
▸ we need to adjust that sail chúng ta cần chỉnh lại buồm [choong ta kurn cheen
lay boo-ohm]

ailboat thuyền buồm [too-en boo-ohm]
▸ can we rent a sailboat? chúng tôi có thể thuê thuyền buồm được không?
[choong toh-ee ko te twe too-en boo-ohm der-erk khohng]

ailing đi thuyền buồm [dee too-en boo-ohm]
▸ to go sailing đi thuyền buồm [dee too-en boo-ohm]
▸ I'd like to take beginners' sailing classes tôi muốn học khóa cơ bản về thuyền
buồm [toh-ee moo-ohn hok khwa ker ban ve too-en boo-ohm]

alad món xa lát [mon sa lat]
▸ can I just have a salad? tôi chỉ gọi món xa lát được không? [toh-ee chee goy
mon sa lat der-erk khohng]

ale *(selling)* bán [ban]; *(at reduced prices)* hạ giá [ha za]
▸ is it for sale? cái này có bán không? [kay nay ko ban khohng]
▸ can you get your money back on sale items? bạn có thể trả lại đồ hạ giá
được không? [ban ko te tra lay doh ha za der-erk khohng]

ales tax thuế mua hàng [twe moo-a hang]
▸ is sales tax included? có tính thuế mua hàng không? [ko teen twe moo-a hang
khohng]
▸ can you deduct the sales tax? bạn có thể trừ thuế mua hàng được không?
[ban ko te trer twe moo-a hang der-erk khohng]

salt muối [moo-oh-ee] ◆ rắc muối [rak moo-oh-ee]
  ▪ can you pass me the salt? làm ơn chuyển cho tôi lọ muối? [lam ern choo-e
  cho toh-ee lo moo-oh-ee]
  ▪ it doesn't have enough salt món này thiếu muối [mon nay tee-e-oo moo-oh-ee]

salty mặn [man]
  ▪ it's too salty món này mặn quá [mon nay man kwa]

same giống [zohng]
  ▪ I'll have the same tôi cũng ăn giống thế [toh-ee koong an zohng te]
  ▪ the same (as) giống (như) [zohng (nyer)]
  ▪ it's the same as yours giống như của bạn [zohng nyer koo-a ban]

sandwich bánh mì kẹp [ban mee kep]
  ▪ a chicken sandwich, please làm ơn cho một bánh mì kẹp thịt gà [lam em ch
  moht ban mee kep teet ga]

Saturday thứ Bảy [ter bay]
  ▪ Saturday, September 13th thứ Bảy, ngày mười ba tháng Chín [ter bay nga
  mer-er-ee ba tang cheen]
  ▪ it's closed on Saturdays đóng cửa vào các ngày thứ Bảy [dong ker-a vao ka
  ngay ter bay]

sauce nước chấm [ner-erk churm]
  ▪ do you have a sauce that isn't too strong? bạn có nước chấm nào khôn
  quá đậm không? [ban ko ner-erk churm nao khohng kwa durm khohng]

sauna phòng tắm hơi [fong tam her-ee]
  ▪ is there a sauna? có phòng tắm hơi không? [ko fong tam her-ee khohng]

sausage xúc xích [sook seek]
  ▪ I'd like to try some of the hot sausage tôi muốn thử một ít xúc xích nón
  [toh-ee moo-ohn ter moht eet sook seek nong]

say nói [noy]
  ▪ how do you say 'good luck' in Vietnamese? 'good luck' tiếng Việt nói th
  nào? [good luck tee-eng vee-et noy te nao]

scared
  ▪ to be scared sợ [ser]
  ▪ I'm scared of spiders tôi sợ nhện [toh-ee ser nyen]

scheduled flight chuyến bay theo dự kiến [choo-en bay teo zer kee-en]
  ▪ when is the next scheduled flight to Hanoi? chuyến bay theo dự kiến tiế
  theo đi Hà Nội lúc nào? [choo-en bay teo zer kee-en tee-ep teo dee ha noh-ee loo
  nao]

school trường [trer-erng]
  ▪ are you still in school? bạn còn đi học à? [ban kon dee hok a]

scoop (of ice cream) cục [kook]

▸ I'd like a cone with two scoops cho tôi một ốc quế với hai cục kem [cho toh-ee moht ohk kwe ver-ee hay kook kem]

scooter xe ga [se ga]
▸ I'd like to rent a scooter tôi muốn thuê một chiếc xe ga [toh-ee moo-oon twe moht chee-ek se ga]

Scotch *(whiskey)* rượu whisky [rer-er-oo whisky]
▸ a Scotch on the rocks, please làm ơn cho một ly rượu whisky có đá [lam ern cho moht lee rer-er-oo whisky ko da]

Scotch tape® băng dính trong [bang zeen trong]
▸ do you have any Scotch tape®? bạn có băng dính trong không? [ban ko bang zeen trong khohng]

scrambled eggs trứng rán/chiên bơ pho mát [trerng ran/chee-en ber fo mat]
▸ I'd like scrambled eggs for breakfast tôi muốn ăn sáng với trứng rán/chiên bơ pho mát [toh-ee moo-ohn an sang ver-ee trerng ran/chee-en ber fo mat]

screen *(room in a movie theater)* phòng chiếu [fong chee-e-oo]
▸ how many screens does the movie theater have? rạp này có bao nhiêu phòng chiếu? [rap nay ko bao nye-ee-oo fong chee-e-oo]

scuba diving lặn bình dưỡng khí [lan been zer-erng khee]
▸ can we go scuba diving? chúng tôi có thể đi lặn bình dưỡng khí được không? [choong toh-ee ko te dee lan been zer-erng khee der-erk khohng]

sea biển [bee-en]
▸ the sea is rough biển động [bee-en dohng]
▸ how long does it take to walk to the sea? đi bộ ra biển mất bao lâu? [dee boh ra bee-en murt bao lur-oo]

seasick say sóng [say song]
▸ I feel seasick tôi cảm thấy say sóng [toh-ee kam tur-ee say song]

seasickness say sóng [say song]
▸ can you give me something for seasickness, please? làm ơn cho tôi xin thuốc say sóng? [lam ern cho toh-ee seen too-ohk say song]

seaside resort khu nghỉ mát bờ biển [khoo ngee mat ber bee-en]
▸ what's the nearest seaside resort? khu nghỉ mát bờ biển gần nhất ở đâu? [khoo ngee mat ber bee-en gurn nyurt er dur-oo]

season *(of the year)* mùa [moo-a]
▸ what is the best season to come here? đến đây mùa nào là đẹp nhất? [den dur-ee moo-a nao la dep nyurt]

season ticket vé cả mùa [ve ka moo-a]
▸ how much is a season ticket? một vé cả mùa bao nhiêu? [moht ve ka moo-a bao nyee-e-oo]

seat chỗ [choh]

 ▸ is this seat taken? chỗ này ai ngồi chưa? [choh nay ay ngur-ee cher-a]
 ▸ excuse me, I think you're (sitting) in my seat xin lỗi, tôi nghĩ bạn đang ng chỗ của tôi [seen lur-ee toh-ee ngee ban dang ngur-ee choh koo-a toh-ee]

second *(unit of time)* giây [zur-ee]; *(gear)* số hai [soh hay] ♦ thứ hai [ter hay

 ▸ wait a second! chờ một giây nhé! [cher moht zur-ee nye]
 ▸ is it in second? đang vào số hai à? [dang vao soh hay a]
 ▸ it's the second street on your right nó nằm ở đường thứ hai bên tay ph bạn [no nam er der-erng ter hay ben tay fay ban]

second class khoang hạng hai [khwang hang hay] ♦ đi vé hạng hai [dee ve har hay]

 ▸ your seat's in second class chỗ của bạn ở khoang hạng hai [choh koo-a ban khwang hang hay]
 ▸ to travel second class đi vé hạng hai [dee ve hang hay]

see *(thing)* xem [sem]; *(person)* gặp [gap]

 ▸ I'm here to see Dr. Brown tôi đến đây gặp bác sỹ Brown [toh-ee den dur-ee ga bak see brown]
 ▸ can I see the room? tôi có thể xem phòng được không? [toh-ee ko te sem for der-erk khohng]
 ▸ I'd like to see the dress in the window tôi muốn xem cái áo trong cửa kín [toh-ee moo-ohn sem kay ao trong ker-a keen]
 ▸ see you! hẹn gặp lại! [hen gap lay]
 ▸ see you later hẹn gặp lại [hen gap lay]
 ▸ see you (on) Thursday! hẹn gặp lại thứ Năm nhé! [hen gap lay ter nam nye

self-service tự phục vụ [ter fook voo]

 ▸ is it self-service? tự phục vụ à? [ter fook voo a]

sell bán [ban]

 ▸ do you sell stamps? bạn có bán tem không? [ban ko ban tem khohng]
 ▸ the radio I was sold is defective cái đài người ta bán cho tôi bị lỗi [kay da nger-er-ee ta ban cho toh-ee bee loh-ee]

send *(gen)* đưa [der-a]; *(mail)* gửi [ger-ee]

 ▸ I'd like to send this package to Boston by airmail tôi muốn gửi gói này Boston bằng thư máy bay [toh-ee moo-ohn ger-ee goy nay dee boston bang t may bay]
 ▸ could you send a tow truck? làm ơn cho xe tải kéo tới được không? [lam e cho se tay keo ter-ee der-erk khohng]

separately *(individually)* riêng [ree-eng]

 ▸ is it sold separately? cái này bán riêng à? [kay nay ban ree-eng a]

September tháng Chín [tang cheen]

 ▸ September 9th mồng chín tháng Chín [mohng cheen tang cheen]

serve phục vụ [fook voo]

▸ when is breakfast served? bữa sáng phục vụ khi nào? [ber-a sang fook voo khee nao]

▸ are you still serving lunch? vẫn đang phục vụ bữa trưa à? [vum dang fook voo ber-a trer-a a]

service *(in a restaurant)* phục vụ [fook voo] ♦ *(car)* bảo dưỡng [bao zer-erng]

▸ the service was terrible phục vụ rất kém [fook voo rurt kem]

▸ we have to have the car serviced chúng tôi phải đem xe đi bảo dưỡng [choong toh-ee fay dem se dee bao zer-erng]

service charge phí dịch vụ [fee zeek voo]

▸ is the service charge included? có tính cả phí dịch vụ không? [ko teen ka fee zeek voo khohng]

set *(of cookware)* bộ [boh] ♦ *(sun)* lặn [lan]

▸ do you have a spare set of keys? bạn còn bộ chìa khóa nào khác không? [ban kon boh chee-a khwa nao khak khohng]

▸ what time does the sun set? mặt trời lặn lúc mấy giờ? [mat ter-ee lan look mur-ee zer]

seven bảy [bay]

▸ there are seven of us chúng tôi có bảy người [choong toh-ee ko bay nger-er-ee]

several vài [vay]

▸ I've been before, several years ago cách đây vài năm tôi đã đến đây [kak dur-ee vay nam toh-ee da den dur-ee]

shade *(shadow)* bóng mát [bong mat]

▸ can we have a table in the shade? cho chúng tôi một bàn trong bóng mát được không? [cho choong toh-ee moht ban trong bong mat der-erk khohng]

shake *(bottle)* lắc [lak] ♦ *(in agreement)* bắt [bat]

▸ to shake hands bắt tay [bat tay]

▸ let's shake nào chúng ta cùng lắc [nao choong ta koong lak]

shame *(remorse, humiliation)* xấu hổ [sur-oo hoh]; *(pity)* đáng tiếc [dang tee-ek]

▸ (what a) shame! thật đáng tiếc! [turt dang tee-ek]

shampoo dầu gội đầu [zur-oo goh-ee dur-oo]

▸ do you have any shampoo? bạn có dầu gội đầu không? [ban ko zur-oo goh-ee dur-oo khohng]

share cùng chung [koong choong]

▸ we're going to share it: can you bring us two plates? chúng tôi sẽ cùng ăn chung: làm ơn mang cho chúng tôi hai cái đĩa? [choong toh-ee se koong an choong lam ern mang cho choong toh-ee hay kay dee-a]

shared *(bathroom, kitchen)* chung [choong]

▸ is the bathroom shared? phòng tắm chung à? [fong tam choong a]

shaver dao cạo râu [zao kao rur-oo]
- where can I buy a new shaver? tôi có thể mua dao cạo mới ở đâu? [toh-ee ko te moo-a zao kao mer-ee er dur-oo]

sheet *(for a bed)* ga [ga]; *(of paper)* tờ [ter]
- could you change the sheets? làm ơn thay ga giường được không? [lam ern tay ga zer-erng der-erk khohng]

ship tàu [tao]
- when does the ship dock? lúc nào tàu cập bến? [look nao tao kurp ben]

shoe giày [zay]
- what sort of shoes should you wear? bạn nên mang loại giày gì? [ban nen mang lway zay zee]

shoe size cỡ giày [ker zay]
- what's your shoe size? cỡ giày của bạn bao nhiêu? [ker zay koo-a ban bao nyee-e-oo]

shop *(store)* cửa hàng [ker-a hang]
- what time do the shops downtown close? các cửa hàng ở trung tâm đóng cửa lúc mấy giờ? [kak ker-a hang er troong turm dong ker-a look mur-ee zer]

shopping mua sắm [moo-a sam]
- where can you go shopping around here? quanh đây bạn có thể đi mua sắm ở đâu? [kwan dur-ee ban ko te dee moo-a sam er dur-oo]

shopping bag túi mua sắm [too-ee moo-a sam]
- can I have a shopping bag, please? làm ơn cho tôi một túi mua sắm? [lam ern cho toh-ee moht too-ee moo-a sam]

shopping center trung tâm mua sắm [troong turm moo-a sam]
- I'm looking for a shopping center tôi đang tìm một trung tâm mua sắm [toh-ee dang teem moht troong turm moo-a sam]

shop window tủ kính cửa hiệu [too keen ker-a hee-e-oo]
- we've been looking in the shop windows nãy giờ chúng tôi ngắm các tủ kính cửa hiệu [nay zer choong toh-ee ngam kak too keen ker-a hee-e-oo]

short *(time, in length)* ngắn [ngan]; *(in height)* thấp [turp]; *(of funds)* thiếu [tee-e-oo]
- we're only here for a short time chúng tôi chỉ ở đây trong một thời gian ngắn [choong toh-ee chee er dur-oo trong moht ter-ee zan ngan]
- we'd like to do a shorter trip chúng tôi muốn đi một chuyến ngắn hơn [choong toh-ee moo-ohn dee moht choo-en ngan hern]
- I'm 2000 dong short tôi thiếu hai nghìn đồng [toh-ee tee-e-oo hay ngeen durng]

shortcut đường tắt [der-erng tat]
- is there a shortcut? có đường tắt không? [ko der-erng tat khohng]

shrimp

Tôm is the generic Vietnamese term for shrimp, lobster, prawn, crayfish and many other crustaceans, except for the crab. In the Hong (Red) River Delta, the cradle of the Viet people, the main source of protein was once shrimp, fish and rice. Compared to European people, the Viet consumed little meat but ate a lot more vegetables. This was because the extensive use of land and the intensive care that rice culture required did not favor animal farming. A common dish is salt-grilled paddy shrimps (tôm đồng). These shrimps, cooked with vegetables or gourds, make a good soup to go with rice.

short wave sóng ngắn [song ngan]
- can you get any English stations on short wave? bạn có thể bắt được đài tiếng Anh nào bằng sóng ngắn không? [ban ko te bat der-erk day tee-eng an nao bang song ngan khohng]

should nên [nen]
- what should I do? tôi nên làm gì? [toh-ee nen lam zee]

show *(at the theater)* buổi diễn [boo-oh-ee zee-en]; *(at the movies)* buổi chiếu [boo-oh-ee chee-e-oo]; *(on TV)* chương trình [cher-erng treen] ◆ *(let see)* cho xem [cho sem]
- what time does the show begin? buổi diễn bắt đầu mấy giờ? [boo-oh-ee zee-en bat dur-oo mur-oo zer]
- could you show me where that is on the map? làm ơn chỉ cho tôi nơi đó nằm ở đâu trên bản đồ? [lam ern chee cho toh-ee ner-ee do nam er dur-oo tren ban doh]
- could you show me the room? làm ơn cho tôi xem phòng? [lam ern cho toh-ee sem fong]

shower *(device, act)* vòi hoa sen [voy hwa sen]; *(of rain)* mưa rào [mer-a rao]
- I'd like a room with a shower, please làm ơn cho tôi một phòng có vòi hoa sen [lam ern cho toh-ee moht fong ko voy hwa sen]
- how does the shower work? vòi hoa sen mở thế nào? [voy hwa sen mer te nao]
- the shower is leaking vòi hoa sen bị rò nước [voy hwa sen bee ro ner-erk]

shower head nắp vòi hoa sen [nap voy hwa sen]
- the shower head is broken nắp vòi hoa sen bị vỡ [nap voy hwa sen bee ver]

shrimp tôm [tohm]
- I'm allergic to shrimp tôi bị dị ứng với tôm [toh-ee bee zee erng ver-ee tohm]

shut đóng [dong]
- the window won't shut cửa sổ sẽ không đóng [ker-a soh se khohng dong]

shutter *(on a window)* cửa chớp [ker-a cherp]; *(on a camera)* nắp [nap]

sickness

The risks of sickness in Vietnam are considerable. Bilharzia (schistosomiasis) is present in the delta of the Mekong River. Avoid swimming and paddling in fresh water; swimming pools which are chlorinated and well maintained are safe. Japanese encephalitis is a risk in Hanoi and in rural areas. A vaccine is available and travelers are advised to consult their doctor prior to departure. Hepatitis A, B and E occur, so precautions should be taken. Dengue fever can be epidemic and filariasis is endemic in some rural areas. Typhoid fever, amoebic and bacillary dysentry can occur. Trachoma and plague occur rarely. Rabies is present.

▶ are there shutters on the windows? những cửa sổ này có cửa chớp không? [nyerng ker-a soh nay ko ker-a cherp khohng]

shuttle (vehicle) xe buýt [se boo-eet]
▶ is there a shuttle to the airport? có xe buýt đi sân bay không? [ko se boo-eet dee surn bay khohng]

sick (unwell) ốm/không khỏe [ohm/khohng khwe]
▶ I feel sick tôi cảm thấy không khỏe [toh-ee kam tur-ee khohng khwe]
▶ to be sick (be unwell) ốm [ohm]; (vomit) buồn nôn [boo-ohn nohn]

side (of the body) hông [hohng]; (of an object) cạnh [kan]; (edge) rìa [ree-a] (opposing part) phía [fee-a]
▶ I have a pain in my right side tôi bị đau phía hông bên phải [toh-ee bee dao fee-a hohng ben fay]
▶ could we have a table on the other side of the room? cho chúng tôi một bàn ở phía bên kia không được không? [cho choong toh-ee moht ban er fee-a ben kee-a fong der-erk khohng]
▶ which side of the road do we drive on here? ở đây lái xe phía đường bên nào? [er dur-ee lay se fee-a der-erng ben nao]

sidewalk vỉa hè [vee-a he]
▶ the sidewalks are very clean here ở đây vỉa hè rất sạch [er dur-ee vee-a he rut sak]

sight (seeing) mắt nhìn [mat nyeen] ◆ **sights** (of a place) nơi [ner-ee]
▶ I'm having problems with my sight mắt tôi nhìn có vấn đề [mat toh-ee nyeen ko vurn de]
▶ what are the sights that are most worth seeing? những nơi nào đáng đi xem nhất? [nyerng ner-ee nao dang dee sem nyurt]

sign ký [kee]
▶ do I sign here? tôi ký vào đây à? [toh-ee kee vao dur-ee a]

signpost biển chỉ đường [bee-en chee der-erng]
 ▸ does the route have good signposts? tuyến đường này có biển chỉ đường tốt không? [too-en der-erng nay ko bee-en chee der-erng toht khohng]

silver *(metal)* bạc [bak]
 ▸ is it made of silver? nó làm bằng bạc à? [no lam bang bak a]

since từ khi [ter khee] ◆ *(because)* do [zo]
 ▸ I've been here since Tuesday tôi đã ở đây từ thứ Ba [toh-ee da er dur-ee ter ter ba]
 ▸ it hasn't rained once since we've been here từ khi chúng tôi đến đây đến giờ trời vẫn chưa mưa [ter khee choong toh-ee den dur-ee den zer trer-ee vurn cher-a mer-a]

single *(only one)* duy nhất [zoo-ee nyurt]; *(unmarried)* độc thân [dohk turn] ◆ *(CD)* đĩa đơn [dee-a dern]
 ▸ I'm single tôi độc thân [toh-ee dohk turn]
 ▸ she's a single woman in her thirties cô ấy là phụ nữ độc thân khoảng ba mươi tuổi [koh dur-ee la foo ner dohk turn khwang ba mer-er-ee too-oh-ee]

single bed giường đơn [zer-erng dern]
 ▸ we'd prefer two single beds chúng tôi thích hai giường đơn hơn [choong toh-ee teek hay zer-erng dern hern]

single room phòng đơn [fong dern]
 ▸ I'd like to book a single room for five nights, please làm ơn cho tôi đặt một phòng đơn trong năm đêm [lam ern cho toh-ee dat moht fong dern trong nam dem]

sister chị em gái [chee em gay]
 ▸ I have two sisters tôi có hai chị em gái [toh-ee ko hay chee em gay]

sit ngồi [ngur-ee]
 ▸ may I sit at your table? tôi có thể ngồi cùng bàn với bạn được không? [toh-ee ko te ngur-ee koong ban ver-ee ban der-erk khohng]
 ▸ is anyone sitting here? có ai ngồi đây chưa? [ko ay ngur-ee dur-ee cher-a]

site *(of a town, a building)* địa điểm [dee-a dee-em]; *(archeological)* khu vực [hoo vook]
 ▸ can we visit the site? chúng tôi có thể đi tham quan địa điểm đó được không? [choong toh-ee ko te dee tam kwan dee-a dee-em do de-erk khohng]

sitting *(for a meal)* lượt ăn [ler-ert an]
 ▸ is there more than one sitting for lunch? bữa trưa có mấy lượt ăn? [ber-a trer-a ko mur-ee ler-ert an]

six sáu [sao]
 ▸ there are six of us chúng tôi có sáu người [choong toh-ee ko sao nger-er-ee]

sixth sáu [sao] ◆ thứ sáu [ter sao]
 ▸ our room is on the sixth floor phòng của chúng tôi ở trên tầng sáu [fong koo-a choong toh-ee er tren turng sao]

size *(of a person, clothes)* cỡ [ker]
- do you have another size? bạn có cỡ khác không? [ban ko ker khak khohng]
- do you have it in a smaller size? cái này bạn có cỡ nhỏ hơn không? [kjay nay ban ko ker nyo hern khohng]
- I take or I'm a size 38 *(shoes)* tôi đi cỡ ba tám [toh-ee dee ker ba tam] *(clothes)* tôi mặc cỡ ba tám [toh-ee mak ker ba tam]

skate trượt pa tanh [trer-ert pa tan] ♦ giày trượt pa tanh [zay trer-ert pa tan]
- can you skate? bạn có biết trượt pa tanh không? [ban ko bee-et trer-ert pa tan khohng]
- how much is it to rent skates? thuê giày trượt pa tanh bao nhiêu tiền? [twe zay trer-ert pa tan bao nyee-e-oo tee-en]

skating trượt pa tanh [trer-ert pa tan]
- where can we go skating? chúng tôi có thể đi trượt pa tanh ở đâu? [choong toh-ee ko te dee trer-ert pa tan er dur-oo]

sleep *(be asleep)* ngủ [ngoo]; *(spend night)* qua đêm [kwa dem]
- I slept well tôi ngủ ngon [toh-ee ngoo ngon]
- I can't sleep tôi ngủ không được [toh-ee ngoo khohng der-erk]

sleeping bag túi ngủ [too-ee ngoo]
- where can I buy a new sleeping bag? tôi có thể mua một túi ngủ mới ở đâu [toh-ee ko te moo-a moht too-ee ngoo mer-ee er dur-oo]

slice *(of bread, ham)* lát [lat] ♦ cắt mỏng [kat mong]
- a thin slice of ham một lát thịt hun khói mỏng [moht lat teet hoon khoy mong]

slim *(person)* mảnh mai [man may]
- she's slim cô ấy mảnh mai [koh ur-ee man may]

slow lâu/chậm [lur-oo/churm]
- the fog was slow to clear sương mù lâu tan [ser-erng moo lur-oo tan]
- is that clock slow? đồng hồ ấy chạy chậm à? [dohng hoh dur-ee chay churm a]

slowly chậm [churm]
- could you speak more slowly, please? bạn làm ơn nói chậm hơn được không? [ban lam ern noy churm hern der-erk khohng]

small nhỏ [nyo]
- do you have anything smaller? bạn có cái nào nhỏ hơn không? [ban ko kai nao nyo hern khohng]

smell *(notice a smell of)* ngửi [nger-ee] ♦ *(have a smell)* có mùi [ko moo-ee] *(have a bad smell)* hôi [hoh-ee]
- can you smell something burning? bạn có ngửi thấy mùi khét không? [ba ko nger-ee tur-ee moo-ee khet khohng]
- it smells in here chỗ này hôi (quá) [choh nay hoh-ee (kwa)]

smoke *(gen)* khói [khoy]; *(of cigarette)* khói thuốc [khoy too-ohk] ♦ *(person)* hút thuốc [hoot too-ohk]

▶ is the smoke bothering you? khói thuốc có làm bạn khó chịu không? [khoy too-ohk ko lam ban kho chee-oo khohng]

▶ do you mind if I smoke? tôi hút thuốc có phiền bạn không? [toh-ee hoot too-ohk ko fee-en ban khohng]

▶ no thanks, I don't smoke không, cảm ơn, tôi không hút thuốc [khohng kam ern toh-ee khohng hoot too-ohk]

smoker người hút thuốc [nger-er-ee hoot too-ohk]

▶ are you smokers or nonsmokers? các bạn là người hút thuốc hay không hút thuốc? [kak ban la nger-er-ee hoot too-ohk hay khohng hoot too-ohk]

smoking hút thuốc [hoot too-ohk]

▶ is smoking allowed here? có được phép hút thuốc ở đây không? [ko der-erk fep hoot too-ohk er dur-ee khohng]

▶ I can't stand smoking tôi không thể chịu được khói thuốc [toh-ee khohng te chee-oo der-erk khoy too-ohk]

smoking compartment khoang hút thuốc [khwang hoot too-ohk]

▶ I'd like a seat in a smoking compartment cho tôi một ghế trong khoang hút thuốc [cho toh-ee moht ge trong khwang hoot too-ohk]

▶ is there a smoking compartment? có khoang hút thuốc không? [ko khwang hoot too-ohk khohng]

smoking section khu hút thuốc [khoo hoot too-ohk]

▶ I'd like a table in the smoking section cho tôi một bàn trong khu hút thuốc [cho toh-ee moht ban trong khoo hoot too-ohk]

sneaker giày thể thao [zay te tao]

▶ your sneakers are really trendy! giày thể thao của bạn mốt thật đấy! [zay te tao koo-a ban moht turt dur-ee]

snorkel ống thở [ohng ter]

▶ I'd like to rent a snorkel and mask, please làm ơn cho tôi thuê mặt nạ và ống thở? [lam ern cho toh-ee twe mat na va ohng ter]

so *(to such a degree)* quá [kwa]; *(also)* cũng [koong]; *(consequently)* vì vậy [vee vur-ee]

▶ it's so big! nó quá to! [no kwa to]

▶ there are so many choices I don't know what to have có quá nhiều sự lựa chọn nên tôi không biết phải ăn gì [ko kwa nyee-e-oo ser ler-a chohn nen toh-ee khohng bee-et fay an zee]

▶ I'm hungry – so am I! tôi đói – tôi cũng thế! [toh-ee doy toh-ee koong te]

soap *(in the North)* xà phòng [sa fong]; *(in the South)* xà bông [sa bohng]

▶ there's no soap không có xà phòng/bông [khohng ko sa fong/bohng]

socket *(in a wall)* ổ cắm [oh kam]
- is there a socket I can use to recharge my cell? có ổ cắm dùng để sạc điện thoại của tôi không? [ko oh kam zoong de sak dee-en tway koo-a toh-ee khohng]

solution *(to a problem)* giải pháp [zay fap]; *(liquid)* dung dịch [zoong zeek]
- that seems to be the best solution đó có vẻ như là giải pháp tốt nhất [do ko ve nyer la zay fap toht nyurt]
- I'd like some rinsing solution for soft lenses cho tôi một ít dung dịch rửa kính áp tròng [cho toh-ee moht eet zoong zeek rer-a keen ap trong]

some *(an amount of)* một ít [moht eet]; *(a number of)* một vài [moht vay]
- I'd like some coffee cho tôi cà phê [cho toh-ee ka fe]
- some friends recommended this place một vài người bạn giới thiệu chỗ này [moht vay nger-er-ee ban zer-ee tee-e-oo choh nay]
- can I have some? cho tôi một ít được không? [cho toh-ee moht eet der-erk khohng]

somebody, someone ai đó [ay do]
- somebody left this for you ai đó đã để lại cái này cho bạn [ay do da de lay kay nay cho ban]

something cái gì đó [kay dee do]
- is something wrong? có chuyện gì thế? [ko choo-en zee te]

somewhere nơi nào đó [ner-ee nao do]
- I'm looking for somewhere to stay tôi đang tìm một chỗ để ở lại [toh-ee dang teem moht choh de er lay]
- somewhere near here chỗ gần đây [choh gurn dur-ee]
- somewhere else chỗ khác [choh khak]

son con trai [kon tray]
- this is my son đây là con trai tôi [dur-ee la kon tray toh-ee]

soon sớm [serm]
- see you soon! hẹn sớm gặp lại! [hen serm gap lay]
- as soon as possible càng sớm càng tốt [kang serm kang toht]

sore throat viêm họng [vee-em hong]
- I have a sore throat tôi bị viêm họng [toh-ee bee vee-em hong]

sorry xin lỗi [seen loh-ee]
- I'm sorry tôi xin lỗi [toh-ee seen loh-ee]
- sorry I'm late xin lỗi, tôi đến muộn [seen loh-ee toh-ee den moo-ohn]
- I'm sorry, but this seat is taken tôi xin lỗi, nhưng ghế này đã có người ngồi [toh-ee seen loh-ee nyerng ge nay da ko nger-er-ee ngur-ee]
- sorry to bother you xin lỗi làm phiền bạn [seen loh-ee lam fee-en ban]
- sorry? *(asking for repetition)* cái gì cơ? [kay zee ker]
- no, sorry không, xin lỗi [khohng seen loh-ee]

souvenirs

Vietnam is particularly known for its various styles of lacquer ware (mother of pearl inlay and duck shell) and its growing silk industry. A wide array of other handicrafts is also available, including quality hand embroidery, wood carvings, ceramics, silk painting, brass and marble figurines and ivory and tortoise shell accessories. Contemporary paintings and copies of masterpieces are also widely available in Ho Chi Minh City and Hanoi. War paraphernalia remain popular souvenirs e.g. old cameras, watches, stamps, coins and flick lighters.

sound tiếng [tee-eng]; *(of a voice)* âm thanh [urm tan]
- can you turn the sound down? bạn có thể vặn nhỏ tiếng được không? [ban ko te van nyo tee-eng der-erk khohng]

souvenir quà lưu niệm [kwa ler-oo nee-em]
- where can I buy souvenirs? tôi có thể mua quà lưu niệm ở đâu? [toh-ee ko te moo-a kwa ler-oo nee-em er dur-oo]

souvenir shop cửa hàng quà lưu niệm [ker-a hang kwa ler-oo nee-em]
- I'm looking for a souvenir shop tôi đang tìm một cửa hàng quà lưu niệm [toh-ee dang teem moht ker-a hang kwa ler-oo nee-em]

spa *(town)* khu suối nước khoáng [khoo soo-oh-ee ner-erk khwang]; *(health club)* câu lạc bộ tắm nước khoáng [kur-oo lak boh tam nước khoáng]; *(bathtub)* bồn mát xa [bohn mat sa]
- the spa's not working bồn mát xa bị hỏng [bohn mat sa bee hong]

space chỗ [choh]
- is there space for another bed in the room? còn chỗ kê thêm một cái giường trong phòng này không? [kon choh ke tem moht kay zer-erng trong fong nay khohng]
- I'd like a space for one tent for two days tôi muốn có chỗ cắm một cái lều trong hai ngày [toh-ee moo-ohn ko cho choh kam moht kay le-oo trong hay ngay]
- do you have any spaces farther from the road? bạn còn chỗ nào nằm xa đường cái hơn không? [ban kon choh nao nam sa der-erng kay hern khohng]

spade *(child's toy)* xẻng nhựa [seng nyer-a]
- my son's left his spade at the beach con trai của tôi để quên cái xẻng nhựa trên bãi biển [kon tray koo-a toh-ee de kwen kay seng nyer-a tren bay bee-en]

spare *(clothes, battery)* dự phòng [zer fong] ♦ *(tire)* lốp xơ cua [lohp ser koo-a]; *(part)* phụ tùng [foo toong]
- should I take some spare clothes? tôi có nên đem theo một vài quần áo dự phòng không? [toh-ee ko nen dem teo moht vay kwurn ao zer fong khohng]
- I don't have any spare cash tôi không còn dư tiền [toh-ee khohng kon zer tee-en]

▸ I've got a spare ticket for the game tôi còn thừa một vé của trận đấu [toh-ee kon ter-a moht ve koo-a trurn dur-oo]

spare part phụ tùng [foo toong]

▸ where can I get spare parts? tôi có thể mua phụ tùng ở đâu? [toh-ee ko t moo-a foo toong er dur-oo]

spare tire lốp xơ cua [lohp ser koo-a]

▸ the spare tire's flat too lốp xơ cua cũng xẹp [lohp ser koo-a koong sep]

spare wheel bánh xe xơ cua [ban se ser koo-a]

▸ there's no spare wheel không có bánh xe xơ cua [khohng ko ban se ser koo-a]

sparkling có ga [ko ga]

▸ could I have a bottle of sparkling water, please? làm ơn cho tôi một chai nước có ga? [lam ern cho toh-ee moht chay ner-erk ko ga]

speak nói [noy]

▸ I speak hardly any Vietnamese tôi nói được rất ít tiếng Việt [toh-ee noy der-er rurt eet tee-eng vee-et]

▸ is there anyone here who speaks English? ở đây có ai biết nói tiếng Anh không? [er dur-ee ko ay bee-et noy tee-eng an khohng]

▸ could you speak more slowly? bạn có thể nói chậm hơn được không? [ba ko te noy churm hern der-erk khohng]

▸ hello, I'd like to speak to Mr...; this is... a lô, tôi muốn nói chuyện với ông... tôi là... [a loh toh-ee moo-ohn noy choo-en ver-ee ohng... toh-ee la]

▸ who's speaking please? ai ở đầu dây thế? [ay er dur-oo zur-ee te]

▸ hello, Gary speaking a lô, Gary đây [a loh gary dur-ee]

special món đặc biệt [mon dak bee-et]

▸ what's today's special? món đặc biệt của ngày hôm nay là gì? [mon dak bee et koo-a ngay hohm nay la zee]

specialist chuyên gia [choo-en za]

▸ could you refer me to a specialist? bạn có thể giới thiệu tôi đến gặp mộ chuyên gia không? [ban ko te zer-ee tee-e-oo toh-ee den gap moht choo-en za khohng]

specialty đặc sản [dak san]

▸ what are the local specialties? các đặc sản địa phương có những gì? [ka dak san dee-a fer-erng ko nyerng zee]

speed limit giới hạn tốc độ [zer-ee han tohk doh]

▸ what's the speed limit on this road? giới hạn tốc độ trên con đường này là bao nhiêu? [zer-ee han tohk doh tren kon der-erng nay la bao nyee-e-oo]

speedometer đồng hồ tốc độ [dohng hoh tohk doh]

▸ the speedometer's broken đồng hồ tốc độ bị hỏng [dohng hoh tohk doh be hong]

speed trap khu vực khống chế tốc độ [khoo vook khohng che tohk doh]
- are there lots of speed traps in the area? có nhiều khu vực khống chế tốc độ trong vùng này không? [ko nyee-e-oo khoo vook khohng che tohk doh trong voong nay khohng]

spell đánh vần [dan vurn]
- how do you spell your name? tên bạn đánh vần như thế nào? [ten ban dan vurn nyer te nao]

spend *(money)* chi [chee]; *(time)* ở [er]
- we are prepared to spend up to 2,000,000 dong chúng tôi sẵn sàng chi tới hai triệu đồng [choong toh-ee san sang chee ter-ee hay tree-e-oo dohng]
- I spent a month in Vietnam a few years ago cách đây vài năm tôi ở Việt Nam một tháng [kak dur-ee vay nam toh-ee er vee-et nam moht tang]

spicy cay [kay]
- is this dish spicy? món này có cay không? [mon nay ko kay khohng]

spoon thìa [tee-a]
- could I have a spoon? cho tôi một cái thìa? [cho toh-ee moht kay tee-a]

sport thể thao [te tao]
- do you play any sports? bạn có chơi môn thể thao nào không? [ban ko cher-ee mohn te tao nao khohng]
- I play a lot of sports tôi chơi nhiều môn thể thao [toh-ee cher-ee nyee-e-oo mohn te tao]

sporty *(person)* mê thể thao [me te tao]
- I'm not very sporty tôi không mê thể thao lắm [toh-ee khohng me te tao lam]

sprain làm bong gân [lam bong gurn]
- I think I've sprained my ankle tôi nghĩ tôi đã tự làm bong gân mắt cá chân [toh-ee ngee toh-ee da ter lam bong gurn mat ka churn]
- my wrist is sprained cổ tay tôi bị bong gân [koh tay toh-ee bee bong gurn]

square *(in a town)* quảng trường [kwang ter-erng]
- where is the main square? quảng trường chính nằm ở đâu? [kwang ter-erng cheen nam er dur-oo]

stain vết bẩn [vet burn]
- can you remove this stain? bạn có thể tẩy vết bẩn này được không? [ban ko te tur-ee vet burn nay der-erk khohng]

stairs cầu thang [kur-oo tang]
- where are the stairs? cầu thang ở đâu? [kur-oo tang er dur-oo]

stall *(car, engine)* chết máy [chet may]
- the engine keeps stalling máy xe cứ chết đi chết lại hoài [may se ker chet dee chet lay hway]

stamp *(for letter, postcard)* tem [tem]

stand *(stall, booth)* gian hàng [zan hang]; *(in a stadium)* khán đài [khan day] *(tolerate)* chịu đựng [chee-oo derng] ♦ *(be upright)* đứng [derng]; *(get up)* đứng [derng]

> where's stand number 5? gian hàng số năm ở đâu? [zan hang soh nam er dur-oo]

start *(begin)* bắt đầu [bat dur-oo]; *(function)* khởi động [kher-ee dohng]

> when does the concert start? buổi hòa nhạc bắt đầu lúc nào? [boo-oh-ee hwa nyak bat dur-oo look nao]

> the car won't start chiếc xe này không khởi động được [chee-ek se na khohng kher-ee dohng der-erk]

starving *(very hungry)* đói [doy]

> I'm absolutely starving tôi đói lắm rồi [toh-ee doy lam roh-ee]

States

> the States Mỹ [mee]

> I'm from the States tôi từ Mỹ đến [toh-ee ter mee den]

> I live in the States tôi sống ở Mỹ [toh-ee sohng er mee]

> have you ever been to the States? bạn đã bao giờ đi Mỹ chưa? [ban da bao zer dee mee cher-a]

station *(railroad, bus, subway)* ga [ga]; *(TV, radio)* đài [day]; *(police)* đồn [dohn]

> to the train station, please! hãy đi đến ga tàu! [hay dee den ga tao]

> Is there a police station near here? gần đây có đồn công an không? [gun dur-ee ko dohn cohng an khohng]

> where is the nearest bus station? bến xe buýt gần nhất ở đâu? [ben se boo eet gurn nyurt er dur-oo]

stay *(in a place)* ở lại [er lay] ♦ *(visit)* ở thăm [er tam]

> we're planning to stay for two nights chúng tôi định ở lại hai đêm [choong toh-ee deen er lay hay dem]

> a two-week stay ở thăm hai tuần [er tam hay too-urn]

steak bò bít tết [bo beet tet]

> I'd like a steak and fries cho tôi thịt bò bít tết và khoai tây rán/chiên [cho toh ee teet bo beet tet va khway tur-ee ran/chee-en]

steal *(money, wallet, necklace)* đánh cắp [dan kap]

> my passport was stolen hộ chiếu của tôi bị đánh cắp [hoh chee-e-oo koo-a toh ee bee dan kap]

> our car has been stolen ô tô của chúng tôi vừa bị đánh cắp [oh toh koo-choong toh-ee ver-a bee dan kap]

steering tay lái [tay lay]

> there's a problem with the steering tay lái có vấn đề [tay lay ko vurn de]

steering wheel vô lăng [voh lang]

> the steering wheel is very stiff vô lăng rất cứng [voh lang rurt kerng]

stick shift *(lever)* cần điều khiển [kurn dee-ee-oo khee-en]; *(car)* số tay [soh tay]
▶ is it a stick shift or an automatic? xe này số tay hay số tự động? [se nay soh tay hay soh ter dohng]

still *(up to now, up to then)* còn [kon]; *(even now)* vẫn [vurn]
▶ how many kilometers are there still to go? còn bao nhiêu cây số nữa thì đến nơi? [kon bao nyee-e-oo kur-ee soh ner-a tee den ner-ee]
▶ we're still waiting to be served chúng tôi vẫn đang chờ được phục vụ [choong toh-ee vurn dang cher der-erk fook voo]

sting *(wasp, nettle)* đốt [doht]
▶ I've been stung by a wasp tôi vừa bị ong đốt [toh-ee ver-a bee ong doht]

stomach dạ dày [za day]
▶ My stomach hurts tôi bị đau bụng [toh-ee bee dao boong]

stomachache đau bụng [dao boong]
▶ I have a really bad stomachache tôi bị đau bụng quá [toh-ee bee dao boong kwa]

stop điểm dừng [dee-em zerng] ♦ dừng [zerng]
▶ is this the right stop for...? đây có đúng là điểm dừng của...? [dur-ee ko doong la dee-em zerng koo-a]
▶ stop it! đừng làm như thế nữa! [derng lam nyer te ner-a]
▶ where in town does the shuttle stop? xe buýt dừng ở đâu trong thành phố? [se boo-eet zerng er dur-oo trong tan foh]
▶ please stop here làm ơn dừng ở đây [lam ern zerng er dur-ee]
▶ which stations does this train stop at? tàu này dừng ở những ga nào? [tao nay zerng er nyerng ga nao]
▶ do we stop at Nhatrang? chúng ta có dừng lại ở Nha Trang không? [choong ta ko zerng lay er nya trang khohng]

store *(place selling goods)* cửa hàng [ker-a hang]
▶ are there any bigger stores in the area? còn cửa hàng nào lớn hơn trong khu vực này không? [kon ker-a hang nao lern hern trong khoo vook nay khohng]

store window tủ kính cửa hàng [too keen ker-a hang]
▶ the store windows are beautifully decorated at Christmas tủ kính cửa hàng

---

in a store

▶ no, thanks, I'm just looking không, cảm ơn, tôi chỉ xem thôi [khohng kam ern toh-ee chee sem toh-ee]
▶ how much is this? cái này giá bao nhiêu? [kay nay za bao nyee-e-oo]
▶ I take a size 38/I'm a size 38 tôi cỡ ba tám [toh-ee ker ba tam]
▶ can I try this coat on? tôi có thể mặc thử cái áo choàng này không? [toh-ee ko te mak ter kay ao chwang nay khohng]
▶ can it be exchanged? đổi lại có được không? [doh-ee lay ko der-erk khohng]

trang hoàng rất đẹp vào lễ Giáng sinh [ter keen ker-a hang trang khwang rurt dep vao le zang seen]

storm bão [bao]

▸ is there going to be a storm? sắp có bão à? [sap ko bao a]

straight thẳng [tang]

▸ you have to keep going straight bạn phải tiếp tục đi thẳng [ban fay tee-ep too dee tang]

street đường [der-erng]

▸ will this street take me to the station? tôi đi đường này ra ga có được không? [toh-ee dee der-erng nay ra ga ko der-erk khohng]

street map bản đồ đường phố [ban doh der-erng foh]

▸ where can I buy a street map? tôi có thể mua bản đồ đường phố ở đâu? [toh-ee ko te moo-a ban doh der-erng foh er dur-oo]

strong *(wind, current)* to [to]; *(current)* mạnh [man]; *(smell, taste)* nặng [nang]

▸ is the current very strong here? dòng nước ở đây chảy mạnh lắm không? [zong ner-erk er dur-ee chay man lam khohng]

stuck

▸ to be stuck *(jammed)* kẹt [ket]; *(trapped)* mắc [mak]

▸ someone is stuck in the elevator có ai đó bị kẹt trong thang máy [ko ay do bee ket trong tang may]

student sinh viên [seen vee-en]

▸ I'm a student tôi là sinh viên [toh-ee la seen vee-en]

student discount giảm giá cho sinh viên [zam za cho seen vee-en]

▸ do you have student discounts? bạn có giảm giá cho sinh viên không? [ban ko zam za cho seen vee-en khohng]

studio (apartment) căn hộ nhỏ [kan hoh nyo]

▸ I'm renting a studio apartment tôi đang thuê một căn hộ nhỏ [toh-ee dang tweh moht kan hoh nyo]

style *(manner, design)* kiểu [kee-e-oo]; *(elegance)* điệu [dee-e-oo]

▸ she has a lot of style cô ấy rất điệu [koh ur-ee rurt dee-e-oo]

sudden đột nhiên [doht nyee-en]

▸ all of a sudden đột nhiên [doht nyee-en]

sugar đường [der-erng]

▸ can you pass me the sugar? làm ơn chuyển cho tôi lọ đường? [lam ern choo-en cho toh-ee lo der-erng]

suggest *(propose)* đề nghị [de ngee]

▸ do you have anything else you can suggest? bạn còn có đề nghị gì khác không? [ban kon ko de ngee zee khak khohng]

suit *(be convenient for)* tiện [tee-en]

▸ that suits me perfectly điều đó hoàn toàn tiện cho tôi [dee-e-oo do hwan twan tee-en cho toh-ee]

▸ it doesn't suit me điều đó không tiện cho tôi [dee-e-oo do khohng tee-en cho toh-ee]

suitcase va li [va lee]

▸ one of my suitcases is missing một va li của tôi bị thất lạc [moht va lee koo-a toh-ee bee turt lak]

▸ my suitcase was damaged in transit va li của tôi bị làm hỏng khi quá cảnh [va lee koo-a toh-ee bee lam hong khee kwa kan]

summer mùa hè [moo-a he]

▸ in (the) summer vào mùa hè [vao moo-a he]

summer vacation nghỉ hè [ngee he]

▸ we've come here for our summer vacation chúng tôi đến đây để nghỉ hè [choong toh-ee den dur-ee de ngee he]

sun nắng [nang]

▸ the sun's very strong at this time of day nắng rất gắt vào thời điểm này trong ngày [nang rurt gat vao ter-ee dee-em nay trong ngay]

sunburn cháy nắng [chay nang]

▸ I've got a bad sunburn tôi bị cháy nắng rất nhiều [toh-ee bee chay nang rurt nyee-e-oo]

▸ do you have cream for a sunburn? bạn có kem bôi cháy nắng không? [ban ko kem boh-ee chay nang khohng]

Sunday Chủ nhật [choo nyurt]

▸ where can I find a doctor on a Sunday? tôi có thể tìm đâu ra một bác sỹ vào ngày Chủ nhật? [toh-ee ko te teem dur-oo ra moht bak see vao ngay choo nyurt]

▸ are the stores open on Sunday? các cửa hàng có mở cửa vào ngày Chủ nhật không? [kak ker-a hang ko mer koo-a vao ngay choo nyurt khohng]

sun deck boong phơi nắng [boong fer-ee nang]

▸ how do I get onto the sun deck? làm thế nào để lên được boong phơi nắng? [lam te nao de len der-erk boong fer-ee nang]

sunglasses kính râm [keen rurm]

▸ I've lost my sunglasses tôi bị mất kính râm [toh-ee bee murt keen rurm]

sunny *(day, weather)* nắng [nang]

▸ it's sunny trời nắng [trer-ee nang]

sunrise mặt trời mọc [mat trer-ee mok]

▸ what time is sunrise? mặt trời mọc lúc mấy giờ? [mat trer-ee mok look mur-ee zer]

supermarkets

Most Vietnamese are used to shopping in Vietnam's traditional outdoor markets. However, Western-style supermarkets and wholesale markets similar to Costco or Sam's Club are starting to arrive. They offer a clean and efficient alternative to the noisy, pungent outdoor bazaars where customers haggle over everything and hope they do not get knocked over by the motorcycles that cruise the narrow aisles.

sunset hoàng hôn [hwang hohn]
- isn't the sunset beautiful? hoàng hôn đẹp thật! [hwang hohn dep turt]

suntan lotion sữa rám nắng [ser-a ram nang]
- I'd like SPF 30 suntan lotion bán cho tôi sữa rám nắng SPF ba mươi [ba cho toh-ee ser-a ram nang spf ba mer-er-ee]

supermarket siêu thị [see-e-oo tee]
- is there a supermarket nearby? gần đây có siêu thị nào không? [gurn dur-ee ko see-e-oo tee nao khohng]

surcharge phụ phí [foo fee]
- do I have to pay a surcharge? tôi có phải trả tiền phụ phí không? [toh-ee k fay tra tee-en foo fee khohng]

surfboard ván lướt sóng [van ler-ert song]
- is there somewhere we can rent surfboards? có chỗ nào chúng tôi có th thuê ván lướt sóng không? [ko choh nao choong toh-ee ko te twe van ler-ert sor khohng]

surfing lướt sóng [ler-ert song]
- can we go surfing around here? chúng tôi có thể đi lướt sóng quanh đâ được không? [choong toh-ee ko te dee ler-ert song kwan dur-ee der-erk khohng]

surprise sự ngạc nhiên [ser ngak nyee-en]
- what a nice surprise! thật là một sự ngạc nhiên thú vị! [turt la moht ser nga nyee-en too vee]

surrounding area khu vực lân cận [khoo verk lurn kurn]
- Hanoi and the surrounding area Hà Nội và khu vực lân cận [ha noh-ee va kho verk lurn kurn]

swallow không trả lại [khohng tra lay] ◆ nuốt [noo-oht]
- the ATM outside has swallowed my credit card máy ATM ở ngoài kia khôr trả lại thẻ tín dụng cho tôi [may atm er ngway kee-a khohng tra lay te teen door cho toh-ee]
- it hurts when I swallow tôi nuốt thấy đau [toh-ee noo-oht tur-ee dao]

swim bơi [ber-ee]

▸ is it safe to swim here? ở đây bơi có an toàn không? [er dur-ee ber-ee ko an twan khohng]

▸ to go for a swim đi bơi [dee ber-ee]

swimming pool bể bơi [be ber-ee]

▸ is there an open-air swimming pool? có bể bơi ngoài trời không? [ko be ber-ee ngway trer-ee khohng]

switch công tắc [kohng tak]

▸ the switch doesn't work công tắc hỏng [kohng tak hong]

switch off tắt [tat]

▸ where do you switch the light off? bạn tắt đèn ở đâu? [ban tat den er-dur-oo]

▸ my cell was switched off tôi đã tắt điện thoại di động [toh-ee da tat dee-en tway zee dohng]

switch on (light, heating, TV) bật [burt]; (engine) khởi động [kher-ee dohng]

▸ where do I switch this light on? tôi bật đèn này ở đâu? [toh-ee burt den nay er dur-oo]

synagogue giáo đường Do Thái [zao der-erng zo tay]

▸ where's the nearest synagogue? giáo đường Do Thái gần nhất nằm ở đâu? [zao der-erng zo tay gurn nyurt nam er dur-oo]

t

table bàn [ban]

▸ I've reserved a table in the name of... tôi đã đặt bàn này lấy tên là... [toh-ee da dat ban nay lur-ee ten la]

▸ a table for four, please! làm ơn cho một bàn bốn người ngồi! [lam ern cho moht ban bohn nger-er-ee ngur-ee]

table tennis bóng bàn [bong ban]

▸ are there tables for table tennis? có bàn bóng bàn không? [ko ban bong ban khohng]

table wine rượu vang [rer-er-oo vang]

▸ a bottle of red table wine một chai rượu vang đỏ [moht chay rer-er-oo vang do]

take (get hold of) cầm [kurm]; (steal) lấy cắp [lur-ee kap]; (carry, wear) mang [mang]; (accompany) đưa [der-a]; (transport) đi [dee]; (require) cần [kurn]; (time) mất [murt]

▸ someone's taken my bag ai đó đã lấy cắp túi của tôi [ay do da lur-ee kap too-ee koo-a toh-ee]

▶ can you take me to this address? bạn có thể đưa tôi đến địa chỉ này không [ban ko te der-a toh-ee den dee-a chee nay khohng]

▶ are you taking the plane or the train to Hanoi? bạn sẽ đi Hà Nội bằng máy bay hay tàu hỏa? [ban se dee ha noh-ee bang may bay hay tao hwa]

▶ which road should I take? tôi nên đi đường nào? [toh-ee nen dee der-errn nao]

▶ I take a size 40 tôi mang cỡ 40 [toh-ee mang ker bohn mer–er-ee]

▶ how long does the trip take? chuyến đi mất bao lâu? [choo-en dee murt bao lu oo]

▶ how long does it take to get to Hanoi? đi Hà Nội mất bao lâu? [dee ha noh-ee murt bao lur-oo]

▶ could you take a photo of us? bạn có thể chụp cho chúng tôi một kiểu ảnh được không? [ban ko te choop cho choong toh-ee an der-erk khohn]

take back *(to a store)* mang trả [mang tra]; *(to one's home)* mang về [mang ve]

▶ I'm looking for a present to take back to my son tôi đang tìm một món quà mang về tặng con trai tôi [toh-ee dang teem moht mon kwa mang ve tang kon tra toh-ee]

take down *(bags, luggage)* mang xuống [mang soo-ohng]

▶ could you take these bags down, please? làm ơn mang mấy cái va li này xuống giúp tôi được không? [lam ern mang mur-ee kay va lee nay soo-ohng zoo toh-ee der-erk khohng]

take in *(bags, luggage)* mang vào [mang vao]

▶ can you have someone take in my bags, please? làm ơn cho người man mấy cái va li này vào giúp tôi được không? [lam ern cho nger-er-ee mang mu ee kay va lee nay vao zoop toh-ee der-erk khohng]

taken *(seat)* có người ngồi [ko ngr-er-ee ngur-ee]

▶ sorry, this seat is taken xin lỗi, ghế này đã có người ngồi [seen lur-ee ge na da ko ngr-er-ee ngur-ee]

take up *(bags, luggage)* mang lên [mang len]

▶ can someone take our bags up to our room? có ai mang mấy cái va li lê phòng của chúng tôi được không? [ko ay mang mur-ee kay va lee len fong koo choong toh-ee der-erk khohng]

talk nói chuyện [noy choo-en]

▶ could I talk with you for a moment? tôi có thể nói chuyện với bạn một lú được không? [toh-ee ko te noy choo-en ver-ee ban moht look der-erk khohng]

▶ you have no right to talk to me like that bạn không được nói với tôi như th [ban khohng der-erk noy ver-ee toh-ee nyer te]

tall *(person, tree, building)* cao [kao]

▶ what's that tall building over there? tòa nhà cao đằng kia là nhà gì? [twa n kao dang kee-a la nya zee]

tank *(for gas)* bình xăng [been sang]
▸ is the tank full? bình xăng đầy chưa? [been sang dur-ee cher-a]

taste vị [vee] ◆ *(sense)* nếm [nem]; *(try)* thử [ter] ◆ có vị [ko vee]
▸ I can't taste anything tôi không thể nếm thấy được vị gì cả [toh-ee khohng te nem tur-ee der-erk vee zee ka]
▸ would you like to taste the wine? bạn có muốn nếm thử rượu này không? [ban ko moo-ohn nem ter rer-er-oo nayt khohng]
▸ it tastes funny món này hư/hỏng rồi [mon nay her/hong rur-ee]

tax thuế [twe]
▸ does this price include tax? giá này có bao gồm thuế không? [za nay ko bao gohm twe khohng]

taxi chuyến tắc xi [choo-en tak see]
▸ how much does a taxi cost from here to the station? một chuyến tắc xi từ đây đến ga tàu mất bao nhiêu? [moht choo-en tak see ter dur-ee den ga tao murt bao nhee-e-oo]
▸ I'd like to reserve a taxi to take me to the airport, please làm ơn cho tôi đặt một chuyến tắc xi chở tôi đi sân bay [lam ern cho toh-ee dat moht choo-en tak see cher toh-ee dee sum bay]

taxi driver lái xe tắc xi [lay se tak see]
▸ can you ask the taxi driver to wait? bạn có thể bảo lái xe tắc xi chờ được không? [ban ko te bao lay se tak see cher der-erk khohng]

taxi stand điểm đỗ tắc xi [de-em doh tak see]
▸ where can I find a taxi stand? tôi có thể tìm điểm đỗ tắc xi ở đâu? [toh-ee ko te teem de-em doh tak see er dur-oo]

taking a taxi

▸ could you call me a taxi, please? làm ơn gọi cho tôi một xe tắc xi được không? [lam ern goy cho toh-ee moht se tak see der-erk khohng]
▸ to the station/airport, please làm ơn đi ra ga/sân bay [lam ern dee ra ga/sum bay]
▸ stop here/at the lights/at the corner, please làm ơn dừng ở đây/ở cột đèn giao thông/ở góc đường [lam ern zerng er dur-ee/er koht den zao tohng/er gok der-erng]
▸ can you wait for me? bạn có thể chờ tôi không? [ban ko te cher toh-ee khohng]
▸ how much is it? hết bao nhiêu tiền? [het bao nyee-e-oo tee-en]
▸ keep the change không cần phụ/thối lại đâu [khohng kurn foo/toh-ee lay dur-oo]

tea

Temple of heaven tea, a compromise between black and green tea, is tightly rolled up into little balls, which give it its wonderful keeping attributes. Pu-erh tea comes from the border between Vietnam and Yunnan. There are two types according to shape: compressed and loose pu-erh tea. Pu-erh tea is said to be especially good for reducing weight.

tea *(in the North)* chè [che]; *(in the South)* trà [tra]
▸ tea with milk chè/trà sữa [che/tra ser-a]
▸ tea without milk chè/trà không sữa [che/tra khohng ser-a]

teach dạy [zay]
▸ so, you teach Vietnamese? maybe you could help me! à, bạn dạy tiếng Vi à? có lẽ bạn có thể giúp tôi đấy! [a ban day tee-eng vee-et a ko le ban ko te zo toh-ee dur-ee]

teacher giáo viên [zao vee-en]
▸ I'm a teacher tôi là giáo viên [toh-ee la zao vee-en]

tea house phòng trà [fong tra]
▸ is there a tea house near here? gần đây có phòng trà nào không? [gurn d ee ko fong tra nao khohng]

telephone điện thoại [dee-en tway] ◆ gọi điện [goy dee-en]
▸ can I use the telephone? tôi có thể sử dụng điện thoại này được không [toh-ee ko te ser zoong dee-en tway nay der-erk khohng]

telephone booth buồng điện thoại công cộng [boo-ohng dee-en tway koh kohng]
▸ is there a telephone booth near here? gần đây có buồng điện thoại côn cộng nào không? [gurn dur-ee ko boo-ohng dee-en tway kohng kohng nao khohn

telephone call cuộc điện thoại [koo-ohk dee-en tway]
▸ I'd like to make a telephone call cho tôi gọi một cuộc điện thoại [cho toh- goy moht koo-ohk dee-en tway]

television *(system, broadcasts)* truyền hình [troo-en heen]; *(set)* ti vi [tee ve
▸ what's on television tonight? tối nay chương trình ti vi có gì? [toh-ee nay che erng treen tee vee ko zee]

tell cho biết [cho bee-et]
▸ can you tell me the way to the museum? bạn có thể cho tôi biết đường để bảo tàng được không? [ban ko te cho toh-ee bee-et der-erng den bao tang der-e khohng]
▸ can you tell me what time it is? bạn làm ơn cho tôi biết mấy giờ rồi? [b lam ern cho toh-ee bee-et mur-ee zer rur-ee]

te **t**

:emples

There are two main types of sacred place in Vietnam: chùa (pagoda) and :ền (temple). Pagodas may be described as đền chùa and temples as đền :ài. Pagoda is a general term for a tiered tower with multiple eaves, adorned with carvings and painted ornamentation. Generally speaking, the pagoda form symbolizes the human desire to bridge the gap between the constraints of earthly existence and the perfection of heavenly forces. In Vietnam a pagoda is a place of Buddhist worship.

mperature *(meteorological)* nhiệt độ [nyee-et doh]; *(fever)* sốt [soht]
what's the temperature? nhiệt độ bao nhiêu? [nyee-et doh bao nyee-e-oo]
I've got a temperature tôi bị sốt [toh-ee bee soht]

mple chùa [choo-a]
could you tell me where the temple is, please? làm ơn chỉ cho tôi chùa này ở đâu? [lam ern chee cho toh-ee choo-a nay er dur-oo]

n mười [mer-er-ee]
there are ten of us chúng tôi có mười người [choong toh-ee ko mer-er-ee nger-ee]

nnis quần vợt [kwurn vert]
where can we play tennis? chúng tôi có thể chơi quần vợt ở đâu? [choong toh-ee ko te cher-ee kwurn vert er dur-oo]

nnis racket vợt ten nít [vert ten neet]
can you rent tennis rackets? bạn có thể thuê vợt ten nít không? [ban ko te twe vert ten neet khohng]

nt lều [le-oo]
I'd like to book space for a tent, please làm ơn cho tôi đặt chỗ cho một lều? [lam ern cho toh-ee dat choh cho moht le-oo]
can you put up your tent anywhere? bạn có thể dựng lều ở đâu cũng được à? [ban ko te zerng le-oo er dur-oo koong der-erk a]

nt peg cọc dựng lều [kok zerng le-oo]
we're short of tent pegs chúng tôi thiếu mười cọc dựng lều [choong toh-ee tee-e-oo mer-er-ee kok zerng le-oo]

rminal *(in airport)* ga [ga]
where is terminal one? ga số một ở đâu? [ga soh moht er dur-oo]
is there a shuttle between terminals? có xe buýt chạy giữa các ga không? [ko se boo-eet chay zer-a kak ga khohng]

tanus uốn ván [oo-ohn van]
I've been vaccinated for tetanus tôi đã tiêm thuốc ngừa uốn ván [toh-ee da tee-em too-ohk nger-a oo-ohn van]

152

thank cảm ơn [kam ern] ♦ **thanks** cảm ơn [kam ern]
  ▸ I can't thank you enough cảm ơn bạn nhiều lắm [kam ern ban nyee-e-oo lam]
  ▸ thanks for everything (you've done) cảm ơn về mọi sự giúp đỡ của bạn [kam ern ve moy ser zoop der koo-a ban]

thank you! cảm ơn [kam ern]
  ▸ thank you very much! cảm ơn rất nhiều! [kam ern rurt nyee-e-oo]

that *(demonstrative use)* kia/đó [kee-a/do] ♦ kia/đó [kee-a/do]
  ▸ who's that? ai đó? [ay do]
  ▸ that's right đúng thế [doong te]
  ▸ the road that goes to Halong Bay đường đi Vịnh Hạ Long [der-erng de veen h long]
  ▸ I'll have that one tôi sẽ lấy cái kia [toh-ee se lur-ee kay kee-a]

theater *(for plays)* nhà hát [nya hat]
  ▸ where is there a theater? có nhà hát ở đâu không? [ko nya hat er dur-o khohng]

theft ăn trộm [an trohm]
  ▸ I'd like to report a theft tôi muốn báo một vụ ăn trộm [toh-ee moo-ohn ba moht voo an trohm]

then *(at a particular time)* lúc đó [look do]; *(next)* rồi thì [rur-ee tee]; *(in tha case)* vậy thì [vur-ee tee]
  ▸ I'll see you then tôi sẽ gặp bạn vào lúc đó nhé [toh-ee se gap ban vao look do ny
  ▸ I'll see you at six then vậy thì tôi sẽ gặp bạn vào lúc sáu giờ [vur-ee tee toh-e se gap ban vao look sao zer]

there *(in that place)* ở đằng kia [er dang kee-a]; *(to that place)* đến đó [den d
  ▸ he's over there anh ấy đang ở đằng kia [an ur-ee dang er dang kee-a]
  ▸ there is/are... có [ko]
  ▸ there's a problem có vấn đề [ko vurn de]
  ▸ are there any restrooms near here? có nhà vệ sinh nào gần đây không? [k nya ve seen nao gurn dur-ee khohng]
  ▸ there you are *(handing over something)* đây này [dur-ee nay]

---

saying thank you

  ▸ thank you cảm ơn [kam ern]
  ▸ thanks, that's very kind of you cảm ơn, bạn thật là tốt [kam ern ban turt la toht]
  ▸ thank you for your help cảm ơn bạn đã giúp đỡ [kam ern ban da zoop der]
  ▸ I wanted to thank you for inviting me tôi muốn cảm ơn bạn vì đã mời tôi [toh-ee moo-ohn kam ern ban vee da mer-ee toh-ee]

thermometer nhiệt kế [nyee-et ke]

‣ do you have a thermometer? bạn có nhiệt kế không? [ban ko nyee-et ke khohng]

‣ the thermometer shows 18 degrees (Celsius) nhiệt kế chỉ mười tám độ (xê) [nyee-et ke chee mer-er-ee tam doh (se)]

thin (person) gầy [gur-ee]; (slice, layer, material) mỏng [mong]

‣ isn't that jacket too thin for a cold evening like this? cái áo khoác đó có quá mỏng trong một tối lạnh giá như thế này không nhỉ? [kay ao kwak do ko kwa mong trong moht toh-ee lan za nyer te nay khohng nee]

thing (object) cái [kay]; (matter) điều [dee-e-oo]   ◆ **things** (possessions, clothes) đồ đạc [doh dak]

‣ what's that thing for? cái đó dùng làm gì? [kay do zoong lam zee]

‣ I don't know what the best thing to do is tôi không biết điều tốt nhất nên làm là gì [toh-ee khohng bee-et dee-e-oo toht nyurt nen lam la zee]

‣ could you look after my things for a minute? làm ơn trông giúp đồ đạc của tôi một phút nhé? [lam ern trohng zoop doh dak koo-a toh-ee moht foot nye]

think (believe) tin [teen]   ◆ (use mind) nghĩ [ngee]

‣ I think (that)... tôi nghĩ (rằng)... [toh-ee ngee (rang)]

‣ I thought service charge was included tôi tưởng là phí dịch vụ đã được cộng vào [toh-ee ter-erng la fee zeek voo da der-erk kohng vao]

‣ I don't think so tôi không nghĩ vậy [toh-ee khohng ngee vur-ee]

third thứ ba [ter ba]   ◆ (fraction) một phần ba [moht furn ba]; (gear) số ba [soh a]

‣ this is my third time in Vietnam đây là lần thứ ba tôi đến Việt Nam [dur-ee la lurn ter ba toh-ee den vee-et nam]

thirsty

‣ to be thirsty khát nước [khat ner-erk]

‣ I'm very thirsty tôi rất khát nước [toh-ee rurt khat ner-erk]

three ba [ba]

‣ there are three of us chúng tôi có ba người [choong toh-ee ko ba nger-er-ee]

throat cổ họng [koh hong]

‣ I have a fish bone stuck in my throat tôi bị hóc xương cá trong cổ họng [toh-ee bee hok ser-erng ka trong koh hong]

throat lozenge thuốc viêm họng [too-ohk vee-em hong]

‣ I'd like some throat lozenges bán cho tôi mấy viên thuốc viêm họng [ban cho toh-ee mur-ee vee-en too-ohk vee-em hong]

thunderstorm giông [zhong]

‣ will there be a thunderstorm? sắp có một cơn giông à? [sap ko moht kern zhong a]

tip

Tipping is not expected but definitely appreciated. Some of the more expensive restaurants add 10-15%. Other restaurants will add a 5% service charge. Inexpensive restaurants do not expect tips. About US$ 0.50 - US$1 is considered acceptable for a chambermaid or porter.

Thursday thứ Năm [ter nam]
- ▸ we're arriving/leaving on Thursday chúng tôi sẽ đến/đi vào ngày thứ Năm [choong toh-ee se den/dee vao ngay ter nam]

ticket vé [ve]
- ▸ I'd like a ticket to... bán cho tôi một vé đi... [ban cho toh-ee moht ve dee]
- ▸ how much is a ticket to...? bao nhiêu tiền một vé đi... [bao nyee-e-oo tee-e moht ve dee]
- ▸ I'd like to book a ticket tôi muốn đặt trước một vé [toh-ee moo-ohn dat trer-e moht ve]
- ▸ I'd like three tickets for... tôi muốn mua ba vé... [toh-ee moo-ohn moo-a ba ve]

tide thủy triều [too-ee tree-e-oo]
- ▸ what time does the tide turn? mấy giờ thì thủy triều thay đổi? [mur-ee zer te too-ee tree-e-oo tay doh-ee]

tight *(piece of clothing)* chật [churt]
- ▸ these pants are too tight quần này quá chật [kwurn nay kwa churt]

time *(gen, by clock)* giờ [zer]; *(occasion)* lần [lurn]
- ▸ do we have time to visit the town? chúng tôi có thì giờ để đi tham quan thành phố không? [choong toh-ee ko tee zer de dee tam kwan tan foh khohng]
- ▸ what time is it? mấy giờ rồi? [mur-ee zer rur-ee]
- ▸ what time do you close? bạn đóng cửa lúc mấy giờ? [ban dong ker-a look mu ee zer]
- ▸ could you tell me if the train from Hanoi is on time? làm ơn cho tôi biết tàu từ Hà Nội vào có đúng giờ không? [lam ern cho toh-ee bee-et tao ter ha noh-e vao ko doong zer khohng]
- ▸ maybe some other time có lẽ để lần khác [ko le de lurn khak]
- ▸ three times ba lần [ba lurn]
- ▸ at the same time cùng một lúc [koong moht look]
- ▸ the first time lần đầu tiên [lurn dur-oo tee-en]

timetable bảng giờ [bang zer]
- ▸ do you have local bus timetables? bạn có các bảng giờ xe buýt ở khu vự này không? [ban ko kak bang zer se boo-eet er khoo verk nay khohng]

tip *(gratuity)* tiền boa [tee-en bwa] ◆ *(give a gratuity to)* cho tiền boa [cho te en bwa]

toilets

Vietnam has fewer toilets per capita than most any other developing country and public toilets are hard to find. This is not much of a problem for men, but can be disconcerting for women. Vietnamese see bodily functions as fairly natural acts and so are quite willing to defecate over a sea wall, the back of a boat, the bank of a river. Always carry some toilet paper. Most budget lodgings in Vietnam will have squat toilets. These are basically porcelain or plastic holes in the ground with a flat place on each side to plant your feet. You flush them with a bucket of water standing nearby.

tire *(for a vehicle)* lốp xe [lohp se]
- the tire's flat lốp xe bị xẹp [lohp se bee sep]
- the tire's punctured lốp xe bị thủng [lohp se bee toong]

to *(indicating place, direction)* đi [dee]; *(in telling time)* kém [kem]
- when is the next train to Sapa? lúc nào có chuyến tàu tiếp theo đi Sa Pa? [look nao ko choo-en tao tee-ep teo dee sa pa]
- it's twenty to nine chín giờ kém hai mươi [cheen zer kem hay mer-er-ee]

tobacco store cửa hàng thuốc lá [ker-a hang too-ok la]
- where is the nearest tobacco store? cửa hàng thuốc lá gần nhất nằm ở đâu? [ker-a hang too-ok la gurn nyurt nam er dur-oo]

today hôm nay [hohm nay]
- what's today's date? hôm nay là ngày mồng mấy? [hohm nay la ngay mohng mur-ee]

toe ngón chân [ngon churn]
- I think I've broken my toe tôi nghĩ tôi bị gãy ngón chân [toh-ee ngee toh-ee bee gay ngon churn]

together cùng [koong]
- let's go together chúng ta hãy cùng đi! [choong ta hay koong dee]

toilet phòng vệ sinh [fong ve seen]
- I need to go to the toilet tôi cần đi phòng vệ sinh [toh-ee kurn dee fong ve seen]
- do you have to pay to use the toilet? vào phòng vệ sinh có phải trả tiền không? [vao fong ve seen ko fay tra tee-en khohng]

toilet paper giấy vệ sinh [zur-ee ve seen]
- there is no toilet paper không có giấy vệ sinh [khohng ko zur-ee ve seen]

toll *(for a road, a bridge)* phí [fee]
- do you have to pay a toll to use the bridge? bạn có phải trả phí qua cầu này không? [ban ko fay tra fee kwa kur-oo nay khohng]

toll-free miễn phí [mee-en fee]
  ▸ there's a toll-free number you can call có một số điện thoại miễn phí bạn có thể gọi [ko moht soh dee-en tway mee-en fee ban ko te goy]

tomato cà chua [ka choo-a]
  ▸ a kilo of tomatoes một cân cà chua [moht kurn ka choo-a]

tomato juice nước cà chua [ner-erk ka choo-a]
  ▸ I'd like a tomato juice cho tôi một ly nước cà chua [cho toh-ee moht lee ner-erk ka choo-a]

tomorrow ngày mai [ngay may]
  ▸ can you hold my reservation until tomorrow? bạn có thể giữ đặt chỗ của tôi đến ngày mai được không? [ban ko te zer dat choh koo-a toh-ee den ngay may der-erk khohng]
  ▸ I'm leaving tomorrow morning sáng mai tôi sẽ đi [sang may toh-ee se dee]
  ▸ see you tomorrow night hẹn gặp bạn tối mai [hen gap ban toh-ee may]

tonight đêm nay [dem nay]
  ▸ do you have any beds available for tonight? bạn còn giường nào đêm nay không? [ban kon zer-erng nao dem nay khohng]

too (also) cũng [koong]; (excessively) quá [kwa]
  ▸ enjoy your meal! – you too chúc ngon miệng! – chúc bạn cũng vậy [choo ngon mee-eng chook ban koong vur-ee]
  ▸ she's too tired to... cô ấy quá mệt đến nỗi không thể... [koh der-ee kwa met den noh-ee khohng te]
  ▸ it's too expensive cái đó quá đắt [kay do kwa dat]
  ▸ there are too many people có quá nhiều người [ko kwa nyee-e-oo nger-er-ee]

tooth răng [rang]
  ▸ I've broken a tooth tôi bị gãy một cái răng [toh-ee bee gay moht kay rang]

toothache đau răng [dao rang]
  ▸ I have a toothache tôi bị đau răng [toh-ee bee dao rang]

toothbrush bàn chải đánh răng [ban chay dan rang]
  ▸ I forgot my toothbrush tôi quên bàn chải đánh răng [toh-ee kwen ban chay dan rang]

toothpaste kem đánh răng [kem dan rang]
  ▸ I'd like to buy some toothpaste tôi muốn mua kem đánh răng [toh-ee moo-ohn moo-a kem dan rang]

top nắp [nap] ◆ (maximum) tối đa [toh-ee da]
  ▸ the car drove away at top speed chiếc ô tô lao đi với tốc độ tối đa [chee-ek oh toh lao dee ver-ee tohk doh toh-ee da]

tour đi du lịch [dee zoo leek]
  ▸ I'm planning to do a two-week tour of the country tôi đang dự định đi

tourists and crime

Vietnam is very keen on bolstering foreign tourism and there are severe punishments for crimes against tourists. Violent crime against foreigners is therefore rare. Nevertheless be alert in the big cities, especially Ho Chi Minh City, where teams on motorbikes drive by their victims to snatch bags, cameras, cellphones, jewelry, etc. Large gatherings, such as those forming at the scene of traffic accidents, can become violent. Taking photographs of anything that could be perceived as being of military or security interest may result in problems with authorities. Foreign visitors to Vietnam have been arbitrarily arrested, detained or expelled for activities that would not be considered crimes in their home countries.

lịch hai tuần vòng quanh đất nước [toh-ee dang zer deen dee zoo leek hay twurn vong kwan durt ner-erk]

ourist khách du lịch [khak zoo leek] ◆ *(season)* du lịch [doo leek]
▶ do you get many tourists here? ở đây có nhiều khách du lịch không? [er dur-ee ko nyee-e-oo khak zoo leek khohng]

ourist attraction điểm tham quan [dee-em tam kwan]
▶ what are the main tourist attractions in the area? những điểm tham quan chính ở vùng này là gì? [nterng dee-em tam kwan cheen er voong nay la zee]

ourist class hạng du lịch [hang zoo leek]
▶ in tourist class, please nằm ở hạng du lịch [nam er hang zoo leek]

ourist guide hướng dẫn viên du lịch [her-erng zurn vee-en zoo leek]
▶ we have a good tourist guide with a lot of up-to-date information chúng tôi có một hướng dẫn viên du lịch giỏi biết nhiều thông tin cập nhật [choong toh-ee ko moht her-erng zurn vee-en zoo leek zoy bee-et nyee-e-oo tohng kurp nyurt]

ourist office trung tâm thông tin du lịch [troong turm tohng teen zoo leek]
▶ I'm looking for the tourist office tôi đang đi tìm trung tâm thông tin du lịch [toh-ee dang dee teem troong turm tohng teen zoo leek]
▶ can I get a street map at the tourist office? tôi có thể xin một bản đồ đường phố ở trung tâm thông tin du lịch không? [toh-ee ko te seen moht ban doh der-erng foh er troong turm tohng teen zoo leek khohng]

ow kéo [keo]
▶ could you tow me to a garage? bạn có thể kéo xe tôi về ga ra được không? [ban ko te keo se toh-ee ve ga ra der-erk khohng]

ward *(in the direction of)* về phía [ve fee-a]
▶ we're heading toward Ho Chi Minh City chúng tôi đang đi về phía thành phố Hồ Chí Minh [choong toh-ee dang dee ve fee-a tan foh hoh chee meen]

tow away kéo đi [keo dee]
- my car's been towed away ô tô của tôi đã được kéo đi [oh toh koo-a toh-ee d der-erk keo dee]

towel khăn tắm [khan tam]
- we don't have any towels chúng tôi không có khăn tắm nào [choong toh-e khohng ko khan tam nao]
- could we have more towels? cho chúng tôi thêm mấy cái khăn tắm đượ không? [cho choong toh-ee tem mur-ee kay khan tam der-erk khohng]

tower *(of a church, a castle)* tháp [tap]
- can you visit the tower? bạn có thể tham quan tháp này không? [ban ko tam kwan tap nay khohng]

town thành phố [tan foh]
- to go into town đi vào thành phố [dee vao tan foh]

town hall ủy ban thành phố [oo-ee ban tan foh]
- where is the town hall? ủy ban thành phố nằm ở đâu? [oo-ee ban tan foh nar er dur-oo]

traffic *(vehicles)* xe cộ [se koh]
- is there a lot of traffic on the freeway? trên đường cao tốc có đông xe c không? [tren der-erng kao tohk ko dohng se koh khohng]

traffic circle bùng binh [boong been]
- you turn right at the traffic circle đến bùng binh bạn rẽ phải [den boong bee ban re fay]

traffic jam tắc đường [tak der-erng]
- we got stuck in a traffic jam chúng tôi bị tắc đường [choong toh-ee bee tak de erng]

traffic lights cột đèn giao thông [koht den zao tohng]

getting around town

- which bus goes to the airport? xe buýt nào đi sân bay? [se boo-eet nao dee sum bay]
- where does the bus to the station leave from? xe buýt ra ga tàu chạy từ đâu? [se boo-eet ra ga tao chay ter dur-oo]
- I'd like a one-way (ticket) to... bán cho tôi vé một chiều đi... [ban cho toh-ee ve moht chee-e-oo dee]
- could you tell me where I have to get off to go to...? làm ơn chỉ cho tôi biết phải xuống ở đâu để đi... [lam ern chee cho toh-ee bee-et fay soo-ohng er dur-oo de dee]

traffic

Traffic in Vietnam is chaotic. Traffic moves on the right, although drivers frequently cross to the left to pass or turn. Horns are used constantly, often with no apparent reason. Traffic accidents, mostly involving motorcycles and resulting in traumatic head injury, are an increasingly serious hazard. At least 30 people die each day from transportation-related injuries. Traffic accident injuries are the leading cause of death, severe injury, and emergency evacuation of foreigners in Vietnam. Streets in major cities are choked with motorcycles, cars, buses, trucks, bicycles, pedestrians and pedicabs.

▸ turn left at the traffic lights đến cột đèn giao thông thì rẽ trái [den koht den zao tohng tee re tray]

trail *(path)* lối [loh-ee]
▸ will this trail take us back to the parking lot? chúng tôi có thể đi lối này quay lại bãi đỗ xe được không? [choong toh-ee ko te dee loh-ee nay kway lay bay doh se der-erk khohng]

train tàu [tao]
▸ when is the next train to Hue? bao giờ có chuyến tàu tiếp theo đi Huế? [bao zer ko choo-en tao tee-ep teo dee hwe]
▸ do you have reduced-price train tickets for seniors? bạn có vé tàu giảm giá cho người già không? [ban ko ve tao zam za cho nger-er-ee za khohng]
▸ which platform does the train for Hanoi leave from? tàu đi Hà Nội chạy từ sân ga nào? [tao dee ha noh-ee chay ter surn ga nao]
▸ the train was fifteen minutes late tàu chậm mười lăm phút [tao churm mer-er-ee lam foot]

transfer *(of money)* chuyển [choo-en] ◆ *(money)* chuyển [choo-en]
▸ I'd like to transfer some money from my savings account tôi muốn chuyển

trains

Vietnamese trains are safe, comfortable and inexpensive. Trains link Hanoi, Hue, Đà Nẵng, Nha Trang, and Saigon (Ho Chi Minh City). Hội An has no station, but it is just 30km by bus or taxi from Đà Nẵng. There are also trains from Hanoi to Hải Phòng (for Hạ Long Bay) and Hà-Nội to Lao Cai (for Sapa). The best trains have soft class air-conditioned sleepers (4-berths per compartment), hard class air-conditioned sleepers (6-berths per compartment), air-conditioned soft class reclining seats and a restaurant or buffet car.

một ít tiền từ tài khoản tiết kiệm của tôi [toh-ee moo-ohn choo-en moht eet tee-e↵ ter tay khwan tee-et kee-em koo-a toh-ee]

travel *(vehicles)* chạy [chay]; *(person)* đi du lịch [dee zoo leek]
- I'd like a window seat facing the direction of travel cho tôi một ghế cửa s↵ quay mặt về hướng tàu chạy [cho toh-ee moht ge ker-a soh kway mat ve her-err↵ tao chay]
- I'm traveling on my own tôi đi du lịch một mình [toh-ee dee zoo leek moht mee↵

travel agency công ty du lịch [kohng tee zoo leek]
- I'm looking for a travel agency tôi đang tìm một công ty du lịch [toh-ee dar↵ teem moht kohng tee zoo leek]

traveler's check séc du lịch [sek zoo leek]
- do you take traveler's checks? bạn có nhận séc du lịch không? [ban ko nyu↵ sek zoo leek khohng]

tree cây [kur-ee]
- what type of tree is that? đó là loại cây gì? [do la lway kur-ee zee]

trip *(journey)* chuyến đi [choo-en dee]
- have a good trip! chúc một chuyến đi tốt đẹp! [chook moht choo-en dee to↵ dep]

trouble *(difficulty)* khó khăn [kho khan]; *(effort)* nỗ lực [noh lerk]
- we didn't have any trouble finding the hotel chúng tôi không gặp khó khă↵ nào để tìm ra khách sạn này [choong toh-ee khohng gap kho khan nao de teem ↵ khak san nay]
- I don't want to be any trouble tôi không muốn gây khó khăn chút nào [to↵ ee khohng moo-ohn gur-ee kho khan choot nao]
- it's no trouble không khó khăn gì cả [khohng kho khan zee ka]

trunk *(of a car)* cốp [kohp]; *(piece of luggage)* va li [va lee]
- my things are in the trunk of the car đồ đạc của tôi ở trong cốp xe [doh d↵ koo-a toh-ee er trong kohp se]
- I've got two small suitcases and a large trunk tôi có hai va li nhỏ và một va↵ to [toh-ee ko hay va lee nyo va moht va lee to]

try *(attempt)* cố gắng [koh gang]; *(sample)* thử [ter]
- I'd like to try the local beer tôi muốn thử bia địa phương [toh-ee moo-ohn t↵ bee-a dee-a fer-erng]

try on *(dress)* mặc thử [mak ter]; *(shoes)* đi thử [dee ter]
- I'd like to try on the one in the window tôi muốn mặc thử/đi thử cái ở tron↵ tủ kính trưng bày [toh-ee moo-ohn mak ter/dee ter kay er trong too keen trerng ba↵

tub *(of ice cream)* hộp [hohp]
- do you sell tubs of ice cream to take home? bạn có bán hộp kem mang v↵ nhà không? [ban ko ban hohp kem mang ve nya khohng]

Tuesday thứ Ba [ter ba]
  ▸ we're arriving/leaving on Tuesday chúng tôi sẽ đến/đi vào ngày thứ Ba [choong toh-ee se den/dee vao ngay ter ba]

tunnel hầm [hurm]
  ▸ is there a toll for using the tunnel? qua hầm có thu phí không? [kwa hurm ko too fee khohng]

turn (in a game, order) lượt [ler-ert]; (off a road) lật [lurt] ◆ (change direction) rẽ [re]
  ▸ it's your turn đến lượt bạn đấy [den ler-ert ban dur-ee]
  ▸ is this the turn for the campground? đây có phải ngã rẽ đến khu cắm trại không? [dur-ee ko fay nga re den khoo kam tray khohng]
  ▸ turn left at the lights đến cột đèn giao thông rẽ trái [den koht den zao tohng re tray]
  ▸ you have to turn right bạn phải rẽ phải [ban fay re fay]

turn down (radio, volume, gas) vặn nhỏ [van nyo]
  ▸ can we turn the air-conditioning down? chúng tôi có thể vặn nhỏ điều hòa/máy lạnh được không? [choong toh-ee ko te van nyo dee-e-oo hwa/may lan der-erk khohng]
  ▸ how do you turn the volume down? bạn vặn nhỏ tiếng như thế nào? [ban van nyo tee-eng nyer te nao]

turn off (light, appliance) tắt [tat]
  ▸ where do you turn the light off? bạn tắt đèn ở đâu? [ban tat den er dur-oo]
  ▸ my cell was turned off tôi đã tắt điện thoại di động [toh-ee da tat dee-en tway zee dohng]

turn on (light, radio) bật [burt]
  ▸ where do I turn this light on? tôi bật đèn này ở đâu? [toh-ee burt den nay er dur-oo]
  ▸ can you turn on the ignition? bạn có thể đề máy được không? [ban ko te de may der-erk khohng]

turn up (sound, central heating) vặn to [van to]
  ▸ how do you turn up the heating? bạn vặn to sưởi như thế nào? [ban van to ser-er-ee nyer te nao]

TV truyền hình [troo-en heen]; (set) ti vi [tee vee]
  ▸ the TV in our room is broken cái ti vi trong phòng chúng tôi bị hỏng [kay tee vee trong fong choong toh-ee bee hong]

TV lounge phòng xem ti vi [fong sem tee vee]
  ▸ is there a TV lounge? có phòng xem ti vi không? [ko fong sem tee vee khohng]

twelve mười hai [mer-er-ee hay] ◆ (noon, midnight) mười hai giờ [mer-er-ee hay zer]
  ▸ there are twelve of us chúng tôi có mười hai người [choong toh-ee ko mer-er-ee hay nger-er-ee]

- it's twelve o'clock *(noon)* bây giờ là mười hai giờ trưa [bur-ee zer la mer-er-e hay zer trer-a]; *(midnight)* bây giờ là mười hai giờ đêm [bur-ee zer la mer-er-e hay zer dem]

twice hai lần [hay lurn]
- the ferry runs twice a day phà chạy một ngày hai lần [fa chay moht ngay hay lerr

twin sinh đôi [seen dur-ee]
- twin brother anh em sinh đôi [an em seen dur-ee]
- twin sister chị em sinh đôi [chee em seen dur-ee]

twin beds một đôi giường đơn [moht dur-ee zer-erng dern]
- a room with twin beds một phòng có một đôi giường đơn [moht fong ko moh dur-ee zer-erng dern]

two hai [hay]
- there are two of us chúng tôi có hai người [choong toh-ee ko hay nger-er-ee]

u

umbrella *(in the North)* ô [oh]; *(in the South)* dù [zoo]
- could you lend me an umbrella? bạn có thể cho tôi mượn một cái ô/dù đượ không? [ban ko te cho toh-ee mer-em moht kay oh/zoo der-erk khohng]

unacceptable không thể chấp nhận được [khohng te churp nyurn der-erk]
- it's completely unacceptable! điều đó hoàn toàn không thể chấp nhận đượ [dee-e-oo do hwan twan khohng te churp nyurn der-erk]

underpass đường hầm [der-erng hurm]
- is the underpass safe at night? đường hầm ban đêm đi có an toàn không [der-erng hurm ban dem dee ko an twan khohng]

understand hiểu [hee-e-oo]
- I can understand Vietnamese, but I can't really speak it tôi có thể hiểu tiến Việt, nhưng tôi thực sự không nói được [toh-ee ko te hee-e-oo tee-eng vee-e nyerng toh-ee terk ser khohng noy der-erk]
- I understand a little tôi hiểu một chút [toh-ee hee-e-oo moht choot]
- I don't understand a word tôi không hiểu một từ nào cả [toh-ee khohng hee-e oo moht ter nao ka]
- do you understand? bạn có hiểu không? [ban ko hee-e-oo khohng]

unit *(of condominium complex)* căn nhà [kan nya]
- we'd prefer a unit with air conditioning chúng tôi thích một căn có máy điề hoà không khí hơn? [choong toh-ee teek moht kan ko may dee-e-oo hwa khohn khee hern]

United States (of America)

▸ the United States Mỹ [mee]
▸ I'm from the United States tôi từ Mỹ đến [toh-ee ter mee den]
▸ I live in the United States tôi sống ở Mỹ [toh-ee surng er mee]
▸ have you ever been to the United States? bạn đã bao giờ đến Mỹ chưa? [ban da bao zer den mee cher-a]

unleaded *(gas)* không chì [khohng chee] ◆ xăng không chì [sang khohng chee]

▸ do you have premium or just regular unleaded? bạn có xăng loại một hay chỉ là xăng không chì thường? [ban ko sang lway moht hay chee la sang khohng chee ter–erng]

until đến [den]

▸ I'm staying until Sunday tôi sẽ ở lại đến Chủ nhật [toh-ee se er lay den choo nyurt]
▸ until noon đến trưa [den ter-a]

up *(to or in a higher position)* trên [tren] ◆ *(wrong)* vấn đề [vurn de] ◆ **up to** làm [lam]

▸ what's up? *(what's wrong)* có vấn đề gì thế? [ko vurn de zee te]; *(as greeting)* sao rồi [sao rur-ee]
▸ what are you up to tonight? tối nay bạn sẽ làm gì? [toh-ee nay ban se lam zee]
▸ up to now cho đến nay [cho den nay]

urgent khẩn cấp [khurn kurp]

▸ it's not urgent không khẩn cấp lắm [khohng khurn kurp lam]

urgently ngay [ngay]

▸ I have to see a dentist urgently tôi phải đi gặp nha sỹ ngay [toh-ee fay dee gap nya see ngay]

US(A)

▸ the US Mỹ [mee]

---

saying that you have understood/not understood

▸ oh, I see...! à, tôi hiểu rồi...! [a toh-ee hee-e-oo rur-ee]
▸ sorry, but I didn't understand xin lỗi, nhưng tôi không hiểu [seen loy nyerng toh-ee khohng hee-e-oo]
▸ I'm a little confused... tôi không hiểu lắm [toh-ee khohng hee-e-oo lam]
▸ I don't understand your question tôi không hiểu câu hỏi của bạn [toh-ee khohng hee-e-oo kur-oo hoy koo-a ban]
▸ sorry, but I still don't understand xin lỗi, nhưng tôi vẫn chưa hiểu [seen loy nyerng toh-ee vurn cher-a hee-e-oo]

- I'm from the US tôi từ Mỹ đến [toh-ee ter mee den]
- I live in the US tôi sống ở Mỹ [toh-ee sohng er mee]
- have you ever been to the US? bạn đã bao giờ đến Mỹ chưa? [ban da bao zer den mee cher-a]

use dùng [zoong]
- could I use your cellphone? tôi có thể dùng điện thoại di động của bạn được không? [toh-ee ko te zoong dee-en tway dee dohng koo-a ban der-erk khohng]

V

vacancy chỗ trống [choh trohng]
- do you have any vacancies for tonight? tối nay bạn còn chỗ nào trống không? [toh-ee nay ban kon choh nao trohng khohng]

vacation đi nghỉ [dee ngee]
- are you here on vacation? bạn đến đây để đi nghỉ à? [ban den dur-ee de dee ngee a]
- I'm on vacation tôi đang đi nghỉ [toh-ee dang dee ngee]

valid còn hạn [kon han]
- is this ticket valid for the exhibit too? vé này cũng dùng để vào triển lãm được à? [ve nay koong zoong de vao tree-en lam der-erk a]
- how long is this ticket valid for? vé này còn hạn bao lâu? [ve nay kon han bao lur-oo]
- my passport is still valid hộ chiếu của tôi vẫn còn hạn [hoh chee-e-oo koo-a toh-ee vun kon han]

vegetable rau [rao]
- does it come with vegetables? món này có kèm theo rau cải không? [mon nay ko kem teo rao kay khohng]

vegetarian chay [chay] ♦ người ăn chay [nger-er-ee an chay]
- I'm a vegetarian tôi là người ăn chay [toh-ee la nger-er-ee an chay]
- do you have vegetarian dishes? bạn có các món chay không? [ban ko kak mon chay khohng]

vending machine máy bán hàng tự động [may ban hang ter dohng]
- the vending machine isn't working máy bán hàng tự động này bị hỏng [may ban hang ter dohng nay bee hong]

vertigo chóng mặt [chong mat]
- I suffer from vertigo tôi bị bịnh/bệnh chóng mặt [toh-ee bee been/ben chong mat]

very rất [rurt]
- I'm very hungry tôi rất đói [toh-ee rurt doy]
- very much rất nhiều [rurt nyee-e-oo]
- very near rất gần [rurt gurn]

view *(panorama)* nhìn [nyeen]
- I'd prefer a room with an ocean view tôi thích phòng nhìn ra đại dương hơn [toh-ee teek fong nyeen ra day zer-erng hern]

villa biệt thự [bee-et too]
- we'd like to rent a villa for one week chúng tôi muốn thuê một biệt thự trong một tuần [choong toh-ee moo-ohn twe moht bee-et too trong moht twurn]

virus vi rút [vee root]
- I must have picked up a virus chắc là tôi đã bị nhiễm một loại vi rút [chak la toh-ee da bee nyee-em moht lway vee root]

visa vi da/thị thực [vee za/tee terk]
- do you need a visa? bạn có cần xin vi da/thị thực không? [ban ko kurn seen vee za/tee terk khohng]

visit đến thăm [den tam] ◆ tham quan [tam kwan]
- is this your first visit to Hanoi? đây là lần đầu tiên bạn đến thăm Hà Nội à? [dur-ee la lurn dur-oo tee-en ban den tam ha noh-ee a]
- I'd like to visit the palace tôi muốn đi tham quan cung điện [toh-ee moo-ohn dee tam kwan koong dee-en]

voicemail thư thoại [ter tway]
- I need to check my voicemail tôi cần kiểm tra hộp thư thoại [toh-ee kurn kee-em tra hohp ter tway]

voucher biên lai [bee-en lay]
- I haven't received the voucher tôi chưa nhận được biên lai [toh-ee cher-a nyurn der-erk bee-en lay]

W

waist eo [eo]
- it's a little bit tight at the waist cái này hơi chật ở eo [kay nay her-ee churt er eo]

wait chờ [cher]
- have you been waiting long? bạn chờ đã lâu chưa? [ban cher da lur-oo cher-a]

waiter phục vụ [fook voo]
- waiter, could we have the check, please? phục vụ, làm ơn tính tiền cho chúng tôi? [fook voo lam ern teen tee-en cho choong toh-ee]

wait for chờ [cher]

 ▸ are you waiting for the bus? bạn đang chờ xe buýt à? [ban dang cher se boo-eet a]
 ▸ I'm waiting for them to call back tôi đang chờ họ gọi lại [toh-ee dang cher ho goy lay]
 ▸ don't wait for me đừng chờ tôi [derng cher toh-ee]

waiting room phòng đợi [fong der-ee]

 ▸ is there a waiting room near the platform? có phòng đợi gần sân ga không? [ko fong der-ee gurn surn ga khohng]

waitress cô phục vụ [koh fook voo]

 ▸ the waitress has already taken our order cô phục vụ đã ghi gọi món của chúng tôi rồi [koh fook voo da gee goy mon koo-a choong toh-ee roh-ee]

wake đánh thức [dan terk] ◆ dậy [zur-ee]

 ▸ could you wake me at 6:45? làm ơn đánh thức tôi lúc sáu giờ bốn lăm phút được không? [lam ern dan terk toh-ee look sao zer bohn lam foot der-erk khohng]
 ▸ I always wake early tôi luôn dậy sớm [toh-ee loo-ohn zur-ee serm]

wake up đánh thức dậy [dan terk zur-ee] ◆ dậy [zur-ee]

 ▸ a noise woke me up in the middle of the night một tiếng ồn đánh thức tôi dậy vào lúc nửa đêm [moht tee-eng ohn dan terk toh-ee zur-ee vao look ner-a dem]
 ▸ I have to wake up very early tomorrow to catch the plane sáng mai tôi phải dậy rất sớm để kịp chuyến bay [sang may toh-ee fay zur-ee rurt serm de keep choo-en bay]

walk đi dạo [dee zao] ◆ (person) đi bộ [dee boh]; (distance) đi [dee]

 ▸ are there any interesting walks in the area? khu vực này có chỗ nào đi hay hay không? [khoo verk nay ko choh nao dee hay hay khohng]
 ▸ let's go for a walk chúng ta hãy đi dạo đi [choong ta hay dee zao dee]
 ▸ how long would it take me to walk there? tôi đi bộ đến đấy sẽ mất bao lâu? [toh-ee dee boh den der-ee se murt bao lur-oo]

walking boots giày đi bộ/ba ta [zay dee boh/ba ta]

 ▸ do you need walking boots? bạn có cần giày đi bộ/ba ta không? [ban ko kurn zay dee boh/ba ta khohng]

wallet ví [vee]

 ▸ I've lost my wallet tôi bị mất ví [toh-ee bee murt vee]

want (wish, desire) muốn [moo-ohn]

 ▸ I don't want to go there tôi không muốn đến đó [toh-ee khohng moo-ohn den do]

warm ấm [urm]

 ▸ it's warm trời ấm [trer-ee urm]
 ▸ where can I buy some warm clothing for the trip? tôi có thể mua một ít quần áo ấm cho chuyến đi ở đâu? [toh-ee ko te moo-a moht eet kwurn ao urm cho choo-en dee er dur-oo]

warn cảnh báo [kan bao]
> no one warned me about that! không ai cảnh báo với tôi về chuyện đó cả! [khohng ay kan bao ver-ee toh-ee ve choo-en do ka]

wash rửa [rer-a] ◆ giặt [zat]
> where can I wash my hands? tôi có thể rửa tay ở đâu? [toh-ee ko te rer-a tay er dur-oo]

watch đồng hồ [dohng hoh] ◆ *(look at)* xem [sem]; *(guard)* trông [trohng]
> my watch has been stolen tôi bị mất cắp đồng hồ [toh-ee bee murt kap dohng hoh]
> can you watch my bags for a minute? bạn có thể trông túi xách của tôi một phút được không? [ban ko te trohng too-ee sak koo-a toh-ee moht foot der-erk khohng]

water nước [ner-erk]
> could I have some hot water, please? làm ơn cho tôi một chút nước nóng? [lam ern cho toh-ee moht choot ner-erk nong]
> there's no hot water không có nước nóng [khohng ko ner-erk nong]

water ski ván lướt nước [van ler-ert ner-erk]
> can I rent water skis here? tôi có thể thuê ván lướt nước ở đây không? [toh-ee ko te twe van ler-ert ner-erk er dur-ee khohng]

water skiing lướt ván [ler-ert van]
> can I go water skiing anywhere around here? tôi có thể đi lướt ván ở đâu gần đây không? [toh-ee ko te dee ler-ert van er dur-oo gurn dur-ee khohng]

wave *(of water)* sóng [song]
> the waves are very big today hôm nay sóng rất to [hohm nay song rirt to]

way *(means)* cách [kak]; *(route)* đường [der-erng]
> what's the best way of getting there? cách tốt nhất đi đến đó là gì? [kak toht nyurt dee den do la zee]

---

asking the way

> can you show me where we are on the map? bạn có thể chỉ cho tôi chúng tôi đang ở đâu trên bản đồ này được không? [ban ko te chee cho toh-ee choong toh-ee dang er dur-oo tren ban doh nay der-erk khohng]
> where is the station/the post office? ga/bưu điện ở đâu? [ga/ ber-oo dee-en er dur-oo]
> excuse me, how do you get to Single-Pillar Pagoda? xin lỗi, làm thế nào để đi đến Chùa Một Cột? [seen lur-ee lam te nao de dee den choo-a moht koht]
> is it far? có xa không? [ko sa khohng]
> is it within walking distance? đi bộ đến đó có được không? [dee boh den do ko der-erk khohng]

weather

South Vietnam is hot, humid and tropical, with temperatures hovering in the 25–30°C all year round, but it rains the most from May to November. North Vietnam has four distinct seasons, with a comparatively chilly winter (temperatures can dip below 15°C in Hanoi), a hot and dry summer and pleasant spring (March–April) and fall (October–December) seasons. However, in the highlands both extremes are amplified, with occasional snow in the winter and temperatures reaching 40°C in the summer. In central Vietnam the weather is somewhere in between, and the rainy season is in the summer, not the winter.

- which way is it to the bus station? đến bến xe buýt đi đường nào? [den ben se boo-eet dee der-erng nao]
- I went the wrong way tôi đã đi sai đường [toh-ee da dee say der-erng]
- is this the right way to the cathedral? đây có phải là đường đến nhà thờ không? [dur-ee ko fay la der-erng den nya ter khohng]
- on the way trên đường [tren der-erng]
- no way! không đời nào! [khohng der-ee nao]

way out lối ra [loh-ee ra]
- where's the way out? lối ra ở đâu? [loh-ee ra er dur-oo]

weak *(person)* yếu [yeo]; *(drink)* loãng [lo-ang]
- I feel very weak tôi cảm thấy rất yếu [toh-ee kam tur-ee rurt yeo]
- could I have a very weak coffee? làm ơn cho tôi một cốc cà phê thật loãng? [lam ern cho toh-ee moht kohk ka fee turt lo-ang]

wear *(piece of clothing)* mặc [mak]; *(glasses)* đeo [deo]
- is what I'm wearing all right? tôi mặc đồ này có được không? [toh-ee mak doh nay ko der-erk khohng]

weather *(gen)* trời [trer-ee]; *(on the TV, the radio)* thời tiết [ter-ee tee-et]
- what is the weather like today? trời hôm nay thế nào? [trer-ee hohm nay te nao]
- is the weather going to change? thời tiết có thay đổi không? [ter-ee tee-et ko tay doh-ee khohng]

weather forecast dự báo thời tiết [zer bao ter-ee tee-et]
- what's the weather forecast for tomorrow? dự báo thời tiết ngày mai thế nào? [zer bao ter-ee tee-et ngay may te nao]

website address địa chỉ trang web [dee-a chee trang web]
- can you give me your website address? bạn có thể cho tôi địa chỉ trang web của bạn được không? [ban ko te cho toh-ee dee-a chee trang web koo-a ban der-erk khohng]

Wednesday thứ Tư [ter ter]
- we're arriving/leaving on Wednesday chúng tôi sẽ đến/đi vào ngày thứ Tư [choong toh-ee se den/dee vao ngay ter ter]

week tuần [too-urn]
- how much is it for a week? ở một tuần giá bao nhiêu? [er moht too-urn za bao nyee-e-oo]
- I'm leaving in a week một tuần nữa tôi sẽ đi [moht too-urn ner-a toh-ee se dee]
- two weeks hai tuần [hai too-urn]

weekly hằng tuần [hang too-urn], từng tuần [tern too-urn]
- is there a weekly rate? có mức giá hằng tuần (từng tuần) không? [ko merk za hang too-urn (terng too-urn) khohng]

welcome xin chào [seen chao]
- welcome! xin chào! [seen chao]
- you're welcome (in reply to thanks) không có gì [khohng ko zee]
- you're welcome to join us bạn có thể tham gia cùng chúng tôi [ban ko te tam za koong choong toh-ee]

well (in health) khỏe [khwe] ◆ hay [hay]
- I'm very well, thank you tôi rất khỏe, cảm ơn [toh-ee rurt khwe kam ern]
- get well soon! chúc chóng khỏe! [chook choong khwe]
- well played chơi rất hay [cher-ee rurt hay]

well done (steak) chín kỹ [cheen kee]
- well done, please làm ơn cho chín kỹ [lam ern cho cheen kee]

what gì [zee]
- what? (asking for repetition) cái gì? [kay zee]
- what is it? (what's this thing?) cái gì thế? [kay zee te]; (what's the matter?) có vấn đề gì thế? [ko vurn de zee te]
- what's up? (what's wrong) có vấn đề gì thế? [ko vurn de zee te]; (as greeting) sao rồi? [sao rur-ee]
- what's your name? tên bạn là gì? [ten ban la zee]
- what's it called? cái này gọi là gì? [kay nay goy la zee]
- what time is it? mấy giờ rồi? [mur-ee zer rur-ee]
- what day is it? hôm nay là ngày thứ mấy nhỉ? [hohm nay la ngay ter mur-ee nyee]
- what desserts do you have? bạn có những món tráng miệng gì? [ban ko nyerng mon trang mee-eng zee]

wheel bánh xe [ban se]
- could you help me change the wheel? bạn có thể giúp tôi thay bánh xe được không? [ban ko te zoop toh-ee tay ban se der-erk khohng]

when khi nào [khee nao]
- when was it built? nó được xây dựng khi nào? [no der-erk sur-ee zerng khee nao]
- when is the next train to Hanoi? khi nào có chuyến tàu tiếp theo đi Hà Nội? [khee nao ko choo-en tao tee-ep teo dee ha noh-ee]

where ở đâu [er dur-oo]
- where do you live? bạn sống ở đâu? [ban sohng er dur-oo]
- where are you from? bạn từ đâu tới? [ban ter dur-oo ter-ee]
- excuse me, where is the nearest bus stop, please? xin lỗi, điểm dừng xe buýt gần nhất ở đâu? [seen loh-ee dee-em zerng se boo-eet gurn nyurt er dur-oo]

which nào [nao]
- which hotel would you recommend for us? bạn giới thiệu cho chúng tôi khách sạn nào? [ban zer-ee tee-e-oo cho choong toh-ee khak san nao]
- which way should we go? chúng tôi nên đi đường nào? [choong toh-ee ne dee der-erng nao]
- which do you prefer? bạn thích cái nào hơn? [ban teek cay nao hern]

while thời gian ngắn [ter-ee zan ngan]
- I'm only planning to stay for a while tôi chỉ dự định ở lại trong một thời gian ngắn [toh-ee chee zer deen er lay trong moht ter-ee zan ngan]

white (in color) màu trắng [mao trang]
- I need a white T-shirt tôi cần một cái áo phông/pun màu trắng [toh-ee kurn moht kay ao fong/poon mao trang]

white wine rượu trắng [rer-er-oo trang]
- a glass of white wine, please làm ơn cho một ly rượu trắng [lam ern cho moht lee rer-er-oo trang]

who ai [ay]
- who are you? bạn là ai? [ban la ay]
- who should I speak to about the heating? tôi nên nói với ai về cái máy sưởi? [toh-ee nem noy ver-ee ay ve kay may ser-er-ee]
- who's calling? ai gọi đấy? [ay goy dur-ee]

whole cả [ka] • **on the whole** nói chung [noy choong]
- we spent the whole day walking chúng tôi đi bộ cả ngày [choong toh-ee dee boh ka ngay]
- on the whole we had a good time nói chung chúng tôi đã có một thời gian rất vui vẻ [noy choong choong toh-ee da ko moht ter-ee zan rurt voo-ee ve]

whole-wheat bột mì nguyên cám [boht mee ngoo-en kam]
- I'd like some whole-wheat bread cho tôi một ít bánh mì nguyên cám [cho toh-ee moht eet ban mee ngoo-en kam]

why tại sao [tay sao]
- why not? tại sao không? [tay sao khohng]

wide *(river, road)* rộng [rohng]
▸ 2 meters wide rộng hai mét [rohng hay met]

will *(to express future tense)* sẽ [se]; *(indicating willingness)* hăng hái [hang ay]
▸ I'll be arriving at six tôi sẽ đến vào lúc sáu giờ [toh-ee se den vao look sao zer]

win thắng [tang]
▸ who's winning? ai đang thắng thế? [ay dang tang te]

wind gió [zo]
▸ there's a strong West wind có một cơn gió Tây rất mạnh [ko moht kern zo turee rurt man]

window *(of a building)* cửa sổ [ker-a soh]; *(of a store)* tủ kính [too keen]; *(at a station, in a post office)* cửa [ker-a]
▸ I can't open the window tôi mở cửa sổ không được [toh-ee mer ker-a soh khohng der-erk]
▸ I'm cold: could you close your window? tôi lạnh: bạn có thể đóng cửa sổ của bạn được không? [toh-ee lan ban ko te dong ker-a soh koo-a ban der-erk khohng]
▸ I'd like to see the dress in the window tôi muốn xem cái áo ở trong tủ kính [toh-ee moo-ohn sem kay ao er trong too keen]
▸ where's the window for buying tickets? cửa mua vé ở đâu? [ker-a moo-a ve er dur-oo]

window seat ghế cửa sổ [ge ker-a soh]
▸ I'd like a window seat if possible nếu được bán cho tôi một ghế cửa sổ [neo der-erk ban cho toh-ee moht ge ker-a soh]

windshield kính chắn gió [keen chan zo]
▸ could you clean the windshield? bạn có thể lau kính chắn gió được không? [ban ko te lao keen chan zo der-erk khohng]

windsurfing lướt ván buồm [ler-ert van boo-ohm]
▸ is there anywhere around here I can go windsurfing? quanh đây có chỗ nào tôi có thể đi lướt ván buồm được không? [kwan dur-ee ko choh nao toh-ee ko te dee ler-ert van boo-ohm der-erk]

windy *(day, weather)* có gió [ko zo]
▸ it's windy trời có gió [trer-ee ko zo]

wine rượu [rer-er-oo]
▸ this wine is not chilled enough rượu này không lạnh lắm [rer-er-oo nay khohng lan lam]

wine list danh sách các loại rượu [zan sak kak lway rer-er-oo]
▸ can we see the wine list, please? làm ơn cho chúng tôi xem danh sách các loại rượu được không? [lam ern cho choong toh-ee sem zan sak kak lway rer-er-oo der-erk khohng]

wishes and regrets

- I hope it won't be too busy tôi hy vọng sẽ không đông lắm [toh-ee hee vong se khohng dohng lam]
- it'd be great if you stayed bạn ở lại được thì hay quá [ban er lay der-erk tee hay kwa]
- if only we had a car! giá mà chúng tôi có một cái ô tô! [za ma choong toh-ee ko moht kay oh toh]
- unfortunately, we couldn't get there in time không may là chúng tôi đã không đến đó kịp [khohng may la choong toh-ee da khohng den do keep]
- I'm really sorry you couldn't make it tôi rất lấy làm tiếc là bạn đã không thể đến được [toh-ee rurt lur-ee lam tee-ek la ban da khohng te den der-erk]

wish chúc [chook]
- best wishes! chúc mọi sự tốt lành! [chook moy ser toht lan]
- we wish you good luck chúng tôi chúc bạn may mắn [choong toh-ee chook ban may man]

with cùng với [koong ver-ee]
- thanks, but I'm here with my boyfriend cảm ơn, nhưng tôi đến đây cùng với bạn trai của tôi [kam ern nyerng toh-ee den dur-ee koong ver-ee ban tray koo-a toh-ee]

withdraw *(money)* rút [root]
- I'd like to withdraw 100,000 dong tôi muốn rút một trăm nghìn đồng [toh-ee moo-ohn root moht tram ngeen dohng]

without không có [khohng ko]
- a chicken sandwich without mayonnaise một bánh mì kẹp thịt gà không có mayonnaise [moht ban mee kep teet ga khohng ko mayonez]

wishing someone something

- Happy birthday! chúc mừng sinh nhật! [chook merng seen nyurt]
- Merry Christmas! chúc Giáng sinh vui vẻ! [chook zang seen voo-ee ve]
- Happy New Year! chúc mừng Năm mới! [chook merng nam mer-ee]
- enjoy your vacation! chúc một kỳ nghỉ vui vẻ! [chook moht kee ngee voo-ee ve]
- enjoy your meal! chúc ngon miệng! [chook ngon mee-eng]
- good night! chúc ngủ ngon! [chook ngoo ngon]
- congratulations! xin chúc mừng! [seen chook merng]

woman nữ [ner]

* where's the women's changing room? phòng thử đồ của nữ ở đâu? [fong ter doh koo-a ner er dur-oo]

wonderful tuyệt vời [too-et ver-ee]

* that's wonderful! thật tuyệt vời! [turt too-et ver--ee]
* the weather was wonderful thời tiết rất tuyệt vời [ter-ee tee-et rurt too-et ver-ee]

word từ [ter]

* I don't know what the word is in English tôi không biết từ này trong tiếng Anh [toh-ee khohng bee-et ter nay trong tee-eng an]
* I don't understand a word tôi không hiểu từ nào cả [toh-ee khohng hee-e-oo ter nao ka]

work *(employment)* công việc [kohng vee-ek] ◆ *(do a job)* làm [lam]; *(function)* hoạt động [hwat dohng]

* to be out of work thất nghiệp [turt ngee-ep]
* I work in marketing tôi làm nghề tiếp thị [toh-ee lam nge tee-ep tee]
* the heating's not working máy sưởi bị hỏng [may ser-er-ee bee hong]
* how does the shower work? vòi hoa sen hoạt động như thế nào? [voy hwa sen hwat dohng nyer te nao]

workday ngày làm việc [ngay lam vee-ek]

* is tomorrow a workday? ngày mai là ngày làm việc à? [ngay may la ngay lam vee-ek a]

world thế giới [te zer-ee]

* what part of the world are you from? bạn đến từ nơi nào trên thế giới? [ban den ter ner-ee nao tren te zer-ee]

worried lo lắng [lo lang]

* I'm worried about his health tôi lo lắng về sức khỏe của anh ấy [toh-ee lo lang ve serk khwe koo-a an ur-ee]

worry lo [lo]

* don't worry! đừng lo! [derng lo]

worth *(in value)* giá trị [za tree]; *(deserving of)* đáng [dang]

* how much is it worth? cái này đáng giá bao nhiêu? [kay nay dang za bao nyee-e-oo]
* it's well worth a visit rất đáng đến tham quan [rurt dang den tam kwan]
* what's worth seeing in this town? trong thành phố này có gì đáng xem? [trong tan foh nay ko zee dang sem]

wound vết thương [vet ter-erng]

* I need something for disinfecting a wound tôi cần thuốc sát trùng vết thương [toh-ee kurn too-ohk sat troong vet ter-erng]

wrap (up) gói lại [goy lay]
- can you wrap it (up) for me? bạn có thể gói nó lại cho tôi được không? [ba ko te goy no lay cho toh-ee der-erk khohng]

wrist cổ tay [koh tay]
- I've sprained my wrist tôi bị bong gân cổ tay [toh-ee bee bong gum koh tay]

write viết [vee-et]
- I have some letters to write tôi cần viết một vài bức thư [toh-ee kum vee-e moht vay berk ter]

wrong *(incorrect)* sai [say]; *(amiss)* nhầm [nyurm]
- to be wrong *(person)* nhầm [nyurm]
- I'm sorry, but I think you're wrong tôi xin lỗi, nhưng tôi nghĩ bạn nhầm [toh ee seen loh-ee nyerng toh-ee ngee ban nyurm]
- sorry, I dialed the wrong number xin lỗi, tôi quay nhầm số [seen loh-ee toh-e kway nyurm soh]
- you've got the wrong number bạn gọi nhầm số rồi [ban goy nyurm soh roh-ee]
- this is the wrong train không phải tàu này [khohng fay tao nay]
- what's wrong? có vấn đề gì thế? [ko van de zee te]
- there's something wrong with the switch công tắc có vấn đề [kohng tak k vurn de]

X

X-ray chụp phim [choop feem]
- do you think I should have an X-ray? bạn có nghĩ là tôi nên đi chụp phim không? [ban ko ngee la toh-ee nen dee coop feem khohng]

y

year *(expressing time)* năm [nam]; *(expressing age)* tuổi [too-oh-ee]
- we came here last year năm ngoái chúng tôi đã đến đây [nam ngway choom toh-ee da den dur-ee]
- I'm 21 years old tôi hai mươi mốt tuổi [toh-ee hay mer-er-ee moht too-oh-ee]

yellow màu vàng [mao vang]
- the yellow one cái màu vàng [kay mao vang]

Yellow Pages® danh bạ điện thoại quảng cáo [zan ba dee-en tway kwang ka

do you have a copy of the Yellow Pages®? bạn có quyển danh bạ điện thoại quảng cáo không? [ban ko kwoo-een dan ba dee-en tway kwang kao khohng]
why don't you look in the Yellow Pages? tại sao bạn không tìm trong danh bạ điện thoại quảng cáo? [tai sao ban khohng teem trong zan ba dee-en tway kwang kao]

es (in agreement) vâng [vurng]; (in disagreement) không [khohng]
yes, please vâng, làm ơn [vurng lam ern]
it doesn't matter – yes it does! không vấn đề gì đâu – không, có chứ! [khohng vurn de zee dur-oo – khohng ko cher]

esterday hôm qua [hohm kwa]
I arrived yesterday tôi đến hôm qua [toh-ee den hohm kwa]

et (up to now) chưa [cher-a]; (at the present time) bây giờ [bur-ee zer]
I've not been there yet tôi chưa đến đó [toh-ee cher-a den do]

ogurt (in the North) sữa chua [ser-a choo-a]; (in the South) dza ua [dza oo-a]
do you have any yogurt? bạn có sữa chua/dza ua không? [ban ko ser-a choo-a/dza ooa khohng]

oung man thanh niên [tan nee-en]
who is that young man? thanh niên đó là ai? [tan nee-en do la ay]

oung person người trẻ tuổi [nger-er-ee tre too-oh-ee]
are there any discounts for young people? có giảm giá cho người trẻ tuổi không? [ko zam za cho nger-er-ee tre too-oh-ee khohng]

oung woman phụ nữ trẻ [foo ner tre]
who is the young woman he's with? anh ấy đi với người phụ nữ trẻ nào thế? [an ur-ee dee ver-ee nger-er-ee foo ner tre nao te]

Z

one (on public transportation) khu vực [khoo verk]
I'd like a ticket for zones one to four tôi muốn mua vé đi từ khu vực một đến khu vực bốn [toh-ee moo-ohn moo-a ve dee ter khoo verk moht den khoo verk bohn]

Vietnamese
language and
culture

Population

The present population of Vietnam is around 86 million, of which some 87% are Vietnamese (*Việt (Kinh)*) speakers, living mainly in the large cities, the Red River and Mekong Deltas, and the central coastal area. It is the 13th most populous country in the world and some 65% of the population is under 30. Around 3 million Chinese still live in Vietnam. In addition, there are 54 ethnic groups varying in size from one million (Tay, Thai, Muong, etc.) to a few hundred (Brau, Ro mam, O du), living in the mountainous areas to the north and west of the country. They were called *Montagnards* (Mountain people) by the French, and they are also known by the Vietnamese as Mountain people (*người thượng*) today.

As of the year 2000, there were 1,212,465 Vietnamese people living in the US. Cambodia still has a large Vietnamese population (approx. 600,000), and small numbers of Vietnamese can also be found in France, Australia, Canada, the Russian Federation, Germany, Taiwan, and Britain. Vietnamese living outside Vietnam are known as *Việt Kiều* (literally *Vietnamese abroad*). Ho Chi Minh City is the largest city in Vietnam with a population of close to 6 million. Hanoi has a population of 2.5 million and Hue, the old imperial capital, nearly 272,000.

Language

Origins of the Vietnamese language

There are differing opinions as to the origins and linguistic relationships of the Vietnamese language. The currently accepted view is that Vietnamese belongs to the Viet-Muong group of the Mon-Khmer branch of the Austro-Asiatic language family, a family that also includes Khmer, the language of Cambodia.

The ancestor of the Vietnamese language is said to have been based in the area of the Red River in what is now northern Vietnam. During the subsequent expansion of the Vietnamese language and people into what is now central and southern Vietnam, Vietnamese was linguistically influenced primarily by Indic and Malayo-Polynesian languages at first, until Chinese came to predominate politically toward the middle of the first millennium AD. In contact with Chinese, Vietnamese developed tones as a phonemic feature, although it was not originally tonal. The Vietnamese language has tonal similarities with Cantonese.

Chinese influence

During the Chinese occupation, Chinese vocabulary and grammatical influence came to dominate. As Chinese was, for nearly a thousand years, the only medium of literature and government, as well as the primary language of the ruling class in Vietnam, much of the Vietnamese lexicon in all realms consists of Sino-Vietnamese words. Chinese characters (*chữ nho* scholar's characters, 字儒) were used to write official documents in Chinese. As the vernacular language of Vietnam gradually grew in importance toward the beginning of the second millennium, the Vietnamese language came to be written using Chinese characters (*chữ nôm* 字喃), adapted to write Vietnamese. The use of *nôm* reached its peak in the 18th century when many Vietnamese writers and poets wrote in *nôm*, most notably Nguyễn Du, (阮攸 1765-1820), whose *Truyện Kiều* (*The Tale of Kieu*), is considered to be one of the great works of Vietnamese literature.

Influence of the West

As contact with the West grew, the *quốc ngữ* system of romanized writing was developed in the 17th century by Portuguese and other Europeans involved in proselytizing and trade in Vietnam. It was codified in the 17th century by a French Jesuit missionary named Alexandre de Rhodes (1660), based on works of earlier Portuguese missionaries (Francisco de Pina, Gaspar de Amaral and Antoine de Barbosa). *Quốc ngữ* was used for administrative purposes during the brief *Tây Sơn* dynasty in the 18th century.

French influences

Following the establishment of full French control over Vietnam, French gradually replaced Chinese as the official language in education and government. Vietnamese adopted many French terms, such as *đầm* (*dame* lady), *ga* (*gare* station), *va-li* (*valise* suitcase), *cà phê* (*café* coffee), *phó mát* (*fromage* cheese), *cao su* (*caoutchouc* rubber), *pin* (*pile* battery), *ắc quy* (*batterie* car battery), *bánh ga-tô* (*gâteau* cake), and *phanh* (*frein* brake). In addition, many Sino-Vietnamese terms were devised for Western ideas imported through the French.

Use of the *quốc ngữ* script was gradually extended from its initial domain in Christian writing to become more popular among the general public. At the beginning of the 20th century, Nguyễn Trường Tộ, a great Vietnamese reformer, presented a petition to the Royal Court in Hue requesting the adoption of *quốc ngữ* as the official writing. His request was not accepted because scholars of the time were reluctant to abandon the older traditions. However, the most popular writers in the French protectorate in northern Vietnam followed the example set by their colleagues in the French colony in southern Vietnam by writing in *quốc ngữ* without waiting for the decision of the Royal Court. This movement on behalf of *quốc ngữ* gained steam when the nationalist revolutionary Phan Bội Châu published a letter which stressed the need for education.

In 1906, the French administration set up the Council for Improvement of Education, which ordered the study of *quốc ngữ* as a secondary subject in schools. In 1908, the Royal Court of Hue created the Ministry of Education, which was given the task of applying the new school curriculum in *quốc ngữ*. A decree by the French Résident Supérieur of the Protectorate of Tonkin in 1910 made the script official and mandatory for all public documents, as the French found *quốc ngữ* simpler for control of the indigenous population. At last, from 1915 to 1919, a series of decrees was promulgated that abolished triennial literary examinations in Chinese characters for the recruitment of governmental officials. In North Vietnam, the last triennial examinations were organized in 1915, and the last one in the imperial city of Hue was held in 1919. From then on *quốc ngữ* became the accepted form for popular national writing.

Sino-Vietnamese

Sino-Vietnamese words still form a large part of Vietnamese vocabulary, having a status similar to that of Latin-based words in English. They are used more in formal contexts than in everyday life. Because Chinese and Vietnamese use a different order for subject and modifier, compound Sino-Vietnamese words or phrases might appear ungrammatical in Vietnamese sentences. For example, the Sino-Vietnamese phrase *bạch mã* (白馬), white horse, can be expressed in Vietnamese as *ngựa trắng* (horse white). For this reason, compound words containing native Vietnamese words and Sino-Vietnamese words are very rare.

Dialects

Vietnamese has three main dialects – northern, central and southern. Since the reunification of Vietnam in 1975 the northern dialect, known as *tiếng bắc* has become the accepted official standard. The current standard pronunciation and spellings are based on the dialect of an educated Hanoi speaker. The northern, central and southern dialects differ slightly in tone and pronunciation. Northern speech is the only one that distinguishes between the *hỏi* and *ngã* tones and has a sharp, staccato quality, with greater attention to the precise distinction of tones. The southern dialect, known as *tiếng nam*, is felt by some to sound more laconic and musical. The speech of the central part of the country, on the other hand, is often described as being heavy because of its emphasis on low tones, and is more markedly different from the others due to its local vocabulary. Northerners and southerners find the central dialect extremely difficult to understand. Each dialect has a number of vocabulary differences: e.g. in the south, yes = *dạ*, while in the north, yes = *vâng*. In the south *nem* is a type of sour pork sausage, but in the north it is an imperial roll (*chả giò* in the south).

Terms of address

One of the most interesting features of Vietnamese is its use of status-related pronouns, a feature that it shares with many other Asian languages. While English has only one singular first-person, one singular second-person, and two singular third-person pronouns, Vietnamese has a variety of words that perform the function of pronouns. The word that is used for a pronoun depends on the relationship between the speaker and the person addressed. When a student addresses a teacher, for example, the word used for "you" is the respectful *thầy*, which means "teacher." Many of the words used as pronouns express family relations, even when the Vietnamese are speaking with non-family members. Close friends are addressed as *anh* (older brother) or *chị* (older sister). To address someone more politely, especially someone older than oneself, one uses the words *ông* (literally "Mr." or "grandfather") or *bà* ("Mrs."or "grandmother"). The word *bạn* for "friend" should be avoided, as it can offend. In this way, the fundamental Vietnamese values of respect for age, education, and social prestige and the central place of the extended family in Vietnamese life are embodied in the language itself.

Vietnamese and the US

The influence of Vietnamese on US English has been minimal, despite the large refugee population in the US. Most Americans will recognize the word *"phở"* (rice noodle soup) because so many fast food *phở* restaurants can now be found all over the US. There is a strong Vietnamese Buddhist input in the US and Europe and there are many monastic training and retreat centers. The American presence in Vietnam created a slang of its own, e.g., *didi,* slang from the Vietnamese word *đi* meaning "to leave," "to go,"; *đi đi mau,* slang Vietnamese for "go quickly,"; *dink* or *gook,* derogatory terms for an Asian; and *dinky dau,* "to be crazy," from *điên cái đầu.*

Recent developments in the language

Both Hồ Chí Minh, the Nationalist-turned-Communist revolutionary, and his monarchist-counterpart Bảo Đại, the dilettante last emperor of Vietnam, spent many of their early years in France absorbing the culture that would later influence their politics. The officers in Bảo Đại's army were trained in elite military and naval schools in France and all their field manuals were in French. After the French defeat in 1954 and the communist takeover of North Vietnam, language use became divided. As in the Soviet Union after 1919, many Communist terms came into use, and because advanced training and education now took place in the Soviet Union, there was some influence of Russian. Indeed, many North Vietnamese children still call out *Liên Xô* (Soviet) when they see a white foreigner.

Increasing US involvement in South Vietnam brought growth in the use of English, though there was little influence on the Vietnamese language. The Communist victory in 1975 brought minor changes in language use in South Vietnam, and dictionaries began to note *cũ* (old) against some entries. Việt Kiều in the US and elsewhere continue to use the pre-1975 version of the language. Today the language continues to change and recently there have been efforts to "Vietnamize" Vietnamese. The nature of the Vietnamese language makes it difficult to "naturalize" English words, a common practice in Indonesian and Malay, and the wealth of new terms being created in such areas as computer science are purely Vietnamese and completely opaque to the foreign reader, e.g., *máy điện toán* or *máy vi tính* (computer), *con chuột* (mouse), and *thảo chương viên* (programmer).

Popular music

Popular music in Vietnam mainly fits into the category known as Pop-Rock, the predominant style being the sentimental love song ("Misery-Pop" or "Yellow Music"). Modern Vietnamese music is heavily influenced and inspired by the pop culture of the West. The term *tân nhạc* itself means "new music," and is indicative of a move away from strictly traditional sounds. After 1975, the musical cultures of overseas Vietnamese and those remaining in Vietnam went in markedly different directions. Under the direction of the Communist government, popular music in Vietnam was highly nationalistic for a time, although Vietnam's recent economic growth has influenced its commercial music industry, which now boasts trendy stars and strong influences from international pop styles, notably Chinese and Korean. Modern music can be broadly categorized into songs that are strictly pop, closely following the conventions of modern Western rock, pop, hip-hop, etc., and the nostalgic songs known as *nhạc quê hương* (music of the homeland).

Dance

Soon after independence in 1945 Vietnam became involved in conflict, first against the French, then between the North and the South. In the North, dance and music troupes focused on patriotic themes, performances were generally held in the open, and the stages were lit by kerosene lamps or bamboo torches. During the 1954-1975 war, many young Northerners enrolled in dance schools in the Soviet Union, China and other countries. The Viet Nam Dance School, the first professional institution to train dancers, composers, choreographers and instructors in Vietnam, was established in 1959 and upgraded to the Viet Nam Dance College in 2001. As Vietnam began to open its doors to the outside world in 1986, foreign music flooded its theaters, and the traditional Vietnamese dances faded from popularity, causing many problems for those still involved in the art.

Film

The domestic film industry is relatively active and has produced a number of excellent films which give useful insights into current lifestyles and living conditions in Vietnam. Better known, however, are European productions set in Vietnam, such as *The Lover* and *Indochine*, as well as films by *Việt Kiều* directors Trần Anh Hùng and Tony Bùi. Trần's first feature, *The Scent of the Green Papaya*

(Hương đu đủ xanh), won the Golden Camera at the Cannes Film Festival in 1993. His other films include *Xích lô (Cyclo,* 1995) and *Mùa Hè Chiều Thẳng Đứng (Vertical Ray of the Sun, 2000).* Tony Bui's *Ba Mùa (Three Seasons,* 1998) won prizes at the Sundance Film Festival in 1998 and became Vietnam's first entry for Academy Award for Best Foreign Language Film in 2000. Another European co-production, *Mùa Lên Trâu (The Buffalo Boy)* by Nguyễn Võ Nghiêm Minh, won the New Directors prize at the Chicago International Film Festival in 2004 and also received the Special Prize from the Young Jury at the Locarno International Film Festival in August 2006.

Dress

In most rural areas women wear loose-fitting dark pants and blouses that are often embroidered in brilliant colors. Conical hats called *nón lá* shield their faces from the sun. In the cities, many girls and women wear the traditional *áo dài,* a long tunic worn with loose-fitting pants and two long slits which show their trousers. Early versions of the *áo dài* date back to 1744, when Lord Vũ Vương of the Nguyễn decreed both men and women should wear a gown that buttoned down the front. It was not until 1930 that the *áo dài* as we know it really appeared. Vietnamese fashion designer and writer Cát Tường, or as the French knew him, Monsieur Le Mur, lengthened the top so it reached the floor, fitted the bodice to the curves of the body and moved the buttons from the front to an opening along the shoulder and side seam. Men wore it less, generally only at ceremonial occasions such as weddings or funerals. But it took another twenty years before the next major design change was incorporated and the modern *áo dài* emerged. During the 1950s two tailors in Saigon, Trần Kim of Thiết Lập Tailors and Dung of Dung Tailors, started producing the gowns with raglan sleeves. This creates a diagonal seam running from the collar to the underarm, and today this style is still preferred.

The village

Vietnam is endowed with a rich culture stemming from a wet rice civilization, and the traditions of the Vietnamese people are closely attached to their villages and native lands. The *làng* (village) is an extremely interwoven social organization. It is not only an administrative organization, but an economic unit based on sections of farmland. Farmers living in the same village are closely linked by family, community, or business relations. Thus habits, religious practices, and festivals are all based on the origins of the village. Deep in the recesses of every Vietnamese person's memory, are engraved the images of his or her village. It may be a banyan tree standing at the village front gate, bamboo groves surrounding the village, deep water wells, the roof of the village temple, a faraway mountain peak, a nearby running river, paddy fields or the sounds of the bustling village itself.

Festivals

Important national festivals include *Tết Trung Thu* (Mid-Autumn Festival) and *Tết Táo Quân* (Kitchen God's Celestial Journey Festival). However, the most popular is *Tết Nguyên Đán* (Lunar New Year Festival). This celebration of the new year is an intensely special and sacred event. During the holiday, families show their respect to deceased ancestors with offerings of food, fruit, and incense at family altars. In addition to honoring their ancestors, the days of the new year holiday are also a time for people to visit their neighbors, friends and relatives and to eat special food such as *bánh chưng*, a square-shaped, sticky rice cake. *Tết Trung Thu* (Mid-Autumn Festival) is one of the most popular family holidays. It is held on the 15th day of the 8th lunar month. Vietnamese families plan their activities around their children on this special day.

Economics

Vietnam has been experiencing a period of unprecedented economic growth and reduction in poverty. Today's young people are more numerous, better educated, healthier and more enthusiastic than ever before. But growth has brought some new problems: exposure to new health risks, difficult conditions among rural migrants, frustration at the inability to find jobs that match their higher levels of education, and the inadequacy of the skills produced by the education system relative to the changing needs of the labor market. Only 37 out of 100 students get jobs after graduation. Recruiters now say Vietnamese graduates in general lack communication skills, experience, and practical knowledge and so have to be retrained to be employed. Greater wealth and changing lifestyles have increased the exposure of youth to new technologies, mass media, and global culture and the appetite of a young, middle class for electronic and luxury goods. This is creating tension between traditional and modern values and has also led to new health risks, such as increased drug use, HIV/AIDS, unwanted pregnancies and abortions, and traffic accidents. Drug use is on the rise, and drug users in Vietnam are getting younger. Motorcycle accidents are now the leading cause of death for young men aged 15-24.

Women

In Vietnamese folklore there are two contradictory images of women. The first image, and also the predominant one, presents the woman as a vulnerable being. One folksong compares her to a piece of red silk fluttering in the market, not knowing to whom it will be sold. Another sees women as drops of rain; purely by chance some will fall on luxurious palaces while others on muddy rice fields. In this view the woman has no self-determination, no control of her own life, but is at the mercy of fate. Furthermore, the folk concept of woman confers upon her an all-around inferiority vis-à-vis man. Whatever is a symbol of perfection in men may be a defect in women, and so a saying declares that a large mouth in a man signifies his talent and nobility, while a woman with the same physical feature only deafens her neighbors and brings disharmony to her family. By contrast, the second image of woman in folklore, strongly suggests that the woman is equally capable of using her brain and determining her conduct, equally ready to work for a living and perform difficult tasks as do men. Folktales also contrast a woman's common-sense wisdom with her husband's impractical perception of reality.

Dating

A large proportion of women work outside the home, but despite this women are still considered second-class citizens in social situations. Public displays of affection between members of the opposite sex are frowned upon and are almost never seen. Ironically, Vietnamese of the same sex frequently hold hands, walk arm-in-arm, or ride down the street with their hand on a friend's shoulder. Men in particular will find that people will touch you, squeeze your arm, pat your back and put their arm around your shoulder. This includes men, boys and young girls, but never women. Do not be alarmed; this is considered perfectly normal. Dating is a little more complicated than in most Western countries. If a boy asks a girl for a date, they may go for a ride around town or perhaps for a cup of coffee, but never to a movie. If they decide to go steady, the boy will ask the girl if he can meet her family. If she agrees, he will visit the house, usually on a Saturday or Sunday night, and meet the entire clan. He will then visit regularly, usually once a week on Saturday or Sunday night. The decision to marry is of course a family one. When a couple decides to marry, they first ask their parents for permission. Having been granted permission, the couple then visits each set of parents, usually bringing gifts of food or wine.

Marriage

In the traditional Vietnamese family prior to the 20th century, marriage was important, not only because of its relationship to the lifetime happiness of the couple, but also because of its effect on the extended family and the kin network. Among the most important aspects of marriage was the function of producing male offspring to assure continuity of patrilineage and to perform ancestor worship, which is the highest expression of Confucian filial piety. Because of the importance of marriage for the continuation of the family line, marriage was usually arranged by parents or elderly people in the family; love was not a consideration for marriage. There was also strong pressure for early marriage in the family and kin network, especially when specific regulations about legal age at marriage were lacking. The traditional family, as briefly described above, survived with few changes until 1945. Since then increasing educational attainment has helped to spread new ideas about marriage and the family, especially concerning marriages based on love. One of the most important factors influencing age at marriage has been a series of recent legal reforms which sanction free choice of marriage partners and equal rights between males and females. It is traditional for a married couple to care for the man's parents. If a couple has only one son, he and his wife must live with his parents. If there are no sons, one of the daughters may remain unmarried and care for her parents.

Sports

Traditionally there were contests of **wrestling**, *wushu* (Chinese pinyin *wǔshù*), **Chinese chess** (cờ tướng, Chinese pinyin *xiàngqí*) and annual **canoeing**, **swimming** and **diving** competitions in coastal and riverside regions. Cờ tướng is still played by some 10 million Vietnamese in homes, on the streets, and in villages. In Hanoi, players gather around Hoàn Kiếm Lake and in Ho Chi Minh City, they can be found in even greater numbers, in alleyways and in clubs for the elderly. In the mountainous areas there were **horse races**, **elephant races**, **bow and crossbow shooting** and games like throwing *con* ball. Since unification in 1976 and especially the introduction of *đổi mới* (modernization in 1986), the sports movement at grassroots levels has increasingly attracted mass participation, and on the streets of Vietnam in the early morning, you can find groups of people practicing *thái cực quyền* (taijiquan, a kind of traditional Chinese **shadow boxing**), **deep-breathing training**, **badminton** and **mini-soccer**. Widespread **aerobics** and **exercise clubs** have attracted middle-aged and old people, while young people take courses in **judo**, **karate**, and **taekwondo**. **Soccer** is the most popular team game. Việt Võ Đạo, a Vietnamese martial art, was created in Hanoi in 1938 by the late martial arts master Nguyễn Lộc to inculcate patriotic spirit, strong will, good health, and the ability to defend oneself. In the 1950s Việt Võ Đạo became popular and developed strongly in the south. It was then renamed Vovinam. Since 1992 national championships have been organized annually. **Sepak Takraw**, a relatively new sport from Malaysia in which a ball made of woven bamboo or plastic is kicked over a net, is growing in popularity. **Swimming** is very fashionable, and at high tide in the morning swimmers can be seen in the Saigon River just upstream from the Floating Hotel. **Billiards** (bi da) is also popular in the big cities.

Everyday life

Political background

Vietnam is one of the world's five remaining one-party communist states. Decision-making is shared by national and provincial governments and agencies, often resulting in a slow and cautious approach to major policy issues. Political power lies with the Communist Party of Vietnam, led by General Secretary Nồng Đức Mạnh, who is ethnically Tay and the first general secretary to come from an ethnic minority.

Urban and rural environments

80% of Vietnamese live in the countryside. Nearly 60% of the rural population lives below the poverty line, over two thirds lack access to adequate roads, and less than half have safe drinking water. The lack of drinking water is a major cause of disease and child deaths. The gap between the living standards in urban and rural areas continues to grow. The prices of consumer goods have also increased greatly, while the prices paid for agricultural products have risen relatively little.

The working day

Vietnamese women work alongside men in many jobs and play a major role in raising children and managing family finances. Most people get up very early in the morning, usually around 5:30 a.m. Some people play badminton or soccer before work or school and older people may go for a walk or do *t'ai chi* in the park. When possible, the Vietnamese prefer to work from early morning until early evening, with an extended rest period in the midday heat. Now that many women work, takeout meals are popular and there are many tiny sidewalk cafés serving simple, but tasty meals.

Recreation

High population density and a shortage of adequate housing mean that life tends to be lived on the street. Urban Vietnamese stroll in great numbers on evenings and weekends, especially in the parks and along the banks of lakes and rivers in Hanoi and Ho Chi Minh City. In the larger cities, some young people enjoy Western dancing and listening to Western and modern Vietnamese music in coffeehouses or cruise around on their motorcycles. DVDs of Vietnamese and Chinese opera and martial arts and old Western films are widely available for rent, and many people now have access to local TV stations at home.

Food

Vietnamese meals are centered on rice and vegetables, but condiments are an integral part of nearly every dish. The most important Vietnamese condiment is *nước mắm,* or fish sauce. The best version is made on the island of Phú Quốc in the Gulf of Thailand in the south and at Phan Thiết on the coast. It is made of a silvery, almost translucent type of anchovy called *cá cơm.* These anchovies are layered, salted, and left to ferment for months in wooden barrels. Also important is *nước mắm chấm* (most often referred to as *nước chấm*), fermented fish sauce diluted with lime juice, distilled white rice vinegar, sugar, fresh chilies, and garlic. It accompanies many, if not most, dishes, from the most elaborate meat and fish preparations to a bowl of plain steamed rice. At home it is almost always on the table, and batches large enough to last a few days are often made. Aromatic greens called traditional herbs, as well as table salad, are generally used to add texture, flavor, and freshness to cooked dishes brought to the table. The most commonly used traditional herbs are basil *(rau quế)*, Vietnamese mint *(rau răm)*; saw leaves *(ngò gai)*, *lá lốt* leaves; cilantro *(ngò)*; and mint *(rau húng)*. Table salad can include cooked rice vermicelli, lettuce leaves, sliced cucumber, unripe starfruit, fresh chilies, shredded carrot, and lime or lemon wedges. Traditional herbs are served generally with the table salad to complement *chả giò*, spring rolls, and *nem nướng,* grilled pork meatballs, for example; and specifically with *phở*, rice noodles and chicken, beef, or pork soups. Each region has its own special dishes. In the north these include *phở* (rice noodle soup), *bún thang* (soft noodle soup), *mốn oc* (snails steamed with ginger, herbs, etc.), *chả cá* (grilled fish), *bánh cuốn* (rolled rice pancakes), and *bánh tôm Hồ Tây* (fried shrimp cakes); in the center of the country, *bánh bèo* (small round rice cakes topped with shrimp), *bún bò* (beef stew), *cơm âm phủ* ('rice from hell'), and *cơm hến* (rice with clams); and in the South, *chả giò* (imperial rolls) and *mì quảng* (soft noodle soup).

At a restaurant

It has been suggested that food and styles of eating have become the predominant markers of social change for Vietnamese in both Vietnam and overseas. In post-socialist Vietnam the transition to a market economy has allowed for a huge growth in the number of restaurants and cafés, and in the north, a return to an earlier style of cooking. The intense interest and emphasis on food as embodied pleasure has meant that it has come to stand for the transition away from a heavily state-controlled economy. When dining out or at someone's home table manners are crucial. Wait to be shown where to sit. The oldest person should sit first. Dishes should be passed with both hands. Chopsticks should be placed on the table or a chopstick rest after every few mouthfuls or when stopping to drink or speak. People hold bowls close to their faces. The spoon should be held in the left hand when eating soup. Meals are typically served family-style. Everything on the plate should be finished. When a person has finished eating, his or her chopsticks should be rested on top of their rice bowl.

Shopping

The prices for goods in supermarkets, pharmacies, restaurants, hotels, basic commodity shops, etc., and for public transportation are usually fixed. Those for fresh fruit, vegetables and flowers from street sellers, motorcycle taxis, cyclos, souvenirs, clothes (especially in tourist areas), and goods bought from peddlers are usually variable. Postcards from postcard sellers are almost invariably overpriced – buy from a shop.

Bargaining

The markets, e.g., Bến Thành in Ho Chi Minh City, are the best places to buy, and most shopkeepers will speak some English. Do comparative shopping before deciding on what you are willing to pay for an item. Laughter and good humor are essential for effective bargaining. When an initial price is quoted, throw up your hands in exaggerated horror and offer between a third and a half. You can then negotiate toward a fair price. Try to look disinterested. You want the salesperson to think you need a discount in order to decide to buy an item. Maintain an air of uncertainty about whether you want to purchase the item. Start looking around at other items in the shop. Ask your first bargaining question about the possibility of a discount. When the vendor responds with a lower price, take your time and make a counter offer that is 40% of the initial asking price and then keep moving toward an acceptable 20% discount. This offer will most likely be rejected, with a 5% discount being offered instead. But keep going back and forth until you achieve that 20% discount. Slowly leave the shop if you're not getting the discount you want. This may induce the shopkeeper to yield. Return to the shop either at the very end of the day or the first of the next day. Timing is important in the final negotiation. The last customer of the day, or the first customer of the day, often has a price advantage. Walking away will usually determine whether the last offer really is the last. Remember, though, that many of the people you will deal with are poor, so driving them down to an unreasonably low price is unfair. On the other hand, paying an unrealistically high price will encourage the recipient to regard foreigners as easy targets and inflate prices even further.

Tipping

Tipping is not customary in Vietnam but it is enormously appreciated and is becoming more common in Ho Chi Minh City, Hanoi and other cities frequented by tourists. Many upscale restaurants and hotels add a service charge to their bills, ranging from 5-10%. A 5-10% tip for a meal is a very small amount of money, but to the average Vietnamese, it could easily equal a day's wages. Avoid tipping too much, as it will set a precedent for others. At small Vietnamese restaurants tipping is not expected. Tipping taxi drivers is neither customary nor expected. Guides and drivers should be tipped at the end of your trip. Cigarettes, liquor, or a book are also appreciated. In small hotels, particularly for stays of more than a few days, it is appropriate to tip the maid and desk staff at the end of your stay or buy them a small gift. In a country where most service people earn very little, a tip is often welcomed, but a tip, no matter how well-intentioned, can sometimes be taken as an insult. The best bet in this situation is to buy small gifts for the staff, such as pens, writing paper or hair clips for women and cigarettes for men. If you must give money, give it to every member of the staff and only when you depart. Ho Chi Minh City's exposure to US culture during the Vietnam War has created more of a tipping culture, so expect to pay more, and more often.

Begging

Beggars are common in Vietnam, but in tourist areas only a minority of them are genuine. Children are usually working for a begging syndicate, and young girls and women carrying very young babies have often rented them for the day from a friend. You won't be bothered often, but if approaches are made, ignore them, or complain to a police officer if they annoy you. However, there are deserving cases. Elderly widows, invalids, amputees and Buddhist monks usually have no other source of income. If in doubt, see if they approach Vietnamese people, and what the response is from them. If you do decide to give them money, keep the amount small.

Meeting people

The Vietnamese are pragmatic people but somewhat shy and reserved, and as mentioned earlier, public displays of affection among couples are frowned upon. Much to the dismay of the government, the young within the main cities are starting to adopt Western attitudes to displays of affection, e.g., kissing, hugging and holding hands in public. Vietnamese do not like to be touched by people they do not know, so a friendly slap on the back, a hand on the shoulder or any similar gesture is not acceptable and doubly so for Vietnamese women. Vietnamese are proud of their country and its achievements. They are aware their country is poor but they are striving hard to catch up to the wealth of their regional neighbors. Generally the people look to the future and do not hold on to the past. There is no overt hostility to foreigners or apparent resentment of the devastation and sickness caused by the Vietnam War. Out of politeness, always ask permission before taking photos of people. The same rule of thumb also applies to photos taken in places of worship. Permission will almost always be granted.

Face

As is true in many Asian cultures, Vietnamese dread a "loss of face." This means public embarrassment, public exposure of failure to do some task, being pitied by others, etc. To cause a "loss of face" is also bad for the person causing it, as that person has shown the poorest social etiquette possible and will be pitied for demonstrating such terrible behavior.

The Vietnamese character

The Vietnamese are a tough and resilient people who are proud that they have always defeated foreign aggressors despite overwhelming odds. Particularly in the north they can be stubborn and demanding and are intensely proud of their country. They are also romantics, especially in Hue, with a love for poetry and music. As in most of southeast Asia, a smile is no indication of real feelings. It is important never to raise one's voice or show anger or impatience, and to always respect cultural differences. Vietnamese people have a contagious, undying optimism and, even after years of suffering, believe that things can only get better, so they work hard to make this happen. Constant bargaining and zero personal space in stifling, damp heat can be extremely frustrating. However, the fundamental good nature and sincere extroversion of the Vietnamese are overwhelming. People are easy to relate to and enjoy practicing English at every available opportunity.

Vietnamese–English
dictionary

Vietnamese–English dictionary

a

ai [ay] *(interrogative)* who ▸ ai ở đầu dây vậy? who's calling?

a-lô [a loh] hello

anh [an] you

anh ấy [an ur-ee] he; him

anh em trai [anh em tray] brother

ánh sáng [an sang] light

áo đan chui đầu [ao dan choo-ee dur-oo] sweater

áo đầm [ao durm] dress

áo gối [ao goh-ee] pillowcase

áo khoác [ao khwak] jacket

áo măng-tô [ao mang toh] overcoat

áo mưa [ao mer-a] raincoat

áo ngủ [ao ngoo] nightgown

áo ngực phụ nữ [ao ngerk fu ner] bra

áo sơ-mi [ao ser mee] shirt

áo tắm [ao tam] swimsuit

áo thun [ao toon] T-shirt

áo vét [ao vet] jacket

át-pi-rin [at pee reen] aspirin

ă

ăn [an] to eat

ăn nằm với ai [an nam ver-ee ay] to sleep with

ăn sáng [an sang] to eat breakfast

ăn tối [an toh-ee] to have dinner

ăn trưa [an trer-a] to have lunch

â

âm nhạc [urm nyak] music

ấm [urm] warm

ẩm [urm] damp

ấn tượng [urn ter-erng] impressive

ấn vào [ur vao] to press

b

ba [ba] *(in the South)* father

bà [ba] Mrs. ◆ you

bà ấy [ba ur-ee] she; her

ba lô [ba loh] backpack

ba rô [ba roh] leek

bác [bak] uncle

bác sĩ [bak see] doctor

bác sĩ đa khoa [bak see da khwa] family physician

bác sĩ phụ khoa [bak see fu khwa] gynecologist

bác sĩ thú y [bak see too ee] veterinarian

bạc [bak] *(metal)* silver

bãi biển [bay bee-en] beach, seaside resort

bãi đậu xe [bay dur-oo se] parking lot

bài học [bay hok] lesson

ban đầu [ban dur-oo] at the beginning

ban nhạc [ban nyak] music group

bán [ban] to sell ◆ để bán for sale

bàn chải đánh răng [ban chay dan rang] toothbrush

bàn chân [ban churn] foot

bàn là [ban la] iron

bàn tay [ban tay] hand

bản âm [ban urm] *(photo)* negative

bản đồ [ban doh] map

bản theo tiếng gốc [ban theo tee-eng gohk] in the original version

bạn [ban] friend

bạn gái [ban gay] girlfriend

bạn trai [ban tray] boyfriend

bảng giờ giấc [ban zer zurk] timetables

bảng kê tiền phải trả [bang ke tee-en fay tra] *(in hotel)* bill

bánh [ban] cake ◆ bánh nhỏ small cake ◆ bánh qui cookie

bánh hamburger [ban hamburger] hamburger

bánh mì [ban mee] bread

bánh mì kẹp thịt [ban mee kep teet] sandwich

bánh ngọt [ban ngot] pastry

bánh qui [ban kwee] biscuit

bánh tạc [ban tak] tart

bánh xe [ban se] wheel

bao cao su [bao kao soo] condom

bao nhiêu [bao nee-e-oo] how much ◆ giá bao nhiêu? how much does that cost? ◆ bao nhiêu thời gian...? how long...?

bao tay [bao tay] glove

bao tay để tắm [bao tay de tam] washcloth

bao tử [bao ter] stomach

bao thư [bao ter] envelope

bảo đảm [bao dam] guaranteed ◆ dịch vụ thư bảo đảm certified (mail

bảo hiểm [bao hee-em] insurance

bão [bao] storm

bát [bat] large bowl

băng [bang] ice

băng [bang] dressing

băng cát-sét [bang cat set] cassette

băng dính [bang zeen] Bandaid®

băng qua đường [bang kwa der-erng] cross

băng vệ sinh phụ nữ [bang ve seen fu ner] sanitary napkin

băng vidéo [bang vee-de-oh] video cassette

bằng [bang] *(by means of)* with; in ▸ bằng tiếng Việt in Vietnamese ▸ bằng xe hơi in a car

bằng lái xe [bang lay se] driver's license

bằng phẳng [bang fang] *(adj)* flat

bắp cải [bap kay] cabbage

bắp thịt [bap teet] muscle

bắt đầu [bat dur-oo] to begin ▸ bắt đầu làm cái gì to begin to do something

bắt đầu từ ngày [bat dur-oo ter ngay] late (commencing on)

bậc [burk] *(stairs)* step

bẩn [burn] dirty

bận [burn] busy

bất cứ cái gì [burt ker kay zee] anything ▸ bất cứ ai anybody

bất lịch sự [burt leek ser] rude

bật đèn [burt den] light

bầu trời [bur-oo trer-ee] sky

bây giờ [bur-ee zer] now

béo [beo] fat

bên [ben] side ▸ bên cạnh beside ▸ bên bờ biển at the seaside

bến cảng [ben kang] quay

bên ngoài [ben ngway] outside

bên trên [ben tren] above

bên trong [ben trong] inside

bến xe [ben se] bus station

bệnh cúm [ben koom] flu

bệnh cúm gà [ben koom ga] chicken flu

bệnh cúm gia cầm [ben koom za kurm] bird flu

bệnh nhân [ben nyurn] patient

bệnh tiểu đường [ben tee-e-oo der-erng] diabetic

bệnh thấp khớp [ben thurp kherp] rheumatism

bệnh trĩ [ben tree] hemorrhoids

bệnh viện [ben vee-en] hospital

bí mật [bee murt] *(n)* secret

bị bệnh sâu răng [bee ben sur-oo rang] to have a decayed tooth

bị bong gân [bee bong gurn] to sprain one's ankle

bị cảm [bee kam] to have a cold

bị cảm nắng [bee kam nang] to get sun stroke

bị đứt [bee dert] to cut oneself

bị kẹt [bee ket] stuck

bị mổ [bee moh] to have an operation

bị táo bón [bee tao bon] to be constipated

b bị

4

bị té ngửa [bee te nger-a] to fall
bị tiêu chảy [bee tee-e-oo chay] to have diarrhea
bị thương [bee the-erng] injured
bị trặc mắt cá chân [bee trak mat ka churn] to twist one's ankle
bị xì hơi [bee see her-ee] (tire) flat
bia [bee-a] beer
bia hơi [bee-a her-ee] draft beer
biên giới [bee-en zer-ee] frontier
biên nhận [bee-en nyum] receipt
biến mất [bee-en murt] to disappear
biển [bee-en] sea
biển báo [bee-en bao] notice board
biết [bee-et] to know
biết ơn [bee-et ern] grateful
biết rõ (về) [bee-et ro (ve)] to know about
biệt thự [bee-et ther] villa
bình đựng nước [been derng ner-erk] carafe
bình sữa [been ser-a] baby bottle
bình thường [been ter-erng] normal
bò cái [bo kay] cow
bỏ [bo] to leave ▸ bỏ qua to give up
bóng [bong] shadow ▸ trong bóng mát in the shade
bóng bàn [bong ban] table tennis
bóng bầu dục [bong bur-oo zuk] rugby
bóng chuyền [bong choo-en] volleyball
bóng đá [bong da] football
bóng đèn [bong den] light bulb

bóng ném [bong nem] handball
bóng rổ [bong roh] basketball
bỏng [bong] to burn oneself
bố [boh] (in the North) father
bố mẹ [boh me] parents
bồ đà [boh da] hashish
bộ đồ lặn [boh doh lan] wetsuit
bộ pin [boh peen] battery
bộ phận để thay [boh furn de tay] spare part
bông [bohng] cotton
bông cải [bohng kay] cauliflower
bông gòn [bohng gon] cotton
bông hoa [bohng hwa] flower
bông thấm nước [bohng turm ner-erk] sponge
bột [boht] flour
bột giặt [boht zat] washing
bột ngọt [boht ngot] glutamate
bột nhào [boht nyao] pastry
bơ [ber] butter
bờ biển [ber bee-en] coast
bơi [ber-ee] to swim ▸ biết bơi to know how to swim
bởi [ber-ee] by
bởi vì [ber-ee vee] because
bơm xe đạp [berm se dap] bicycle pump
bùn [boon] mud
bùng binh [boong been] traffic circle
bụng [boong] stomach
buổi biểu diễn [bwoh-ee bee-e-oo zee-en] show

buổi chiều [bwoh-ee chee-e-oo] afternoon

buổi hòa nhạc [bwoh-ee hwa nyak] concert

buổi phát [bwoh-ee fat] program

buổi sáng [bwoh-ee sang] morning

buổi tối [bwoh-ee toh-ee] evening ▸ trong buổi tối in the evening

buồn [bwohn] sad

buồn nôn [bwohn nohn] to feel sick

buồn ngủ [bwohn ngoo] to be sleepy

buồng điện thoại [bwohng dee-en tway] phone booth

buồng thử [bwohng ter] fitting room

bút [boot] pen

bữa ăn [ber-a an] meal

bữa ăn phụ [ber-a an foo] (n) snack

bữa ăn qua loa [ber-a an kwa lwa] snack

bữa ăn sáng [ber-a an sang] breakfast

bữa ăn tối [ber-a an toh-ee] (n) dinner

bữa ăn trưa [ber-a an trer-a] (n) lunch

bức tượng [berk ter-erng] statue

bức tranh [berk tran] picture

bước xuống [ber-erk soo-ohng] to go down

bướu [ber-er-oo] hump

bưu điện [ber-oo dee-en] post office

bưu thiếp [ber-oo tee-ep] postcard

C

cá [ka] fish

cá hồi [ka hoh-ee] salmon

cá thu [ka too] tuna

cà chua [ka choo-a] tomato

cà phê [ka fe] (drink) coffee ▸ quán cà phê (place) café

cà phê Internet [ca fe internet] Internet café

cà phê không có caféine [ka fe khohng ko kafe-een] decaf

cà phê sữa [ka fe ser-a] coffee with cream

cà-rốt [ka roht] carrot

cà tím [ka teem] eggplant

cả [ka] all

cả hai [ka hay] both

cả họ [ka hoo] they too

các bà ấy [kak ba ur-ee] they

các cô ấy [kak koh ur-ee] they

cách [kak] way ▸ bằng mọi cách in any case ▸ cách nấu nướng recipe

cách [kak] distance ▸ cách hai ki-lô-mét 2 km away

cái [kay] thing ▸ cái ấy thing ▸ một cái duy nhất just one ▸ một cái gì đó something

cái bàn [kay ban] table

cái bật lửa [kay burt ler-a] lighter

cái cốc [kay kohk] glass ‣ cốc nước/ rượu glass of water/wine

cái của anh ấy/chị ấy [kay koo-a an ur-ee/chee ur-ee] his/her

cái của anh/chị [kay koo-a anh/chee] your

cái của chúng ta/tôi [kay koo-a choong ta/toh-ee] our

cái của ông/bà [kay koo-a ohng/ba] your

cái của tôi [kay koo-a toh-ee] my

cái đầu [kay dur-oo] head

cái đĩa [kay dee-a] (container) plate

cái đó [kay do] that one

cái gì [kay zee] what

cái lều [kay le-oo] tent

cái lỗ [kay loh] hole

cái lược [kay ler-erk] comb

cái mũi [kay moo-ee] nose

cái này [kay nay] this one

cãi nhau [kay nyao] to argue

cam [kam] orange

cảm ơn [kam em] thank you ‣ to thank ‣ cảm ơn nhiều many thanks ‣ không, cảm ơn no, thank you

cảm thấy [kam tur-ee] to feel ‣ cảm thấy/không khỏe to feel well/ill

càng sớm càng tốt [kang serm kang toht] as soon as possible

canh [kan] (Vietnamese) soup

cánh tay [kan tay] arm

cảnh sát [kan sat] police

cao [kao] high, tall

cạo râu [kao rur-oo] to shave

cát [kat] sand

cà-vạt [ca-vat] tie

cắm điện [kam dee-en] to connect, to plug in

cắm trại [kam tray] to go camping

cằm [kam] chin

căn bệnh [kan ben] illness

căn hộ [kan hoh] apartment

cắn [kan] to sting ‣ bị cắn (bởi) to get stung (by)

căng thẳng [kang tang] nervous

cắt [kat] cut ‣ cắt thành miếng cut into slices

câm [kurm] dumb

cầm [kurm] to hold

cấm [kurm] forbidden

cần [kurn] to need ‣ chỉ cần... all you have to do... ‣ cần gấp it's urgent

cần kéo nước [kurn keo ner-erk] toilet flush

cần thiết [kur tee-et] necessary

cẩn thận [kurn turn] prudent

cất cánh [kurt kan] to take off

câu [kur-oo] phrase

câu cá [kur-oo ka] to fish ‣ sự câu cá fishing

câu chuyện [kur-oo choo-en] story

câu hỏi [kur-oo hoy] question ‣ đặt câu hỏi to ask a question

câu lạc bộ [kur-oo lak boh] club

cầu [kur-oo] bridge

cầu chì [kur-oo chee] fuse

cầu cứu [kur-oo ker-oo] to call for help

cầu thang [kur-oo tang] stairs

cậu [kur-oo] uncle

cây [kur-ee] tree

cây trồng [kay trohng] plant

có [ko] to have ▸ có... there is...

có cảm giác [ko kam zak] to feel that

có chứ [ko cher] yes

có ga [ko gaz] carbonated, fizzy

có giá trị (cho) [ko za tree (cho)] valid (for)

có hẹn (với) [ko hen (ver-ee)] to have an appointment (with)

có hiệu lực [ko hye-e-oo lerk] validity ▸ đang có hiệu lực valid

có kinh nguyệt [ko kin ngoo-et] to have a period

có khả năng [ko kha nang] (have the ability) to be able

có lẽ [ko le] perhaps

có lợi [ko ler-ee] useful

có nguy cơ... [ko ngoo-ee ker] there is a risk of...

có nhiều khách du lịch [ko nyee-e-oo khak zoo leek] tourist

có tiến bộ [ko tee-en boh] to make progress

có thai [ko tay] pregnant

có thể [ko te] to be able ♦ probably

có thể làm [ko te lam] to manage to do

có thể uống được [ko te oo-ohng der-erk] drinkable

có thực [ko terk] authentic

có vẻ [ko ve] to seem

cỏ [ko] grass

coi chừng! [koy cherng] watch out!

con bài [kon bay] (playing) card

con chó [kon cho] dog

con chuột [kon choo-oht] mouse

con dao [kon dao] knife

con đường [kon der-erng] street

con gái [kon gay] daughter

con gián [kon zan] cockroach

con heo [kon heo] pig

con kiến [kon kee-en] ant

con mắt [kon mat] eye

con mèo [kon me-oo] cat

con ngựa [kon nger-a] horse

con nhện [kon nyen] spider

con ong [kon ong] bee

con ruồi [kon roo-oh-ee] fly

con sông [kon sohng] river

con tem [kon tem] stamp

con trai [kon tray] son

còn [kon] still ▸ không còn... there are no more...

cốp xe [kop se] (of car) trunk

cô [koh] Miss

cô ấy [koh ur-ee] she, her

cô gái [koh gay] (young woman) girl

cố gắng [koh gang] to try ▸ cố gắng làm việc gì to try to do something

cổ [koh] antique, ancient ♦ neck

cổ điển [koh dee-en] classical

cổ họng [koh hong] throat

cố lên! [koh len] try harder!

cốc [kohk] glass

Cô-ca Cô-la [koh ka koh la] Coca Cola®
côn trùng [cohn troong] insect
cồn chín mươi độ [kohn cheen mer-ee doh] 90⁰ alcohol
công cộng [kohng kohng] (adj) public
công ty du lịch [khong tee zoo leek] travel agency
công việc [kohng vee-ek] work
công việc buôn bán [kohng vee-ek boo-ohn ban] (commerce) business
công viên [kohng vee-en] park
cờ [ker] chess
cỡ giày [ker zay] size
cơm [kerm] rice
cơn [kern] fit
cơn dông [kern zohng] storm
cơn đau răng [kern dao rang] toothache
cơn đau ruột thừa [kern dao roo-oht ter-a] attack of appendicitis
cơn đau tim [kern dao teem] heart attack
cơn ho [kern hoh] cough
cú sốc [koo sohk] shock
củ hành [koo han] onion
cũ [koo] (thing) old
cua [koo-a] crab
của [coo-a] of, 's ▸ xe đạp của David David's bicycle
của anh/chị [koo-a an/chee] your
của ông/bà [koo-a ohng/ba] (polite) your
của chúng ta [koo-a choong ta] (inclusive) our

của chúng tôi [koo-a choong toh-ee] (exclusive) our
của tôi [koo-a toh-ee] my
cung điện [koong dee-en] palace
cùng [koong] same
cũng [koong] also, too ▸ tôi cũng vậ me too ▸ cũng như là as well as
cuộc cãi vã [koo-ohk kay va] fight
cuộc cắm trại [koo-ohk kam tray (activity) camping
cuộc gọi [koohk-ok goy] call
cuộc hẹn [koo-ohk hen] appointmer
cuộc họp [koo-ohk hop] meeting
cuộc pic-níc [koo-ok peek neek picnic
cuộc sống [koo-ohk sohng] life
cuộc triển lãm [koo-ok tree-en lam exhibition
cuối [koo-oh-ee] at the end of ▸ cuố đường at the end of the street
cuối cùng [koo-oh-ee koong] finally
cuối tuần [koo-oh-ee too-urn] weeken
cửa [ker-a] door; terminal
cửa hàng [ker-a hang] store
cửa hàng giấy bút [ker-a hang zur-ee boot] stationery store
cửa hiệu [koo-a hee-e-oo] store
cửa sổ [koo-a soh] window
cứng [kerng] hard
cười [ker-er-ee] to laugh
cứu tôi với! [ker-oo toh-yee ver-ee help!
cừu [ker-oo] sheep
cừu tơ [ker-oo ter] lamb

chai [chay] bottle

chai ga [chay ga] propane bottle

chán ngấy [chan ngur-ee] to be fed up

chán quá [chan kwa] to be tired of something

chanh [chan] lemon

chào! [chao] hi! ‣ chào mừng! welcome!

chảo rán/chiên [chao ran/chee-en] frying pan

chạy [chay] to run

chạy bộ [chay boh] jogging

chắc chắn [chak chan] (very) sure

chăm sóc [cham sok] to look after

chăn [chan] blanket

chặt [chat] tight

chậm [churm] slowly

chân dung [churn zoong] portrait

chấp nhận [churp nyurn] to accept

chất lượng [churt ler-erng] quality chất lượng cao of good quality

châu Á [chur-oo a] Asia

châu Âu [chur-oo ao] Europe

châu Phi [chur-oo fee] Africa

che chở [che cher] to protect

chén [chen] small bowl

chết [chet] to die ◆ dead

chết đuối [chet doo-oh-ee] to drown

chi xài [chee say] to spend

chỉ [chee] only ◆ to show

chỉ ghé qua [chee ge kwa] to pass through

chị [chee] you

chị ấy [chee ur-ee] she; her

chị em gái [chee em gay] sister

chìa khóa [chee-a khwa] key

chia [chee-a] to share, to divide

chia ra [chee-a ra] to separate

chia tay nhau [chee-a tay nyao] to separate from each other

chiếc nhẫn [chee-ek nyurn] ring

chiếm [chee-em] to occupy

chiến tranh [chee-en tran] war

chiều cao [chee-e-oo kao] height

chim [cheem] bird

chín [cheen] ripe ‣ được nấu chín done ‣ rất chín well cooked ‣ quá chín overcooked

chính [cheen] principal ‣ chính tôi myself

chịu đựng [chee-oo derng] to put up with

cho [cho] to give

cho ai xuống [cho ay soo-ohng] (somebody) to drop off

cho đến [cho den] up to

cho mượn [cho mer-ern] to lend

cho ở [cho er] to put up

cho phép [cho fep] to allow

cho thuê [cho twe] (offer for rent) to rent

cho xuống [cho soo-ohng] to stop

chọn [chon] to choose

chỗ [choh] place

chỗ đậu xe [choh dao se] parking place

chỗ khác [choh khak] elsewhere

chỗ ở [choh er] lodging

chỗ xương gãy [choh ser-erng gay] fracture

chống lại [chohng lay] against

chờ ai [cher ay] to wait for somebody

chờ cái gì [cher kay zee] to wait for something

chờ đợi [cher der-ee] to wait

chợ [cher] market

chơi [cher-ee] to play ‣ chơi nhạc to play an instrument

chú [choo] uncle

chú rể [choo re] bridegroom

chú ý [choo ee] to pay attention

chủ nhật [choo nyurt] Sunday

chùa [choo-a] pagoda

chuẩn bị [choo-urn bee] to prepare

chúc ăn ngon! [chook an ngon] enjoy your meal!

chung [choong] together

chúng ta [choong ta] (inclusive) we

chúng tôi [choong toh-ee] (exclusive) we

chuối [choo-oh-ee] banana

chuồn [choo-ohn] to go away

chụp hình [choop heen] to take a photo

chụp x-quang [choop eeks kwang] radiography

chuyến bay [choo-en bay] flight

chuyến công tác [choo-en kohng tak] business trip

chuyến du lịch [choo-en zoo leek] journey

chuyến đi [choo-en dee] (n) trip

chuyến đi diễn [choo-en dee zee-en] tour

chuyển [choo-en] to have forwarded

chuyển tiền [choo-en tee-en] transfer

chuyện đùa [choo-en doo-a] joke

chữ cái [cher kay] (alphabet) letter

chưa [cher-a] not yet

chữa khỏi [cher-a khoy] cure

chứng động kinh [cherng dohng keen] epileptic

chứng mất ngủ [cherng murt ngoo] insomnia

chứng sổ mũi [cherng soh moo-ee] cold

chương trình [cher-erng treen] program

chướng tai [cher-erng tay] shocking

d

da [za] skin; leather

dã ngoại [za ngway] hike ▸ đi dã ngoại to go for a hike

dạ hội [za hoh-ee] party

dám [zam] to dare

dàn máy hi-fi [zan may hi-fi] hi-fi system

dàn nhạc [zan nyak] orchestra

dạng bột [zang boht] powder

danh bạ điện thoại [zan ba deeyen tway] phone book

danh thiếp [zan tee-ep] business card

dao cạo [zao kao] razor

dao cạo điện [zao kao dee-en] electric razor

dao cạo râu [zao kao rur-oo] razor blade

dân tộc [zurn tohk] people

dần dần [zurn zan] gradually

dẫn ai [zurn ay] *(somebody)* to lead

dập thuốc [zurp too-ohk] to put out a cigarette

dấu thập [zur-oo turp] cross

dầu ăn [zur-oo an] oil

dầu gội [zur-oo goh-ee] shampoo

dẫu rằng [zur-oo rang] even if

dây an toàn [zur-ee an twan] safety belt

dây buộc giày [zur-ee bwoo-ohk zay] laces

dây chuyền [zur-ee choo-en] necklace

dây kéo [zur-ee keo] zipper

dễ (làm) [ze (lam)] easy (to)

dễ chịu [ze chee-oo] pleasant

dễ gần [ze gurn] approachable

dễ lây [ze lur-ee] contagious

dễ mến [ze men] nice

dễ vỡ [ze ver] fragile

di tích [zee teek] monument

dị ứng [zee erng] allergic

dịch [zeek] to translate

dịch cúm đường ruột [zeek koom der-erng roo-oht] stomach flu

diêm quẹt [zee-em kwet] match

dịp [zeep] occasion

dịu dàng [zee-oo zang] gently

do dự [zo zer] to hesitate

dọn dẹp nhà cửa [zon zep nya ker-a] to do housework

dở [zer] *(adv)* bad

du lịch có tổ chức [zoo leek ko toh cherk] organized trip

du thuyền [zoo too-en] cruise

dù che nắng [zoo che nang] parasol

dù sao đi nữa [zoo sao dee ner-a] in any case

dùng cái gì [zoong kay zee] to use

dùng để làm gì [zoong de lam zee] to use for

dụng cụ [zoong koo] material

dự báo [zer bao] to warn

dự báo thời tiết [zer bao ter-ee tee-et] weather forecast

dự định [zer deen] to intend to

dự kiến [zer kee-en] to foresee

dưa hấu [zer-a hur-oo] melon

dưa leo [zer-a leo] cucumber

dứa [zer-a] pineapple

dừng lại [zerng lay] to stop

dưới [zer-er-ee] under ▸ ở mặt dưới below

dường như là... [zer-erng nyer la] it seems that...

đ

đá [da] stone

đã [da] already ▸ đã hai năm... it's two years since...

đại dương [day zer-erng] ocean

đại hội liên hoan [day hoh-ee lee-en hwan] festival

đại lộ [dai loh] avenue

đại sứ quán [day ser kwan] embassy

Đại Tây Dương [day tur-ee zer-erng] Atlantic Ocean

đám cháy [dam chay] fire

đàn bà góa [dan ba gwa] widow

đàn ghi-ta [dan gee-ta] guitar

đàn ông [dan ohng] man

đàn ông góa [dan ohng goa] widower

đang ăn kiêng [dang an kee-en] fasting

đáng giá [dang za] it's worth it

đáng giá [dang za] cost

đáng yêu [dang ye-oo] cute

đánh răng [dan rang] to clean one's teeth

đánh thức ai [dan terk ay] to wake somebody up

đánh vần [dan vurn] to spell

đảo [dao] island

đau [dao] to feel sick ▸ đau đầu to have a headache ▸ đau bụng to have a stomachache

đau buồn [dao boo-ohn] sorry

đau ruột thừa [dao roo-oht ter-a] appendicitis

đáy [day] bottom ▸ ở đáy biển at the bottom of the sea

đặc biệt [dak bee-et] special ▸ không có gì đặc biệt nothing special

đặc sản [dak san] specialty

đặc trưng [dak trerng] typical

đắng [dang] bitter

đằng kia [dang kee-a] over there

đắt [dat] dear

đặt [dat] place

đất [durt] ground, earth ▸ ở dưới đất on the ground

đâu [dur-oo] where ▸ anh/chị đi đâu?

where are you going? ‣ anh/chị từ âu đến? where are you coming om?

âu gối [dur-oo goy] knee

ậu [dur-oo] beans

ậu Hà Lan [dur-oo ha lan] peas

ậu Hà Lan hột xanh [dur-oo ha lan ột san] petits pois

ậu ve [dur-oo ve] green beans

ậu xe [dur-oo se] to park

ây là [dur-ee la] it's; here is

ây [dur-ee] full

ây ắp [dur-ee ap] packed

ây [dur-ee] to push

em thùng rác ra [dem toong rak ra] ‣ empty the trash

en [den] black ‣ trắng đen black and hite

en [den] lamp

en đỏ [den do] red light

en flash [den flash] flash

en pin [den peen] torch

en pha [den fa] headlight

eo nữ trang [deo ner trang] to wear ewelry

ẹp [dep] beautiful, pretty ‣ đẹp trai an) handsome

e [de] to leave ‣ để yên to leave ne

e [de] to ‣ để mà to ‣ để thay spare

e nghị [de ngee] to propose

em [dem] night

n [den] to arrive, to come ‣ tôi đi n Boston/nhà ga I'm going to

Boston/the station ‣ tôi từ Boston đến I come from Boston ‣ tôi vừa mới đến I've just arrived ‣ đến lượt anh/ chị it's your turn

đến nỗi [den noh-ee] to such an extent

đền [den] temple

đi [dee] *(plane, train)* to go by, to take

đi bộ [dee boh] to walk ♦ on foot ‣ sự đi bộ walking

đi câu cá [dee kur-oo ka] to go fishing

đi cùng [dee koong] to go with

đi chợ [dee cher] to do shopping

đi chơi với ai [dee cher-ee ver-ee ay] to go out with somebody

đi dạo [dee zao] to take a stroll

đi du lịch [dee zoo leek] to travel

đi đón ai [dee don ay] to pick up (somebody)

đi nghỉ ở... [dee ngee er] to spend holidays at...

đi ngủ [dee ngoo] to go to bed

đi nhậu [dee nyur-oo] to go for a drink

đi píc-níc [dee peek neek] to go for a picnic

đi ra [dee ra] to go out

đi tiểu [dee tee-è-oo] to go for a pee

đi thăm ai [dee tam ay] to visit somebody

đi thẳng [dee tang] straight ahead

đi theo [dee teo] to follow

đi vào [dee vao] to enter

đi vòng lại [dee vong lay] to turn back

đĩa [dee-a] plate, disk

đĩa CD [dee-a see dee] CD

đĩa cứng [dee-a kerng] hard disk

địa chỉ [dee-a chee] address

địa chỉ e-mail [dee-a chee ee-mel] e-mail address

đĩa mềm [dee-ya mem] floppy disk

điếc [dee-ek] deaf

điểm [dee-em] point

điểm mốc [dee-em mohk] landmark

điên [dee-en] mad

điện [dee-en] electric

điện ảnh [dee-en an] cinema

điện thoại di động [dee-en tway zee dohng] cellphone

điền vào [dee-en vao] (form) to fill in

điếu thuốc lá [dee-eoo too-ohk la] cigarette

điều đó [dee-e-oo do] that ▸ điều đó đáng làm it's worth it ▸ điều đó làm tôi vui I like that

điều mong ước [dee-e-oo mong er-erk] wish

đỉnh [deen] top

đọc [dok] to read

đói [doy] to be hungry

đóng cửa [dong ker-a] shut ◆ to shut

độ [doh] degree

đồ chơi [doh cher-ee] toy

đồ đạc [doh dak] (personal) business

đồ khui hộp [doh khoo-ee hohp] can opener

đồ khui nắp chai [doh khoo-ee nap chay] bottle opener

đồ lót [doh lot] underclothes

đồ mở nắp chai bia [doh mer na chay bee-a] bottle opener (for beer)

đồ mở nút chai [doh mer noot cha corkscrew

đồ ngủ [doh ngoo] pyjamas

đồ sấy tóc [doh sur-ee tok] ha dryer

độ chừng [doh cherng] about

độc đáo [dohk dao] original

độc lập [dohk lurp] independent

độc thân [dohk turn] bachelor

đôi dép [doh-yee zep] thongs

đôi khi [doy khee] sometimes

đôi mắt [doh-ee mat] eyes

đối diện (với) [doh-eee zee-en (v ee)] opposite

đồi [doh-ee] hill

đổi [doh-ee] to change

đổi tiền [doh-ee tee-en] to chang money

đồn công an [dohn khong an] pr cinct

đông lạnh [dohng lan] frozen

đông người [dohng nger-er crowded

đồng [dohng] copper

đồng hồ [dohng hoh] watch

đồng hồ báo thức [dohng hoh b terk] alarm

đồng hồ điện [dohng hoh dee-e electricity meter

đồng giới tính [dohng zer-ee te homosexual

đồng ý [dohng ee] agreed ▸ tôi đồng ý agree

động cơ [dohng ker] engine

động cơ điezen [dohng ker deezen] diesel

động vật [dohng vurt] animal

đốt [doht] to light, to burn

đơn giản [dern zan] simple

đợt thực tập [dert terk turp] stage

đủ [doo] enough ▸ đủ rồi that's enough

đũa [doo-a] chopsticks

đùi [doo-ee] thigh

đúng [doong] correct ▸ vừa đúng just right

đúng lúc [doong look] at the right time

đưa đến [der-a den] to bring

đưa đi [der-a dee] to go with

đưa về nước [der-a ve ner-erk] to repatriate

đứa bé [der-a be] child

đứa con trai [der-a kon tray] boy

đừng [derng] don't... ▸ đừng gác máy don't leave

đứng máy [derng may] frozen, jammed

được an toàn [der-erk an twan] safe

được biểu diễn ở/lúc... [der-erk bee-e-oo zee–en er/look] *(movie)* it's playing at...

được tiêm phòng bệnh [der-erk tee-em fong ben] to be vaccinated against

được ưa thích [der-erk er-ya teek] preferred

được xây dựng năm... [der-erk sur-ee zerng nam] built in...

đường [der-erng] sugar

đường [der-erng] road, street

đường đi [der-erng dee] road ▸ lạc đường to lose one's way

đường liên tỉnh [der-erng lee-en teen] highway

e

em bé [em be] baby

eo [eo] *(part of body)* waist

g

ga [ga] gas

gà [ga] chicken

gà mái [ga may] hen

gà tây [ga tur-ee] turkey

gã [ga] *(man)* guy

gam [gam] grams

gan [gan] liver

gạo [gao] rice

gạt tàn [gat tan] ashtray

gãy [gay] broken

gãy chân [gay churn] to break one's leg

gặp [gap] to see, to meet ▸ gặp lại to see each other again ▸ gặp nhau to meet each other again

gần [gurn] near ▸ gần như almost ▸ gần nhất the nearest

gây mê [gur-ee me] anesthesia

gây ngạc nhiên [gur-ee ngak nyee-en] to surprise

gầy [gur-ee] thin

ghé [ge] to drop by ▸ ghé qua để đón ai to drop by to collect something

ghét [get] to hate

ghế [ge] chair

ghế nằm [ge nam] bunk

ghi chép [gee chep] to note

ghi tên [gee ten] to register

gõ [go] (on computer) to type

gói [goy] package

gói trà [goy tra] tea bag

gọi [goy] to call ▸ được gọi là to be called ▸ gọi cấp cứu to call emergency services

gọi điện thoại [goy dee-en tway] (on the phone) to call ▸ gọi điện cho ai to call somebody

gói hàng [goy hang] parcel

gọi lại [goy lay] (telephone) to call back ▸ gọi cho nhau to rememb« somebody

gọi món ăn [goy mon an] to order

gỗ [goh] (material) wood

gối [goh-ee] pillow

gội đầu [goh-ee dur-oo] to wash one hair

gôn [gohn] golf

gửi [ger-ee] to send ▸ gửi ông/bà... f« the attention of...

gửi hành lý [ger-ee han lee] (luggag« to register

gương [ger-erng] mirror

gì [zee] what ▸ ông/bà làm gì vậy what are you doing?

giá [za] price ▸ giá giảm reduced ra ▸ giá bình thường full rate

già [za] (person) old

giả [za] false

gia cầm [za kurm] poultry

gia đình [za deen] family

giả sử như... [za ser nyer] in case of

gia vị [za vee] spices

giải thích [zay teek] to explain

giải thưởng [zay ter-erng] (recom pense) prize

giảm [zam] to diminish

giảm giá [zam za] reduction

giáo sư [zao ser] professor

giàu [zao] rich

giày [zay] shoes ▸ mang giày to we« shoes

giày cao gót [zay kao got] high heeled shoes

ày ống [zay ohng] boots

ày săn-đan [zay san dan] sandals

ày thể thao [zay te tao] baskets

ăm-bông [zam bohng] ham

ắc mơ [zurk mer] dream

ắc ngủ trưa [zurk ngoo trer-a] siesta

ấm [zurm] vinegar

ây [zur-ee] second

ấy [zur-ee] paper

ấy bạc [zur-ee bak] *(bank)* note

ấy báo [zur-ee bao] acknowledge-
ent of receipt

ấy gói quà [zur-ee goy kwa] gift
rap

ấy nhôm [zur-ee nyohm] aluminum
il

ấy vấn thuốc [zur-ee van too-ohk]
garette paper

ấy vệ sinh [zur-ee ve seen] toilet
ssue

ết [zee-et] to kill

gió [zo] wind

giọng [zong] accent

giống ai [zohng ay] to look like

giống nhau [zohng nyao] similar

giờ [zer] time ▸ vào lúc mấy giờ...? at
what time...? ▸ lúc năm giờ at 5
o'clock ▸ đúng giờ on time

giới tính [zer-ee teen] sex

giới thiệu [zer-ee tee-e-oo] to intro-
duce ▸ tôi xin giới thiệu với anh/chị...
may I introduce...

giúp [zoop] to help

giúp đỡ [zoop der] to help somebody
out ▸ sự giúp đỡ favor

giữ [zer] to look after

giữ chỗ [zer choh] to reserve

giữ liên lạc [zer lee-en lak] to contact

giữa [zer-a] between ▸ giữa mười hai
giờ và hai giờ between twelve and
two

giường [zer-erng] bed

h

ạ giá [ha za] to lower the price

ài lòng [hay long] satisfied

ài cảng [hay kang] port

ài quan [hay kwan] customs

ài sản [hay san] seafood

ạn hán [han ham] drought

àng bán hạ giá [hang ban ha za]
les ▸ bán hạ giá on sale

àng đã qua sử dụng [hang da kwa

ser zoong] second hand

hàng hóa [hang hwa] goods

hàng thịt [hang teet] butchers

hãng hàng không [hang hang
khohng] airline

hạng thương gia [hang ter-erng za]
business class

hành khách [han khak] passenger

hành lý [han lee] luggage ▸ hành lý

xách tay hand luggage ‣ soạn hành lý to pack one's bags

hân hạnh! [han han] pleased to meet you!

hấp dẫn [hap zurn] fascinating

hẹn gặp lại! [hen gap lay] see you soon!

hẹn ngày mai! [hen ngay may] see you tomorrow!

hẹn nhau [hen nyao] to arrange to meet

hết chỗ [het choh] there's no more room

hết xăng [het sang] out of gas

hiếm [hee-em] rare

hiện đại [hee-en day] modern, contemporary

hiển nhiên [hee-en nyee-en] obvious

hiểu [hee-e-oo] to understand

hiểu lầm [hee-e-oo lurm] misunderstanding

hình dáng [heen zang] form

hình phạt [heen fat] punishment

hình vẽ [heen ve] drawing

ho [ho] to cough

họ [ho] they ‣ family name

hoa hồng [hwa hohng] (flower) rose

hoa tai [hwa tay] earrings

hoá đơn [hwa dern] invoice

hoan hô! [hwan hoh] hurrah!

hoàn cảnh [hwan kan] situation

hoàn hảo [hwan hao] perfect

hoàn lại [hwan lay] to repay, to refund

hoàn toàn [hwan twan] completely

hoang dã [hwang za] wild

hoàng hậu [hwang hur-oo] queen

hoặc [hwak] or

học [hok] to learn ‣ học... to study ‣ việc học hành studies

hỏi [hoy] to ask

hồ [hoh] lake

hồ bơi [hoh ber-ee] swimming pool

hộ chiếu [hoh chee-e-oo] passport

hội chợ [hoh-ee cher] fair

hội nghị [hoh-ee ngee] conference

hội viên [hoh-yee vee-en] member

hôm kia [hohm kee-ya] the day before yesterday

hôm nay [hohm nay] today

hôm qua [hohm kwa] yesterday ‣ hôm qua yesterday evening

hôn phu [hohn foo] fiancé

hôn thê [hohn te] fiancée

hông [hohng] hip

hộp thư [hohp ter] mailbox

hộp thư lưu trữ [hohp ter ler-oo tr…] general delivery

hơn... [hern] more than...

hơn là [hern la] rather

hợp đồng [herp dohng] contract

hợp thời trang [herp ter-yee tran…] (fashionable) trendy, hip

hung dữ [hoong zer] wicked

hút thuốc [hoot too-ohk] to smoke

hủy bỏ [hoo-ee bo] to cancel

huyết áp [hoo-et ap] blood pressure

[her] breakdown ▸ bị hư to akdown

hỏng [her hong] spoilt

a [her-a] to promise

ớng [her-erng] direction ▸ theo ớng của in the direction of

ớng dẫn viên [her-erng zurn vee-] *(person)* guide

hướng nhìn [her-erng nyeen] view ▸ hướng nhìn ra biển sea view

hương thơm [her-erng term] *(aroma)* perfume

hy vọng [hee vong] to hope ▸ tôi hy vọng rằng... I hope that...

i

een] to print

et] few ▸ ít (cái gì) few ▸ một ít (cái a few ▸ ít nhất là at least

ít khi [eet khee] rarely

k

trộm [ke trohm] thief

m [kem] ice cream

m [kem] less ▸ kém less than ▸ kém ời lăm phút *(time)* a quarter of

m bôi tóc [kem boh-ee tok] *(for)* gel

m cạo râu [kem kao rur-oo] shaving

m chống nắng [kem chohng nang] block

m đánh răng [kem dan rang] thpaste

m giữ ẩm [kem zer urm] moistur- g cream

o [keo] glue

o [keo] scissors ◆ to pull

kéo dài [keo zay] to last

kẹo [keo] candy

kẹo cao su [keo chewing gum] chew- ing-gum

kẹo mút [keo moot] lollipop

kể [ke] to tell

kể cả [ke ka] included

kể từ [ke ter] since

kênh truyền hình [ken troo-yen heen] *(TV)* channel

kết thúc [ket took] to finish

kia là [kee-a la] that is

kiếm tiền [kee-em tee-yen] *(money)* to earn

kiên nhẫn [kee-en nyurm] patient

kiến trúc [kee-en trook] architecture

kiến thức [kee-en terk] knowledge

kiệt sức [kee-et serk] exhausted

ki-lô-mét [kee loh met] kilometer

kính [keen] [window] glass

kinh khủng [keen khoong] horrible

kính râm [keen ram] sunglasses

kính sát tròng [keen sat trong] contact lenses

ký tên [kee ten] sign

kỳ nghỉ [kee ngee] vacation ▸ đang có kỳ nghỉ to be on vacation

kỷ niệm [kee nee-em] souvenir

kỷ niệm ngày cưới [kee nee-em ngay ker-er-ee] wedding anniversary

khá [kha] quite, rather

khác [khak] other ▸ những cái khác others ▸ việc khác something else

khác thường [khak ter-erng] extra-ordinary

khác với [khak ver-ee] different (from)

khách du lịch [khak zoo leek] tourist

khách mời [khak mer-ee] guest

khách sạn [khak san] hotel

khai báo [khay bao] to declare ◆ declaration

khám phá [kham fa] to discover

khán giả [khan za] audience

khát nước [khat ner-erk] to be thirsty

khăn ăn [khan an] napkin

khăn choàng [khan choo-ang] scarf

khăn giấy [khan zur-ee] paper napkin

khăn lau [khan lao] duster

khăn tay [khan tay] handkerchief

khăn tắm [khan tam] towel

khăn trải giường [khan tray zer-e sheet

khăn vải dơ [khan yay zer] d laundry

khắp nơi [khap ner-ee] everywher

khẩn [khurn] urgent

khẩu hiệu [khur-oo hee-e-oo] slog

khi [khee] when ▸ khi nào...? wher ▸ ít khi not often

khi đến nơi [khee den ner-ee] on spot

khi mà [khee ma] when

khó chịu [kho chee-oo] disagreeab

khó khăn [kho khan] difficult, har

khó khăn để... [kho khan de] to h difficulty in doing...

khoai tây [khway tur-ee] potato

khoai tây lát chiên [khway tur-ee chee-en] chips

khoai tây rán [khwai tur-ee] Frer fries

khóc [khok] to cry

khỏe [khwe] well ▸ ông/bà kh không? how are you? ▸ tôi rất kh I'm doing fine ▸ có khỏe không? h are you doing?

khỏe mạnh [khwe man] great

khô [khoh] dry

khô cổ [khoh koh] hangover ▸ khô cổ vì uống nhiều rượu to have hangover

khôi hài [khoh-ee hay] funny

không [khohng]   zero; no; r

‣ không... not ‣ không gì cả not at all ‣ không nơi nào nowhere ‣ tôi cũng không me neither ‣ không có chi don't mention it ‣ không sao cả it doesn't matter ‣ ...thì không sao too bad ‣ không biết no idea ‣ không... cũng không... neither... nor...

không bao giờ [khohng bao zer] never

không chủ định [khohng choo deen] at random

không hay lắm [khohng hay lam] not so great

không khí [khohng khee] atmosphere

không may [khohng may] unfortunately

không một [khohng moht] no...

không ngừng [khohng ngerng] continuously

không tệ [khohng te] not bad

không thể chịu nổi... [khohng te chee-oo noy] not to be able to stand...

không thể được [khohng ter der-erk] impossible ‣ không thể quên được unforgettable

không uống được [khohng oo-ong der-erk] not drinkable

khởi hành [kher-ee han] to leave

khu phố [khoo foh] district

khuấy [khwur-ee] to stir

khuyên [khoo-en] to give advice

khuyết điểm [khoo-et dee-em] weakness

khử trùng [kher troong] to disinfect

l

lá cây [la kur-ee] leaf

lá cờ [la ker] flag

là [la] to be ‣ tôi là người Mỹ I'm American

lạ lùng [la loong] strange

lá thư [la ter] letter

là quần áo [la kwurn ao] to iron

lạc [lak] peanuts

lái xe [lay se] to drive

làm [lam] to do

làm bằng tay [lam bang tay] handmade

làm bẩn [lam burn] to get dirty

làm bếp [lam bep] to cook

làm bực dọc [lam berk zok] to annoy

làm chán [lam chan] to bore

làm cho ai hài lòng [lam cho ay hay long] to please

làm cho mệt [lam cho met] tiring

làm đầy [lam dur-ee] to fill

làm khó chịu [lam kho chee-oo] to annoy

làm khô [lam khoh] to dry

làm mất lòng [lam murt long] to hurt somebody's feelings

làm ồn [lam ohn] to make noise

làm ơn [lam ern] please...

làm phiền [lam fee-en] to bother

làm rám nắng [lam ram nang] to tan

làm sạch lông [lam sak lohng] to remove unwanted hair

làm thất vọng [lam turt vong] to disappoint

làm việc [lam vee-ek] to work ▸ làm việc trong ngành to work in...

làm vỡ [lam ver] to break

làm vỡ ra [lam ver ra] to break

làm vui lòng [lam voo-ee long] to please

lan can [lan kan] balcony

làng [lang] village

lãng mạn [lang man] romantic

lãnh sự quán [lan ser kwan] consulate

lạnh [lan] cold, fresh ▸ trời lạnh it's cold ▸ cảm thấy lạnh to be cold ▸ bị cảm lạnh to catch cold

lát [lat] slice

lau chùi [lao choo-ee] to clean

la-va-bô [la va boh] washbowl

lặn [lan] to go diving

lần [lurn] time ▸ thêm lần nữa once again

lặp lại [lap lay] to repeat

lật ngược [lurt nger-erk] to reverse

lâu [lur-oo] for a long time

lấy cắp [lur-ee kap] to steal

lấy hẹn [lur-ee hen] to make an appointment

len [len] wool

lễ [le] celebration ▸ tổ chức lễ to have a party

lễ cưới [le ker-er-ee] marriage

lễ phép [le fep] polite

lễ Phục sinh [le fook seen] Easter

lên xe đi! [len se dee] get in to the car!

lịch sử [leek ser] history

lịch sự [leek ser] elegant

liên lạc với [lee-en lak ver-ee] to contact

linh mục [leen mook] priest

lính cứu hỏa [leen ker-oo hwa] firefighters

lít [leet] liter

lo lắng [lo lang] to worry

lò nướng [lo ner-erng] oven

lò sưởi [lo ser-er-ee] fireplace

lò vi-ba [lo vee ba] microwave

lọ mứt [lo mert] pot

loại [lway] type, kind, sort

loài tôm cua [lway tohm koo-a] shellfish

loại... nào? [lway... nao] what sort of...?

lòng tin [long teen] belief

lối mòn để đi dạo [loh-ee mon de dee dao] path

lối ra [loh-ee ra] exit

lối thoát hiểm [loh-ee twat hee-em] emergency exit

lối vào [loh-ee vao] entrance

lỗi [loh-ee] mistake

lông [lohng] hair

lộng lẫy [lohng lur-ee] magnificent

lốp xe [lohp se] tire

lời chúc [ler-ee chook] wish ▸ lời chúc tốt đẹp nhất best wishes

lời chửi rủa [ler-ee cher-ee roo-a] insult

lời khen [ler-ee khen] compliment

lời khuyên [ler-ee khooyen] advice ▸ hỏi lời khuyên (ở) to ask for advice

lời nhắn [ler-ee nyan] message

lời thô tục [ler-ee toh took] vulgar word

lời xin lỗi [ler-ee seen loy] apology

lớn [lern] big; strong

lớn lên [lern len] to grow up ▸ tôi đã lớn lên ở Mỹ I grew up in the US

lụa [looa] silk ▸ bằng lụa in silk ▸ bằng lụa tơ tằm in raw silk

lúc [look] moment ▸ lúc này at this moment ▸ trong lúc này for the moment ▸ vào lúc đó at that moment ▸ lúc ba giờ at 3 o'clock

lúc đầu [look dur-oo] at the beginning of

luôn luôn [loo-ohn loo-ohn] always

lửa [ler-a] fire ▸ anh/chị có bật lửa không? do you have a light?

lưng [lerng] back

lưỡi [ler-er-ee] tongue

lược [ler-erk] hairbrush

lướt ván trên mặt nước [ler-ert van tren mat ner-erk] water skiing

lưu giữ [ler-oo zer] to safeguard

lưu ý [ler-oo ee] to notice

ly hôn [lee hohn] to divorce

m

ma túy [ma too-ee] drug

mà [ma] that

mã số [ma soh] (phone) code

mã số bưu điện [ma soh ber-oo dee-en] zip code

mang [mang] bring ▸ mang đi to take away ▸ mang về to bring back

mạnh [man] strong

mát mẻ [mat me] fresh

máu [mao] blood

màu cam [mao kam] orange

màu đỏ [mao do] red

màu hạt dẻ [mao hat ze] brown

màu hồng [mao hohng] pink

màu sắc [mao sak] color

màu tím [mao teem] violet

màu trắng [mao trang] white

màu vàng [mao vang] yellow

màu xám [mao sam] grey

màu xanh lá cây [mao san la kur-ee] green

may thay [may tay] fortunately

máy ảnh [may an] camera

máy bay [may nay] plane ▸ bằng máy bay by air

máy điện thoại [may dee-en tway] telephone

máy giặt [may zat] washing machine

máy lạnh [may lanh] air conditioning

máy nhận tin nhắn [may nyurn teen nyan] answering machine

máy quay phim [may kway feem] camera

máy rút tiền [may root tee-en] ATM

máy rửa bát đĩa [may rer-a bat dee-a] dishwasher

máy sưởi [may ser-er-ee] heater

máy vi tính [may vee teen] computer

máy vi tính xách tay [may vee teen sak tay] laptop

mắc [mak] expensive

mắc áo [mak ao] hanger

mặc [mak] to wear

mặc dù [mak zoo] although

mặc quần áo [mak kwurn ao] to wear clothes

mặn [man] salty

mắt cá chân [mat ka chan] ankle

mắt kính [mat keen] eyeglasses

mặt [mat] face

mặt trăng [mat trang] moon

mặt trời [mat trer-ee] sun

mập [murp] fat

mất [murt] to lose ▸ mất phương hướng to be lost ▸ mất thời gian to lose time ▸ phải mất hai giờ it take two hours

mật [murt] honey

mật mã [murt ma] code

mẫu đơn [mur-oo dern] questionnair

mẫu tự đầu tiên [mur-oo ter dur-o tee-en] initials

mây [mur-ee] cloud

mấy [mur-ee] how much ▸ hôm nay l ngày mấy? what's today's date?

mẹ [me] mother

mét [met] meter

mệt [met] tired

mệt nhừ [met nyer] (tired) wor out

mì [mee] noodles

mì chính [mee cheen] glutamate

miễn phí [mee-en fee] free

miếng… [mee-eng] a piece of…

miệng [mee-eng] mouth

miếu [mee-e-oo] temple

mìm cười [meem ker-er-ee] to smile

mỏm đá [mohm da] rock

món ăn [mon an] dish

món ăn khai vị [mon an khay vee] (a meal) starter

món hàng [mon hang] article purchase

món quà [mon kwa] present

móng tay [mong tay] nail

mỏng [mong] (clothes) light

môi [moh-ee] lip

mỗi [moh-ee] each ▸ mỗi lần/ngà each time/day

mỗi người [moh-ee nger-e-ee] each person

môn bơi lội [mohn ber-ee loh-ee] swimming

mông [mohng] butt

một [moht] *(number)* one; *(article)* a, an

một ai đó [moht ay do] somebody

một cách thẳng thắn [moht kak tang tan] frankly

một cách trực tiếp [moht kak trerk tee-ep] directly

một cốc bia [moht kohk bee-a] *(beer)* half a pint

một chút thôi [moht choot toh-ee] just a little

một lát [moht lat] a moment

một miếng [moht mee-eng] a piece of

một mình [moht meen] alone

một phần tư [moht furn ter] quarter

một vài [moht vay] some

một vài người [moht vay nger-er-ee] some

một vắt kem [moht vat kem] *(ice cream)* scoop

nơ [mer] dream

nờ [mer] blurred

nở [mer] to open ◆ open

nở cửa lại [mer ker-a lay] to reopen

nới [mer-ee] new

nới rồi [mer-ee roh-ee] recent

nời [mer-ee] to invite

mù [moo] blind

mũ [moo] hat

mũ bảo hiểm [moo bao hee-em] helmet

mũ che nắng [moo che nang] sun hat

mua [moo-a] to buy

mùa [moo-a] season

mùa đông [moo-a dohng] winter

mùa hè [moo-a he] summer

mùa thu [moo-a too] *(season)* fall

mùa xuân [moo-a soo-urn] *(season)* spring

mùi [moo-ee] smell

mũi tên [moo-ee ten] arrow

mũi tiêm [moo-ee tee-em] injection

muối [moo-oh-ee] salt

muỗi [moo-oh-ee] mosquito

muốn [moo-ohn] to want ▸ **muốn nói** to mean ▸ **tôi muốn...** I would like ... ▸ **anh/chị có muốn không?** do you mean?

mưa [mer-a] to rain ◆ rain ▸ **cơn mưa** shower

mười hai giờ khuya [mer-er-ee hay zer khooya] midnight

mười hai giờ trưa [mer-er-ee hay zer trer-a] midday

mười lăm phút [mer-er-ee lam foot] a quarter of an hour

mướp đắng [mer-erp dang] bitter melon

mứt [mert] jelly

n

nào [nao] which

này [nay] this

năm [nam] year ▸ chúc mừng năm mới! Happy New Year! ▸ năm mới new year ▸ năm ngoái last year

nắm [nam] wrist

nặng [nang] heavy ▸ nặng bụng *(food)* heavy ▸ nặng mùi *(taste)* strong

nấm [nurm] mushrooms

nấu chín [nao cheen] to cook

nếm [nem] to taste

nệm [nem] mattress

nến [nen] candle

nếu [ne-oo] if

nếu không [ne-oo khohng] if not

nếu như [ne-oo nyer] (just) in case

nĩa [nee-a] fork

niềm nở [nee-em ner] welcoming

nói [noy] to say, to speak ▸ cái đó nói tiếng Việt thế nào? how do you say this in Vietnamese?

nói dối [noy zoh-ee] to lie

nói đùa [noy doo-a] to joke

nói thách [noi tak] to swindle

nón kết [non ket] helmet

nóng [nong] hot ▸ trời nóng it's hot ▸ đồ uống nóng hot drinks

nô-en [noh-en] Christmas ▸ nô-en vui vẻ! Happy Christmas!

nổi giận [noh-ee zurn] to be angry

nổi tiếng [noy tee-eng] famous

nộm [nohm] salad

nôn [nohn] to vomit ▸ buồn nôn to feel like vomiting

nông thôn [nohng tohn] countryside

nông trại [nohng tray] farm

nồng nhiệt [nohng nyee-et] warm

nốt [noht] *(on skin)* spot

nợ [ner] *(money)* to owe

nơi chốn [noy chohn] place

nơi chờ tàu [ner-ee cher tao] *(station)* platform

nơi sửa xe [ner-ee ser-a se] *(repairs)* garage

núi [noo-ee] mountain

nút [noot] button

nút chai [noot chay] cork

nữ trang [ner trang] jewelry

nửa [ner-a] half ▸ nửa ki-lô half a kilo ▸ nửa giờ half an hour

nước [ner-erk] water ◆ country

nước có ga [ner-erk ko ga] sparkling water

nước chấm [ner-erk churm] sauce

nước đá [ner-erk da] ice

nước ép [ner-erk ep] juice

nước ép trái cây [ner-erk ep tray kur ee] fruit juice

nước hoa [ner-erk hwa] *(cosmetics)* perfume

nước khoáng [nerk-erk khwang] mineral water

nước Mỹ [nerk-erk mee] USA

nước rửa chén [ner-erk rer-a chen] washing up liquid

nước sốt dầu giấm [ner-erk soht zur-oo zurm] French dressing

nước thuốc sắc [ner-erk too-ohk sak] herbal tea

nước Việt Nam [ner-erk vee-et nam] Vietnam

nướng [ner-erng] grilled

nướng thịt ngoài trời [ner-erng teet ngway trer-ee] barbecue

ngã bệnh [nga ben] to fall sick

ngày [ngay] day ▸ ngày nay in our day ▸ cả ngày all day ▸ mỗi ngày every day

ngáy [ngay] to snore

ngày cuối [ngay koo-oh-ee] last day

ngày hết hạn [ngay het han] use-by date

ngày kia [ngay kee-a] day after tomorrow

ngày mai [ngay may] tomorrow

ngày nghỉ [ngay ngee] holiday

ngày sinh [ngay seen] birthday

ngày tháng [ngay tang] date

ngắn [ngan] short

ngân hàng [ngurn hang] bank

ngân phiếu [ngurn fee-eoo] check

ngất [ngurt] to faint

ngẫu nhiên [ngur-oo nyee-en] by chance

nghe [nge] to hear; to listen

nghẽn [ngen] blocked

nghèo [nge-oo] poor

nghề nghiệp [nge ngee-yep] profession

nghệ sĩ [nge see] artist

nghệ thuật [nge twurt] art

nghêu [nge-oo] mussels

nghỉ ngơi [ngee nger-ee] to rest

nghĩ [ngee] to think ▸ nghĩ đến to think of

nghĩa [ngee-a] meaning

nghĩa là [ngee-a la] to mean

nghĩa trang [ngee-a trang] cemetery

nghiêm túc [ngee-em took] serious, strict

nghiêm trọng [ngee-em trong] serious ▸ không nghiêm trọng it doesn't matter

nghiêm trọng hơn [ngee-em trong hern] to get worse

ngoài trời [ngway trer-ee] in the open air

ngoại lệ [ngway le] exceptional

ngoại ô [ngway er] suburbs

ngoại trừ [ngway trer] except

ngoan [ngwan] wise

ngon [ngon] delicious

ngón tay [ngon tay] finger

ngọt [ngot] sweet

ngô [ngoh] maize

ngộ độc thực phẩm [ngoh dohk terk furm] food poisoning

ngôi [ngoh-ee] person

ngôi nhà [ngoh-ee] house

ngồi [ngoh-ee] to sit down

ngôn ngữ [ngohn nger] language

ngu [ngoo] stupid

ngu ngốc [ngoo ngohk] idiot

ngủ [ngoo] to sleep ▸ ngủ trưa to take a siesta ▸ ngủ ngoài trời to sleep in the open ▸ chúc ngủ ngon good night

ngủ gật [ngoo gurt] to fall asleep

ngũ cốc [ngoo kohk] cereals

nguồn gốc [ngoo-ohn gohk] origin ▸ có nguồn gốc từ... to be of ... origin

nguy cơ [ngoo-ee ker] risk

nguy hiểm [ngoo-ee hee-em] dangerous

ngữ pháp [nger fap] grammar

ngứa [nger-a] to itch

ngực [ngerk] chest

ngửi thấy [nger-ee tur-ee] to smell

ngưng phục vụ [ngerng fuk voo] out of service

ngược [nger-erk] opposite ▸ ngược lại the opposite

người [nger-er-ee] person, people

người Anh [nger-er-ee an] Englishman, English woman

người ăn chay [nger-er-ee an chay] vegetarian

người bán báo [nger-er-ee ban bao] newspaper seller

người bán hàng [nger-er-ee ban hang] salesperson

người bán mắt kính [nger-er-ee ban mat keen] optician

người bị bệnh tim [nger-er-ee bee ben teem] heart patient

người canh giữ [nger-er-ee kan zer] guard

người chết [nger-er-ee chet] dead person

người chồng [nger-er-ee chohng] husband

người chủ [nger-er-ee choo] owner

người công giáo [nger-er-ee teo tee-en choo-a zao] Catholic

người đi bộ [nger-er-ee dee boh] pedestrian

người đưa thư [nger-er-ee der-a ter] mailperson

người gửi [nger-er-ee ger-ee] sender

người hàng xóm [nger-er-ee hang som] neighbor

người hút thuốc [nger-er-ee hoot too-ohk] smoker

người mới bắt đầu [nger-er-ee mer-ee bat dur-oo] beginner

người Mỹ [nger-er-ee mee] American

người nước ngoài [nger-er-ee] foreigner

người nghỉ hưu [nger-er-ee ngee her-oo] retiree

người nhận [nger-er-ee nyurn] recipient

người phục vụ [nger-er-ee fook voo] waiter, waitress

người ta nói rằng... [nger-er-ee ta noy rang] they say that...

người tàn tật [nger-er-ee tan turt] handicapped person

người theo đạo Hồi [nger-er-ee teo dao hoh-ee] Muslim

người theo đạo Thiên chúa [nger-er-ee teo dao tee-en choo-a] Christian

người trông trẻ [nger-er-ee trohng tre] babysitter

người trực tổng đài [nger-er-ee trerk tohng day] switchboard operator

người trưởng thành [nger-er-ee trer-erng tan] adult

người Việt [nger-er-ee vee-et] Vietnamese

người vợ [nger-er-ee ver] wife

người yêu (nam) [nger-er-ee ye-oo (nam)] (boy)friend

người yêu (nữ) [nger-er-ee ye-oo (ner)] (girl)friend

nha sĩ [nya see] dentist

nhà bảo tàng [nya bao tang] museum

nhà bếp [nya bep] kitchen

nhà buôn [nya bwohn] businessman

nhà ga [nya ga] station

nhà giặt máy [nya zat may] laundromat

nhà hàng [nya hang] restaurant

nhà hát [nya hat] theater

nhà hát lớn [nya hat lern] opera

nhà khách [nya khak] guesthouse

nhà máy [nya may] factory

Nhà Nước [nya ner-erk] state

nhà sách [nya sak] bookshop

nhà sư [nha ser] monk

nhà tắm [nya tam] bathhouse

nhà thờ [nya ter] church

nhà thờ Do Thái [nyas ter zo tay] synagogue

nhà thờ lớn [nya ter lern] cathedral

nhà thuốc [nya too-ohk] pharmacy

‣ nhà thuốc trực duty pharmacy

nhà văn [nya van] writer

nhà vệ sinh [nya ve seen] toilets

‣ nhà vệ sinh nam/nữ toilets for men/women

nhà xe [nya se] *(parking)* garage

nhạc cụ [nyak koo] musical instrument

nhạc kịch [nyak keek] opera

nhanh [nyan] quick

nhanh hết cỡ [nyan het ker] at full speed

nhào [nyao] to knead

nhạy cảm [nyay kam] sensitive

nhấc lên [nyurk len] to lift

nhầm [nyurm] to make a mistake

nhận [nyurm] to receive

nhận biết [nyurm bee-et] to recognize

nhận hành lý [nyurm han lee] baggage claim

nhận thấy [nyurm tur-ee] to feel

nhân viên tiếp tân [nyurm vee-en tee-ep turn] receptionist

nhấp nháy [nyurp nyay] blinking

nhật báo [nyurt bao] newspaper

nhẹ [nye] light

nhiệt độ [nyee-et doh] temperature

‣ lấy nhiệt độ cơ thể to take his temperature

nhiệt kế [nye-et ke] thermometer

nhiều [nyee-e-oo] much; more

‣ nhiều hơn much more ‣ nhiều hơn

nữa still more ▸ khá nhiều quite a lot of ▸ nhiều thứ full of

nhíp nhổ lông [nyeep nyoh lohng] tweezers

nho [nyo] grape

nho khô [nyo khoh] raisins

nhỏ [nyo] small

nhóm [nyom] group; team

nhộn nhịp [nyohn nyeep] animated

nhớ lại [nyer lai] to remember

nhờ vào [nyer vao] thanks to

nhút nhát [nyoot nyat] timid

như [nyer] like ▸ như thường lệ usually

nhựa [nyer-a] plastic

nhưng [nyerng] but

O

ong vò vẽ [ong vo ve] wasp

Ô

ô [oh] umbrella

ổ cắm [oh kam] (electric) plug

ổ khóa [oh khwa] lock

ôm hôn [ohm hohn] to embrace

ồn [ohn] noisy

ông [ohng] Mr. ◆ you

ông ấy [ohng ur-ee] he; him

ống chân [ohng churn] leg

ông chủ [ohng choo] boss

ống điếu [ohng dee-e-oo] pipe

ống kính zum [ohng keen zoom] zoom

ống nhòm [ohng nyom] binoculars

Ơ

ở [er] at, in ◆ to live ▸ ở New York in New York ▸ ở nhà ga at the station ▸ ở nhà at home ▸ ở Mỹ in America ▸ ở nhà tôi at my place

ở dưới [er zer-er-ee] low ▸ phía dưới below

ở đâu [er dur-oo] where ▸ ...ở đâu? where is/are...?

ở đâu đấy [er dao dur-ee] somewhere

ở đây [er dur-ee] here

ở đó [er do] there

ở giữa [er zer-a] middle ▸ ở giữa (cái gì) in the middle of (something) ▸ ở giữa chừng half way ở lại [er lay] to remain

ở nước ngoài [er ner-erk ngway] abroad

ở phía bắc (của) [er fee-a bak (koo-a)] to the North (of)

ở phía nam (của) [er fee-a nam (koo-a)] to the South (of)

ớt [ert] chili

ớt Đà Lạt [ert dalat] bell pepper

p

pom-mát [po mat] pomade

phải [fay] to have to, must ▸ ông/bà phải trả... you should... ▸ tôi phải đi đây I must go

phải [fay] right ▸ bên phải on the right (of)

phải trả tiền [fai tra tee-en] you have to pay

phàn nàn [fan nan] to complain

phanh [fan] to brake

pháo hoa [fao hwa] fireworks

phát âm [fat urm] to pronounce

phân nửa [furn ner-a] half

phần [furn] part

phần bổ sung [furn boh soong] supplement

phần còn lại [phurn kon lay] the remainder

phần lớn [furn lern] the majority (of)

phần trăm [furn tram] per cent

phía đông (của) [fee-a dong (koo-a)] to the East (of)

phía sau [fee-a sao] behind

phía tây (của) [fee-a tur–ee (koo-a)] to the West (of)

phía trước [fee-a trer-erk] in front of

phích nước nóng [feek ner-erk nong] Thermos®

phiếu chuyển tiền quốc tế [fee-eoo choo-en tee-en kwohk te] international money order

phiếu tính tiền [fee-eoo teen tee-en] sales slip

phim [feem] film

phim bản dịch [feem ban zeek] *(film)* dubbed

phim chụp hình [feem choop heen] camera film

phim dương bản [feem zer-erng ban] slide

phó-mát [fo ma] cheese

phong cách [fong kak] style

phong cảnh [fong kan] landscape

phòng [fong] room, hall ▸ phòng chiếu phim movie theater ▸ phòng ca nhạc concert hall ▸ phòng giữ hành lý deposit

phòng gửi áo [fong ger-ee ao] cloak-room

phòng khách [fong khak] living room

phòng ngủ [fong ngoo] bedroom

phòng trưng bày tranh [fong terng bay tran] gallery

phòng vệ [fong ve] to protect oneself

phổi [foh-ee] lung

phô-tô [foh toh] photocopy

phơi khô [fer-ee khoh] to dry

phơi nắng [fer-ee nang] to tan

phụ [foo] supplementary

phụ đề [foo de] subtitled

phụ nữ [foo ner] woman

phụ thuộc (vào) [foo too-ohk vao] it depends (on)

phút [foot] minute

phương tiện [fer-erng tee-en] means

q

quá [kwa] too much ▸ quá nhiều too much

quá hạn [kwa han] out-of-date

quá kỉ [kwa kee] surplus

quá khứ [kwa kher] (n) past

quả bí [kwa bee] squash

quả bóng lớn [kwa bong lern] balloon

quả bóng nhỏ [kwa bong nyo] ball

quả bơ [kwa ber] avocado

quả bưởi [kwa ber-er-ee] grapefruit

quả đào [kwa dao] peach

quả hạch [kwa hak] nut

quả hạnh [kwa han] almond

quả lê [kwa le] pear

quả mơ [kwa mer] apricot

quả ô liu [kwa oh lee-oo] olive

quả phỉ [kwa fee] hazelnut

quả táo [kwa tao] apple

quan trọng [kwan trong] important

quán ba [kwan ba] bar

quảng cáo [kwang kao] publicity

quảng trường [kwang trer-erng] square

quạt máy [kwat may] fan

quần áo [kwurn ao] clothes

quần đùi [kwurn doo-ee] shorts

quần jean [kwurn jeen] jeans

quần lót [kwurn lot] underpants; panties

quần tắm [kwurn tam] swimming shorts

quần tây [kwurn tur-ee] trousers

quầy [kwur-ee] stand

quầy bán báo [kwur-ee ban bao] newsstand

quầy bán thuốc lá [kwer-ee ban too-ohk la] smokeshop

quầy bán vé tự động [kwur-ee ban ve ter dohng] ticket office

quấy rầy [kwur-ee rur-ee] to annoy

quầy tiếp [kwur-ee tee-ep turn] reception desk

que nhỏ quấn bông [kwe nyo kwurn bohng] Q-tip®

quên [kwen] to forget

Quốc Khánh [kwohk khan] National Day

quốc tế [kwohk te] international

quốc tịch [kwohk teek] nationality

quyền [kwee-en] right ▸ có quyền làm... to have the right to...

quyển vở [kwee-en ver] notebook

quyết định [kwee-et deen] to decide

r

ra-đi-ô [ra-dee-oh] radio

ra mồ hôi [ra moh hoh-ee] to sweat

rác [rak] trash

rám nắng [ram nang] suntanned

rán [ran] to fry

rảnh [ran] free

rạp chiếu phim [rap chee-eoo feem] movie theater

rau [rao] vegetable

rau diếp [rao zee-ep] lettuce

rau xà-lách [rao salak] (green) salad

răng [rang] tooth

rất [rurt] very

rất vui được làm quen với ông/bà [rurt voo-ee der-erk lam kwen ver-ee ohng/ba] pleased to meet you

râu cằm [rur-oo kam] beard

râu mép [rur-oo mep] moustache

rẻ [re] cheap

riêng [ree-eng] private ▸ riêng tôi personally

riêng rẽ [ree-eng re] separately

rong biển [ron bee-en] seaweed

rộng [rohng] large

rơi [rer-ee] to fall

rời khỏi [rer-ee khoy] to leave

ruột xe [roo-oht se] inner tube

rút ngắn [root ngan] shortened

rút tiền [root tee-en] to take out money

rửa bát [rer-a bat] to do the washing up

rửa hình [rer-a heen] to develop (a film)

rừng [rerng] forest

rưỡi [rer-er-ee] and a half ▸ một giờ rưỡi an hour and a half ▸ một ki rưỡi one and a half kilos

rượu [rer-er-oo] alcohol

rượu khai vị [rer-er-oo khay vee] aperitif ▸ dùng rượu khai vị to have an aperitif

rượu mùi [rer-er-oo moo-ee] liqueur

rượu rum [rer-er-oo rum] rum

rượu sâm banh [rer-er-oo surm ban] champagne

rượu vang [rer-er-oo vang] wine ▸ rượu vang trắng/đỏ white/red wine

rượu whisky [rer-er-oo whisky] whisky

S

sa sút [sa soot] depressed

sạc pin [sak peen] to charge (a battery)

sách [sak] book

sách hướng dẫn [sak her-erng zurn] (book) guide

sạch [sak] clean

sản phẩm [san furm] product

sáng [sang] bright

sau [sao] after ▸ sau hai giờ after two hours

sau [sao] next ▸ hẹn lần sau! see you again!

sau cùng [sao koong] last, finally ▸ vào lúc cuối cùng at the last minute

say mèm [say mem] drunk

say mê [say me] to adore

sẵn sàng [san sang] ready ♦ to be ready ▸ sẵn sàng làm việc gì to be ready to

sắp [sap] to be on the point of ♦ soon

sắp xếp [sap sep] to tidy up

sậm [surm] dark

sân bay [sum bay] airport

sân bóng đá [sum bong da] football field

sân khấu [sum khur-oo] theater

sân vận động [sum vurn dohng] stadium

sâu [sur-oo] deep

Scốt [scoht] Scotch®

séc [sek] check

séc du lịch [ek doo leek] traveler's check

sếp [sep] boss

SIDA [seeda] AIDS

siêu thị [see-e-oo tee] supermarket

sinh nhật [seen nyurt] birthday ▸ sinh nhật vui vẻ! happy birthday!

sinh ra [seen ra] to be born ▸ tôi sinh ngày... I was born on... ▸ tôi sinh tháng... (month) I was born in ... ▸ tôi sinh năm... (year) I was born in ...

sinh sống [seen song] to live

sinh viên [seen vee-en] student

sò [so] oyster

soda chanh [soda chan] lemonade

son môi [son moh-ee] lipstick

sóng [song] wave

sọt rác [sot rak] trashcan

sô-cô-la [soh koh la] chocolate

sô-cô-la đen [soh koh la den] dark chocolate

sô-cô-la nóng [soh koh la nang] hot chocolate

sô-cô-la sữa [soh koh la ser-a] milk chocolate

số [soh] number

số điện thoại [soh dee-en twai] telephone number

số điện thoại và địa chỉ [soh dee-en twai va dee-a chee] details

số lượng [soh ler-erng] quantity

số xe [soh xe] license number

sống [sohng] live, raw

sốt [soht] fever ▸ bị sốt to have a fever

sơ-ri [ser-ree] cherries

sờ vào [ser vao] to touch

sở thích [ser teek] taste

sợ (gì/ai) [ser zee/ay] to be frightened of (somebody/something)

sớm [serm] early

sung sướng [soong ser-erng] happy

súp [soop] (Western) soup

suy nghĩ [swee ngee] to reflect

suyễn [swee-en] asthma

sự an toàn [ser an twan] security

sự ăn kiêng [ser an kee-en] diet

sự băng bó [ser bang bo] bandage

sự bắt đầu [ser bat dur-oo] beginning

sự cố gắng [ser koh gang] effort

sự chạy trốn [ser chay trohn] escape

sự chênh lệch giờ [ser chen lek zer] time difference

sự chỉ dẫn [ser chee zurn] information

sử dụng [ser zoong] to use ▸ sử dụng một lần disposable

sự đến [ser den] arrival

sự đến trễ [ser den tre] delay

sự đổ nát [ser doh nat] ruins ▸ đống đổ nát in ruins

sự gửi [ser ger-ee] sending

sự gửi hành lý [ser ger-ee han lee] registration of luggage

sự giao thông [ser zao tohng] traffic

sự giúp [ser zoop] help

sự hàn [ser han] filling

sự hiểu biết [ser hee-e-oo bee-et] knowledge

sự im lặng [ser eem lang] silence

sự kéo dài [ser keo zay] length

sự kết thúc [ser ket took] end

sự khẩn cấp [ser khurn kurp] emergency ▸ trong trường hợp khẩn cấp in case of emergency

sự khởi hành [ser kher-ee han] departure

sự lặn [ser lan] (sports) diving

sự lấy thư [ser lur-ee ter] (post) collection

sự lên máy bay [ser len may bay] (plane) boarding ▸ lên máy bay to board a plane

sự lo lắng [ser lo lang] worry

sự lựa chọn [ser ler-a chon] choice

sự may mắn [ser may man] luck ▸ chúc may mắn! good luck!

sự mua sắm [ser moo-a sam] shopping ▸ đi mua sắm to go shopping

sự ngạc nhiên [ser ngak nyee-en] surprise

sự nhầm lẫn [ser nyurm lurn] mistake

sự nhiễm trùng [ser nyee-em troong] infection

sự ở lại [ser er lay] stay

sự phơi nắng [ser fer-ee nang] to dry in the sun

sự tắm [ser tam] bath

sự tiếp xúc [ser tee-ep sook] contact

sự thành công [ser tan kohng] success

sự thay đổi [ser tay doh-ee] change

sự thăm viếng [ser tam vee-eng] visit

sự thực là [ser terk la] in reality

sự trả lời [ser tra ler-ee] reply

sự trở về [ser trer ve] return

sự vui thích [ser voo-ee tik] pleasure

sữa chua [ser-a choo-a] yoghurt

sửa chữa [ser-a cher-a] to repair ‣ đem đi sửa chữa to have repaired

sữa tắm [ser-a tam] shower gel

sữa tươi [ser ter-er-ee] fresh milk

sức khỏe [serk khwe] health ‣ chúc sức khỏe! cheers!

sưng lên [serng len] swollen

sườn [ser-ern] chop, ribs ‣ sườn heo pork ribs ‣ sườn cốt-lết chop

sương mù [ser-erng moo] fog

t

tác giả [tak za] author

tác phẩm điêu khắc [tak furm dee-e-oo khak] sculpture

tác phẩm nghệ thuật [tak furm nge too-urt] work of art

tai [tay] ear

tai nạn [tay nan] accident

tài khoản [tai khwan] bank account

tài liệu [tay lee-e-oo] document

tài xế tắc-xi [tay se tak see] taxi driver

tại sao [tay sao] why

tạm biệt! [tam bee-et] bye!

tạm thời [tam ter-ee] temporary

tạp chí [tap chee] magazine, review

tàu thủy [tao too-ee] boat

tay áo [tay ao] sleeve

tắc nghẽn giao thông [tak ngen zao tohng] traffic jam

tắm [tam] to take a bath ‣ tắm rửa to take a shower

tặng [tang] to offer

tắt [tat] to extinguish

tấm hình [turm heen] photo ‣ chụp một tấm hình to take a photo

tấn công [turn kohng] to attack

tận dụng cái gì [turn zoong kay zee] to profit by

tầng [turng] story, floor

tầng trệt [turng tret] first floor

tất [turt] socks

tất cả [tat ca] all ‣ tất cả các all ‣ tất cả mọi người everyone

tệ [te] bad

tệ hại [te hay] bad, ugly

tệ hơn [te hern] worse

tên [ten] given name

tên là [ten la] to be called

tỉ giá [tee za] exchange rate

tiếc [tee-ek] to regret

tiếc quá [tee-ek kwa] it's a pity

tiệm bánh [tee-em ban] cake store

tiệm bánh mì [tee-em ban mee] bakery

tiệm giặt [tee-em zat] cleaners

tiệm tạp hóa [tee-em tap hwa] grocery store

tiệm vàng [tee-em vang] jewelry store

tiền [tee-en] money

tiền cước [tee-en ker-ok] exchange commission

tiền đặt cọc [tee-en dat kok] bond

tiền đồng [tee-en dohng] coin

tiền lẻ [tee-en le] small change ▸ đổi tiền lẻ to get change

tiện lợi [tee-en ler-ee] convenient

tiện nghi [tee-en ngee] comfortable

tiền phạt [tee-en fat] fine

tiền thuê nhà [tee-en twe nya] rent

tiền thưởng [tee-en ter-erng] tip

tiếng [tee-eng] voice

tiếng Anh [tee-eng an] English

tiếng địa phương [tee-eng dee-a fer-erng] dialect

tiếng ồn [tee-eng ohn] noise

tiếng Việt [tee-eng vee-et] (language) Vietnamese

tiếp tân [tee-ep tum] to receive (guests) ▸ tại quầy tiếp tân at a reception

tiếp tục [tee-ep took] to continue ▸ tiếp tục làm việc gì to continue to do something ▸ tiếp tục vui vẻ! all the best!

tiếp theo [tee-ep teo] to follow

tiết nóng [tee-et] heat

tiêu [tee-e-oo] pepper

tiêu thụ [tee-e-oo too] to consume

tìm [teem] to look for ▸ đi tìm cái gì to go and look for something

tìm thấy [teem tur-ee] to find

tin [teen] news ▸ tin vui/buồn good/bad news ▸ tôi tin rằng... I believe that...

tin nhắn [teen nyan] message

tin tức [teen terk] news

tin tưởng [teen ter-erng] to believe ▸ tin tưởng ai to have confidence in somebody

tin vào [teen vao] to count on

tính [teen] to calculate ▸ tính tất cả all included

tính tiền [teen tee-en] check ▸ quầy tính tiền check out

tinh thần sảng khoái [teen turn san khway] to be full of beans

tình yêu [teen ye-oo] love

tỉnh giấc [teen zurk] to wake up

ti-vi [tee vee] television

toa [twa] compartment

toa xe [twa se] (train) car

toà nhà [twan nya] building

toà thị chính [twa tee cheen] city hall

toàn bộ [twan boh] whole

tóc [tok] hair

tóc vàng hoe [tok vang hwe] blonde

tỏi [toy] garlic

tô [toh] large bowl

tổ chức [toh cherk] to organize

tốc độ [tohk doh] speed

tôi [toh-ee] I; me

tối [toh-ee] evening ▸ tối nay this evening ▸ buổi tối in the evening ▸ tối mai tomorrow evening

tối đa [toh-ee da] maximum

tối thiểu [toh-ee tee-e-oo] minimum

tôm [tohm] shrimp

tôm hùm [tohm hoom] lobster

tôm rồng [tohm rohng] crayfish

tôn giáo [tohn zao] religion

tốt [toht] good, well

tốt hơn [toht hern] better ▸ tốt hơn ai/ cái gì... better than... ▸ tốt hơn là... it would be better...

tờ gấp [ter gurp] brochure

tờ giấy [ter zur-ee] sheet (of paper)

tờ quảng cáo [ter kwang kao] poster

tu viện [too vee-en] monastery

tủ đông [too dohng] freezer

tủ lạnh [ter lan] refrigerator

tuần [too-urn] week ▸ trong tuần during the week ▸ suốt tuần all week

tuần lễ [twurn le] week

tuần trăng mật [twan trang murt] honeymoon

túi [too-ee] pocket

túi dụng cụ vệ sinh [too-ee zoong koo ve seen] spongebag

túi đựng rác [too-ee derng rak] trash bag

túi ni-lông [too-ee nee lohg] plastic bag

túi ngủ [too-ee ngoo] sleeping bag

túi xách [too-ee sak] purse

tuổi [too-oh-ee] age ▸ anh/chị bao nhiêu tuổi? how old are you? ▸ tôi hai mươi hai tuổi I'm 22 (years old)

tuồng hát [too-ohng hat] play

tuy rằng [too-ee rang] however

tuyến xe buýt [too-en se boo-eet] bus route

tuyến xe điện ngầm [too-en se dee-en ngurm] subway line

tuyết [too-et] snow

tuyệt đẹp [too-et dep] wonderful

tuyết rơi [too-et rer-ee] to snow

tuyệt vời [too-et ver-ee] excellent

từ [ter] from ▸ từ khi since ▸ kể từ from ▸ từ khi nào? since when? ▸ từ bao lâu ...? for how long?

từ [ter] word

từ chối [ter choh-ee] to refuse

tự điển [ter dee-en] dictionary

tự hào (về) [ter hao (ve)] proud (of)

tự xoay sở [ter sway ser] to manage to get by

từ... đến... [ter den] from... to...

tức thì [terk tee] immediately

tươi [ter-er-ee] fresh

tường [ter-erng] wall

tưởng nhớ đến [ter-erng nyer den] in memory of

thảm [tam] carpet

thảm họa [tam hwa] catastrophe

tham quan có hướng dẫn [tam wan ko her-erng zurn] guided visit

tháng [tang] month

tháng ba [tang ba] March

tháng bảy [tang bay] July

tháng chín [tang cheen] September

tháng giêng [tang zee-eng] January

tháng hai [tang hay] February

thang máy [tang may] elevator

tháng mười [tang mer-er-ee] October

tháng mười hai [tang mer-er-ee hay] December

tháng mười một [tang mer-er-ee moht] November

tháng năm [tang bam] May

tháng sáu [tang sao] June

tháng tám [tang tam] August

tháng tư [tang ter] April

thánh đường Hồi giáo [tan der-erng hoh-ee zao] mosque

thành lũy [tan loo-ee] ramparts

thanh niên [tan nee-en] young

thành ngữ [tan nger] expression

thành phố [tan foh] town ▸ thành phố cổ old town

thảo cầm viên [tao kam vee-en] zoo

thay đổi [tay doh-ee] to change

thay quần áo [tay kwan ao] to change one's clothes

thay vì [tay vee] instead of

thăm viếng [tam vee-eng] to visit

thẳng [yang] straight ▸ đi thẳng go straight (ahead)

thắng [tang] to win

thắt lưng [tat lerng] belt

thận [turn] kidney

thân thể [turn te] body

thấp [turp] low; short

thất nghiệp [turt ngee-ep] to be unemployed ▸ sự thất nghiệp unemployment

thất vọng [turt vong] disappointed

thật [turt] true

thật ra [ta ra] by the way

thấy thơm/hôi [tay term/hoh-ee] to smell good/bad

thẻ [te] card

thẻ điện thoại [te dee-en tway] phone card

thẻ tín dụng [te teen doong] credit card

thèm [tem] to feel like

thế giới [te zer-ee] world

thế kỷ [te kee] century

thế nào [te nao] how

thế nào cũng được [te nao coong der-erk] I don't mind

thể thao [te tao] sport

thêm gia vị [tem za vee] spicy

thềm [tem] terrace ▸ ngoài thềm quán cà phê outside

thì tốt [tee toht] so much the better

thị thực nhập cảnh [tee terk nyurp kan] entry visa

thị thực xuất cảnh [tee terk soo-urt kan] exit visa

thìa [tee-a] spoon ▸ thìa cà phê/canh teaspoon/soup spoon

thích [tik] tik ▸ tôi thích... I would like... ▸ tôi rất thích... I would very much like...

thích hơn [tik hern] to prefer

thiên nhiên [tee-en nyeen] nature

thiếu [tee-e-oo] to lack ▸ tôi thiếu hai... I lack two...

thiếu niên [tee-e-oo nyee-en] adolescent

thỉnh thoảng [tin twang] from time to time

thịt [tit] meat

thịt băm [tit bam] ground meat

thịt bê [tit be] (meat) veal

thịt bò [tit bo] (meat) beef

thịt dê [tit ze] (meat) goat

thịt heo [tit heo] (meat) pork

thịt vịt [tit vit] (meat) duck

thỏ [to] rabbit

thói quen [toy kwen] custom ▸ có thói quen to be in the habit of

thối tiền [toy tee-en] to return change

thông minh [tohng min] intelligent

thông qua [tohng kwa] across

thông tin [tohng teen] information

thợ cắt tóc [ter kat tok] hairdresser

thợ đặt đường ống [ter dat der-erng ohng] plumber

thời gian [ter-ee zan] time ▸ có thời gian để to have time to ▸ tiết kiệm thời gian to save time

thời tiết [ter-ee tee-et] weather, climate ▸ thời tiết ngột ngạt oppressive weather

thời trang [ter-ee trang] fashion ▸ theo thời trang in fashion

thủ công [too cohng] craft

thú vị [to vee] interesting

thuê [twe] to rent ▸ thuê nhà/xe to rent a house/car

thuế [twe] tax ▸ chưa tính thuế exclusive of tax ▸ miễn thuế duty free

thuế giá trị gia tăng [twe za tree z tang] sales tax

thuế sân bay [twe san bay] airport tax

thung lũng [toong loong] valley

thùng [toong] can ▸ hộp can

thuốc [too-ohk] medication

thuốc kháng sinh [too-ohk khan seen] antibiotic

thuốc lá [too-ohk la] (smoking) tobacco

thuốc ngủ [too-ohk ngoo] sleeping pi

thuốc ngừa thai [too-ohk ngoo-a tay] contraceptive

thuốc ngừa thai ngày hôm sau [too-ohk nger-a tai ngay hohm sao] next day contraceptive pill

thuốc ngừa thai [too-ohk ngoo-a tai] contraceptive pill ▸ uống thuốc ngừa thai to take the pill

thuốc trừ sâu [too-ohk trer sur-oo] insecticide

thuốc viên [too-ohk vee-en] tablet

thuộc dân gian [too-ohk zan zan] folk

thuộc nước ngoài [too-ohk ner-erk ngway] foreign

thuộc tôn giáo [too-ohk tohn zao] religious

thuộc truyền thống [too-ohk troo-en tohng] traditional

thuộc về [too-ohk ve] to be part of

thuộc về lễ [too-ohk ve le] vacation

thuộc về Mỹ [ttoo-ohk ve mee] American

thuộc về Việt Nam [too-ohk ve vee-et nam] Vietnamese

thủy triều cao [too-ee tree-e-oo kao] high tide

thủy triều thấp [too-ee tree-e-oo turp] low tide

thư giãn [ter zan] to relax

thư ký [ter kee] secretary

thư tín [ter tin] mail

thư viện [ter vee-en] library

thứ ba [ter ba] Tuesday

thứ bảy [ter bay] Saturday

thứ hai [ter hay] Monday

thứ năm [ter nam] Thursday

thứ nhất [ter nyurt] first

thứ sáu [te sao] Friday

thứ tư [ter ter] Wednesday

thử [ter] to try on ▸ thử quần áo to try on a dress

thức ăn [terk an] food

thức ăn đông lạnh [terk an dohng an] frozen food

thức ăn ngọt [terk an ngot] sugary food

thức ăn nhanh [terk an nyan] fast food

thức dậy [terk dur-ee] to get up

thức uống [terk wohng] drink

thực đơn [ter dern] menu

thực sự [ter ser] really

thường [ter-erng] often

thượng hạng [ter-erng hang] top quality

thượng lộ bình an! [tererng loh bin an] have a good trip!

trà [tra] tea

trà bằng tiền mặt [tra bang tee-en mat] to pay in cash

trả lại [tra lay] to return

trả lời [tra ler-ee] to reply

trả một lần [tra moht lurn] to pay in cash

trả tiền [tra tee-en] to pay

trái [tray] left ▸ bên trái on the left (of)

trái cây [tray kay] fruit

trái chanh xanh [tray chan san] lime

trại [tray] summer camp

trái tim [tray teem] heart

trạm cuối cùng [tram kwoh-ee koong] terminus

trạm dừng [tram zerng] stop

trạm xăng [tram sang] service station

trạm xe buýt [tram se boo-eet] bus stop

trán [tran] forehead

trang [trang] page

trang web [trang web] website

tráng miệng [trang mee-eng] dessert

trạng thái [trang tay] state

tranh vẽ [tran ve] painting

trao đổi [trao doh-ee] to exchange

trần [trurn] naked

trận đấu [tran dur-oo] match

trẻ [tre] young

trẻ sơ sinh [tre ser sin] new-born

trễ [tre] late ◆ to miss ▸ quá trễ too late

trên [tren] above, on ▸ bên trên above

trên kia [tren kee-a] up there

trị giá [tree za] to be worth

trích máu [trik mao] to bleed

trò chơi [tro cher-ee] game

trò chơi điện tử [tro cher-ee dee-en ter] video game

trò chuyện [tro choo-en] to chat

trong [trong] in ▸ trong một giờ nữa in an hour ▸ trong một ngày/giờ by the day/hour ▸ trong buổi tối in the evening ▸ trong một giờ for an hour ▸ trong khi mà during ▸ trong vòng while ▸ trong đó of which ▸ trong số among

trôi qua [troh-ee kwa] *(time)* pass

trộn lẫn [trohn lurn] to mix

trông chừng [trong cherng] to watch

trống [trohng] free; empty

trở lại [trer lay] to be back, to come back, to return

trở nên [trer nen] to become

trở về [trer ve] to return

trời mưa [trer-ee moo-a] it's raining

trung bình [troong bin] average

trung tâm [troong turm] center

trung tâm thành phố [troong turm tan foh] town center

trung tâm thương mại [troong turm ter-erng may] mall

trung thực [troong terk] honest

truyền thống [troo-en tohng] tradition

trực tiếp [terk tee-ep] direct

trứng [trerng] egg

trứng chần [terng churn] boiled egg

trứng luộc [terng loo-ok] hard-boiled egg

trứng ốp-la [terng ohp la] fried egg

trứng rán/chiên [tereng ran/chee-en] omelet

trước [trer-erk] before ▸ trước kh before

trước tiên [ter-erk tee-en] first

trường đại học [trer-erng day hok] university

trường học [trer-erng hol] school

trường trung học cơ sở [trer-er troong hok ker ser] junior high school

trường trung học phổ thông [tere erng troong hok fo tohng] high school

U

uống [woo-ong] to drink ▸ đi uống
nước to drink water

Ư

ướt [er-ert] wet

V

va-li [va lee] suitcase

va-ni [va nee] vanilla

và [va] and

và lại [va lay] besides

vách đá [vak da] cliff

vai [vay] shoulder

vải [vay] cloth

ván lướt [van ler-ert] windsurfing
board

ván surf [van surf] surfboard

vàng [vang] gold ▸ bằng vàng in gold

vào [vao] in ▸ vào năm 2007 in 2007

vay [vay] to borrow

váy [vay] skirt

văn minh Cổ Đại [van min coh day]
Antiquity

văn phòng du lịch [van fong zoo leek]
tourist office

vấn đề [vurn de] problem

vâng [vurng] yes

vậy thì [vur-ee tee] then

vé [ve] ticket ▸ vé hạng nhất/hạng
nhì first/second class ▸ vé thường
economy class ▸ vé khứ hồi return
▸ vé đi one-way

vé vào cửa [ve vao cer-a] *(ticket)*
admission

về phía [ve fee-a] towards

về việc ấy... [ve vee-ek ur-ee] by the
way, ...

vết bầm tím [vet burm teem] bruise

vết bẩn [vet burn] stain

vết bỏng [vet bong] burn mark

vết cắn [vet kan] bite

vết thương [vet ter-erng] wound

ví [vee] wallet

ví dụ [vee zoo] example ▸ ví dụ như
for example

ví đựng tiền lẻ [vee derng tee-en le] coin purse

vì [vee] because of

vì vậy [vee vay] so

việc buôn bán [vee-ek bwohn ban] commerce

việc làm [vee-ek lam] job

viêm họng [vee-em hong] tonsillitis

viêm phế quản [vee-em fe kwan] bronchitis

viên cảnh sát [vee-en kan sat] police officer

viên nhét hậu môn [vee-en nyet hur-oo mohn] suppository

viết [vee-et] to write

viết chì [vee-et chee] pencil

vòi nước [voy ner-erk] faucet

vòi sen [voy sen] shower

vòng tay [vong tay] bracelet

vội [voh-ee] to hurry, to be in a hurry

vớ mỏng của phụ nữ [ver mong koo-a foo ner] pantyhose

vợt [vert] racket

vú [voo] breast

vũ trường [voo trer-erng] disco

vụ cưỡng hiếp [voo ker-erng hee-ep] rape

vụ trộm [voo trohm] burglary

vụ trộm cắp [voo trohm kap] theft

vua [voo-a] king

vui thích [voo-ee tik] delighted

vui vẻ [voo-ee ve] cheerful

vùng [voong] region

vừa mới [ver-a mer-ee] just

vừa trước [ver-a trer-erk] just before

vườn [ver-ern] garden

vứt [vert] to throw away ▸ vứt vào sọt rác to throw in the trashcan ▸ vứt đi to throw away

X

xa [sa] far ▸ xa cái gì far from

xa lộ [sa lo] highway

xà phòng [sa fong] soap

xác nhận [sak nyum] to verify

xác nhận [sak nyan] to confirm

xách tay [sak tay] purse

xanh da trời [san za trer-yee] blue

xanh nhạt [san nyat] pale blue

xanh xao [san sao] pale

xảy ra [say ra] happen

xăng [sang] gas ▸ đổ xăng đầy bình to fill up

xăng không chì [sang khong chee] (gas) super

xấu [sur-oo] bad ▸ trời xấu it's bad weather

xe buýt [se boo-eet] bus

xe cứu thương [se cer-oo ter-erng] ambulance

xe đạp [se dap] bicycle ▸ sên xe đạp bicycle chain

e đẩy [se dur-ee] grocery cart

e đẩy trẻ em [se day tre em] stroller

e điện [se dee-yen] tramway

e điện ngầm [se dee-yen ngurm] subway

e đò [se do] coach

e đưa đón [se der-ya dohn] shuttle

e gắn máy [se gan may] scooter

e lăn [se lan] wheelchair

e lửa [se ler-ya] train

e máy [se may] motorcycle

e mô-bi-lết [se moh bee let] moped

e ô-tô [se oh toh] car

e tải [se tay] truck

e tắc-xi [se tak see] taxi

em [sem] to look at

en-ti-mét [sen tee met] centimeter

ếp hàng [sep hang] to stand in line

nghiệp [see ngee–yep] enterprise

gà [see ga] cigar

xiếc [see-ek] circus

xin anh/chị [sin an/chee] please ▸ xin ông/bà please

xin chào [sin chao] good day, good evening

xin chờ một chút [sin cher moht choot] a moment, please

xin lỗi [sin loy] excuse me

xin thanh toán [sin tan twan] to get a refund

xin vui lòng [sin voo-yee long] *(please)* sorry ▸ xin anh/chị vui lòng please ▸ xin ông/bà vui lòng please

xinh [sin] *(woman)* beautiful

xi-rô [seeroh] syrup

xoong [so-ong] *(for cooking)* pot

xúc xích lớn [sook seek lern] sausage

xúc-xích [sook-seek] sausage

xương [ser-erng] bone

y

kiến [ee kee-en] opinion ▸ thay đổi ý
én to change one's opinion

tá [ee ta] nurse

tưởng [ee ter-erng] idea

ên [yen] calm ▸ hãy để tôi yên! leave
e in peace!

yên tĩnh [yen tin] quiet

yêu [yeoo] *(lover)* to love

yếu [yeoo] weak